પ્રામાણિક માણસ સફળ વિજેતા કેવી રીતે બને

શશિકાંત 'સદૈવ'

ડાયમંડ બુક્સ

www.diamondbook.in

પ્રકાશક : ડાયમંડ પૉકેટ બુક્સ (પ્રા.) લિ.
X-30, ઓખલા ઈન્ડસ્ટ્રિયલ એરિયા, ફેઝ–II
નવી દિલ્હી - 110020
ફોન : 011-40712200
ઈ-મેલ : sales@dpb.in
વેબસાઈટ : www.diamondbook.in

**Pramanik Manas Safal Vijeta Kevi Rite Bane
(Achha Insan Safal Vijeta Kaise Bane)**
By : Shashikant 'Sadaiv'

ભૂમિકા

वेदप्रताप वैदिक

(પ્રખ્યાત પત્રકાર, વિચારક તેમજ
રાજનીતિક વિશ્લેષક)

આજના સંદર્ભમાં એવી પુસ્તકની વિશેષ જરૂર છે. જો પોતાના અનુભવના આધાર પર કહું તો આજે પણ સારા-પ્રામાણિક માણસોની આ ધરતી પર કમી નથી, પરંતુ અનેક પ્રામાણિકતાઓ પછી પણ એમને તે જીત, તે પડાવ પ્રાપ્ત થતો નજર નથી આવતો, જેના તેઓ અધિકારી છે. કેમ? શશિકાંત 'સદૈવ'ની આ પુસ્તક, શોધની સાથે વિસ્તારપૂર્વકથી આ વાત પર પ્રકાશ ફેંકે છે.

સત્ય વાત તો એ છે કે, જે પ્રકારે આજનું વાતાવરણ છે, એમાં સફળ થવું અને સફળ વિજેતા બનવું એ કોઈ સરળ વાત નથી કેમ કે, અહીંયા તમારા કાર્ય તેમજ માર્ગમાં તમારી મદદ કરવાવાળા હાથ ઓછાં છે અને અડચણો નાંખવાવાળા અધિક છે. ચાલાક તેમજ ઈર્ષ્યાથી ભરેલા લાકોની વચ્ચે પોતાના વ્યક્તિત્વ તેમજ ચરિત્રને જીવિત રાખી શકવું ખરેખર એક પડકારભર્યું કામ છે. એવામાં સકારાત્મક રૂપથી સૌથી આગળ નિકળીને, સફળતાના શિખરને સ્પર્શવું દુર્લભ લાગે છે, પરંતુ આ પુસ્તક પ્રામાણિક માણસના સફળ વિજેતા બનવા માટે ના ફક્ત બધી સંભાવનાઓ ઉપલબ્ધ કરાવે છે બલ્કે એના માટે વ્યવહારિક તેમજ સક્રિય માર્ગ પણ પ્રશસ્ત કરે છે. એટલું જ નહીં, સફળતાના સાચા અર્થ શું છે? શું છે સફળ વિજેતા થવાના નિયમ તથા એક પ્રામાણિક-સારો માણસ કેમ તેમજ કયા કારણોથી સફળ નથી થઈ શકતો? બધું જ ઉદાહરણ સહિત સમજાવતાં, હાથમાં વિજેતા થવાની ચાવી થમાવે છે આ પુસ્તક.

આપણી નાની-મોટી, રોજબરોજની વાત, આદત, વર્તન તેમજ વ્યવહાર વગેરે ક્યાં, કેમ અને કેવી રીતે આપણાં પૂરાં પ્રયત્નો પર પાણી ફેરવી દે છે, કેમ સારા ઉદ્દેશ્યથી કરવામાં આવેલું કામ પણ આપણને નકારાત્મક પરિણામના અધિકારી બનાવી દે છે, એ બધા અવરોધોને સમાધાનની સાથે ખૂબ ઝીણવટથી રાખ્યું છે શશિકાંત 'સદૈવ'એ આ પુસ્તકમાં.

મેં જોયું છે મોટાભાગના સારા-પ્રામાણિક માણસ બીજાઓની મદદ કરવા, એમને

દુઃખ-તકલીફથી ઉગારવામાં રત રહે છે. એમના દ્વારા પાર લગાવેલા લોકો એમનાથી આગળ નિકળી જાય છે અને તેઓ ત્યાં જ રહી જાય છે. સારા લોકોની આવી હાલતને કારણે જ ઘણાં બધા લોકોમાં એ ધારણા બની છે કે, 'સારાનો જમાનો નથી રહ્યો, આ દુનિયા પ્રામાણિકો માટે નથી', વગેરે-વગેરે. પરંતુ સત્ય હંમેશાં હાથની પાંચ આંગળીઓની જેમ હોય છે, એટલે કે બધા લોકો એક જેવા નથી હોતા. એવા પણ કેટલાય લોકો છે, જે પ્રામાણિક માણસ પણ છે અને સફળ વિજેતા પણ છે પણ એમની સંખ્યા એટલી ઓછી છે કે, એમને આંગળીઓના વેઢાં પર ગણી શકાય છે. એવામાં પ્રશ્ન ઊઠે છે કે, શું અસફળતાના ડરથી સારો માણસ સફળ થવાનું સપનું છોડી દે અથવા ખરાબ માર્ગને પસંદ કરીને, ઘેટાં-બકરાંની ચાલમાં સામેલ થઈને, પોતાના વ્યક્તિત્વ તેમજ અસ્તિત્વને ભસ્મ કરી દે? ના! જીવન હારવાનું, નકારાત્મકતાનું નામ નથી. જો અહીંયા સમસ્યા છે, તો સમાધાન પણ છે અને શશિકાંત 'સદૈવ'ની આ પુસ્તક એવી જ એક આશા જગાવે છે. આ માણસને , સારો-પ્રામાણિક બનવા માટે તો પ્રેરિત કરે છે છે, સાથે જ સારા-પ્રામાણિક માણસને હિંમત આપવાની સાથે-સાથે નવો માર્ગ પણ બતાવે છે કે, તે કેવી રીતે પોતાની પ્રામાણિકતાઓને જાળવીને ખુદને સફળ વિજેતા તેમજ લોકોનો આદર્શ બનાવી શકે છે.

વ્યક્તિત્વ વિકાસ તેમજ આત્મરૂપાંતરના ક્ષેત્રમાં શશિકાંત 'સદૈવ'ની આ પુસ્તક પ્રશંસનીય છે. હું આશા કરું છું કે, આ પુસ્તક ના ફક્ત દરેક માણસને સારો માણસ બનવાની પ્રેરણા આપશે બલ્કે પ્રામાણિક માણસને સફળ બનાવવામાં મદદ પણ કરશે. હું એમને આ પુસ્તક માટે અભિનંદન સહિત શુભકામનાઓ પાઠવું છું.

वेदप्रताप वैदिक

પ્રસ્તાવના

આમ તો ફરિયાદ કરવી મનુષ્યનો સ્વભાવ છે, પરંતુ સીધા-સાદા લોકોને ફરિયાદથી ભરેલા કંઈક વધારે જ જોઈ શકાય છે અને કોઈ ફરિયાદ એમને હોય કે ના હોય પણ એ ફરિયાદ એમને અવશ્ય હોય છે કે, આટલા સીધા, પ્રામાણિક અને મનથી સાફ હોવા છતાં પણ તે એટલા, એ હદ સુધી સફળ નથી થઈ શકતા, જેટલાં ચાલાક, જૂઠાં તેમજ અપ્રામાણિક લોકો થઈ જાય છે. આસ-પાડોશ તેમજ ઘર-પરિવારવાળા સારા માણસની પ્રશંસા કરે છે, લોકો એમના વ્યક્તિત્વનું ઉદાહરણ આપે છે, ઘણાં લોકોના તેઓ તો પ્રેરણાસ્રોત હોય છે, પરંતુ સફળ વિજેતાની દોડમાં ત્યાં નથી હોતાં, જ્યાં એમણે હોવું જોઈએ અથવા થોડી ઘણી સફળતા જે એમના ગંભીર પ્રયાસો પછી અંતમાં જઈને મળે છે, તે જ સફળતાનો સ્વાદ ચાલાક માણસ થોડા મહીનાઓ તેમજ વર્ષોમાં ઓછી મહેનતથી મેળવી લે છે. કેમ એવી પરિસ્થિતિ આવે છે કે, માણસ સારો હોવા છતાં પણ ખરાબથી માત ખાઈ જાય છે?

આ પ્રશ્ન સદીઓથી માન-મનને વ્યથિત કરતો રહ્યો છે કે, કેમ આ સંસારમાં ખોટું સારા પર હાવી થતુ રહે છે, જ્યારે કે બધા ઇચ્છે છે કે, 'સારા'નુ વર્ચસ્વ જળવાઈ રહે પરંતુ 'સારા'નું વર્ચસ્વ બુરાઈના રહેતા સ્થાપિત નથી થઈ શકતું. આ જ હકીકત મોટાભાગે સાહિત્ય-સિનેમા વગેરેમાં પણ ઉજાગર થતી રહે છે. ત્રણ કલાકની ફિલ્મમાં અંતિમ રીલ સુધી તો ખલનાયક જ મોજ કરે અને નાયક સંઘર્ષ કરતો નજરે પડે છે, પણ અંતની પાંચ મિનિટના દશ્યોમાં નાયક, ખલનાયકને સમાપ્ત કરી દે છે. રામાયણને જ લઈ લો, અંતમાં ભલે જ રામ જ જીતે છે, પણ એમના જીવતા-જીવ રાવણ કેવી રીતે સીતાને હરી લે છે? કેવી રીતે કોઈ રાણી દાસી મંથરાની વાતોમાં આવી જાય છે? સારા માણસોને જો સફળ થવું છે, સફળ વિજેતા બનવું છે, તો એમણે સફળતાના વિજ્ઞાનને પણ જાણવું તેમજ સમજવું પડશે.

જો સફળતા ધનને કારણે મળતી, તો તમામ એવા લોકો પણ સફળ નજરે પડતાં, જેમના આપણે નામસુદ્ધાં નથી જાણતા. સફળ થવું અને વિજેતા બનવું સરળ નથી.

સારા માણસોને ખૂબ જ સંઘર્ષ કરવો પડે છે, ત્યારે જ તેઓ બની શકે છે સફળ વિજેતા. આ પુસ્તક આ જ વિષયને કેન્દ્રમાં રાખીને લખવામાં આવી છે કે, સારો માણસ સફળ વિજેતા કેવી રીતે બને. આ પુસ્તકમાં એ બધી વાતો-તથ્યોનું વિસ્તારથી વિશ્લેષણ કરવામાં આવ્યું છે. આ પુસ્તક તમને એ હકીકતોથી, વાતોથી, સંભાવનાઓથી અને આશાઓથી રૂબરૂ કરાવશે, જે કોઈ પ્રામાણિક માણસની સફળતામાં અડચણો ઊભી કરે છે અથવા સફળતામાં બાધક હોય છે, સાથે જ એક સારો, પ્રામાણિક અને સીધો માણસ કેવી રીતે પોતાની તમામ પ્રામાણિકતાને જાળવીને સફળ વિજેતા બની શકે છે, એનો વ્યવહારિક પથમાં પણ પ્રદર્શિત કરે છે.

આ સંસાર બે વર્ગના લોકોનો, એટલે સારા તેમજ ખરાબનો સંગમ છે. એક હોય છે તેજ-તર્રાર એટલે ચાલાક લોકો, જે શોષણ કરે છે, તો બીજી તરફ હોય છે સીધા-સાદા એટલે ભોળા લોકો, જેમનું શોષણ થાય છે. એમનો આપસી ટકરાવ થતો જ રહે છે. નેક, સીધા અને પ્રામાણિક માણસ હંમેશાં સંઘર્ષમાં લાગેલો રહે છે. તે એક-એ પાઈ જોડીને પોતાની ઝૂંપડી બનાવવામાં લાગ્યો રહે છે. તો, ચાલાક માણસ નોટોના મહેલોમાં રાજ કરે છે. સીધા માણસના હાથમાં લાગે છે ચિંતાઓ, મજબૂરીઓ, ગાળો, એકલતા એ અફસોસ, ત્યાં જ ચાલાક માણસને મળે છે પ્રશંસા, સત્તા, હોદ્દો, ગાદી અને ઓળખ. કેમ સારા માણસની સફળતા ચાર દિવસની ચાંદની બનીને રહી જાય છે? કેમ સારો માણસ સારો હોવા છતાં પણ તેજ કે ચાલાક માણસથી આગળ નથી નિકળી શકતો? કેમ સારા માણસનું વ્યક્તિત્વ ચર્ચા માત્ર બનીને, સમેટાઈને રહી જાય છે. સમાચારોમાં નથી આવી શકતો તેમજ મેડલ નથી એકઠા કરી શકતો? પ્રામાણિકતાનું મહત્વ સમજતાં હોવા છતાં પણ લોકો સારો માણસ બનવા કેમ નથી ઇચ્છતા અથવા પ્રામાણિકતાના માર્ગ પર વધારે સમય સુધી નથી ચાલી શકતા? વગેરે સવાલોનું નિરાકરણ કરે છે આ પુસ્તક તથા વ્યાવહારિકતા તેમજ સંતુલનના માધ્યમથી કેવી રીતે સફળ બનેલા વિજેતાના ગુણ પણ શીખવાડે છે.

આ પુસ્તક કેમ?

રામાયણના અંતમાં ભલે રામ જ જીતે છે, પણ એમના જીવતા-જીવ રાવણ કેવી રીતે સીતાને હરી લે છે? કેવી રીતે રાણી, દાસી મંથરાની વાતોમાં આવી જાય છે? આથી સારા માણસોએ જો સફળ થવું છે, સફળ વિજેતા બનવું છે, તો એમણે સફળતાના વિજ્ઞાનને પણ જાણવું તેમજ સમજવું પડશે.

સારો તેમજ પ્રામાણિક માણસ સફળ વિજેતા કેવી રીતે બને, એ ખરેખર એક રોચક તેમજ વિચારણીય વિષય છે. કહેવા માટે ભલે આ એક વિષય છે પરંતુ એમાં કેટલાય ઉપવિષય સામેલ છે, કેમ કે પહેલાં આપણે એ સમજવું પડશે કે, સારો-પ્રામાણિક માણસ કોણ છે, શું છે એની ઓળખ તેમજ પરિભાષા? બીજું, સફળતા શું છે, ખરી સફળતા કોને કહે છે? ત્રીજું, સફળ થવા માટે શું કરો? કોણ છે સાચો સફળ વિજેતા? ચોથું, વિજેતા અને સફળ વિજેતામાં શું અને કેટલો ફરક છે? પાંચમું, શું સારો માણસ સફળ નથી થઈ શકતો? અને છઠ્ઠું, જો સારો કે પ્રામાણિક માણસ સફળ નથી થતો, તો એનો અર્થ જે લોકો સફળ થાય છે તે સારા તેમજ પ્રામાણિક નથી હોતા? સફળ માણસ કેમ સારો માણસ નથી હોઈ શકતો? જો આપણે આ વિષયો પર યોગ્ય રીતે દષ્ટિ નાખીએ ત્યારે આપણે સમજી શકીશું કે, આ વિષય ખરેખર એટલાં રોચક તેમજ મહત્ત્વપૂર્ણ કેમ છે. આવો, ક્રમશઃ આપણે એક-એક વિષયને વ્યવસ્થિત રીતે સમજીએ.

સારા-પ્રામાણિક માણસની પરિભાષા

એક અર્થમાં સારા માણસની કોઈ પરિભાષા નથી કેમ કે જે આપણા માટે સારા છે, આપણે એને સારો કહી દઈએ છીએ, જે આપણા માટે ખરાબ છે, આપણે એને ખરાબ કહી દઈએ છીએ પણ જે આપણા માટે સારો છે તે બીજા માટે પણ સારો હોય એ જરૂરી નથી. અને એ વાતની પણ શું ગેરંટી છે કે, જે માણસ આપણા માટે આજે

સારો છે, તે કાલે પણ આપણા માટે સારો રહેશે? સત્ય તો એ છે કે, જે માણસ આજે આપણા માટે ખરાબ છે, તે કાલે આપણા માટે સારો પણ થઈ જાય એની પણ સંભાવના છે. આથી સારા-પ્રામાણિક માણસના કેટલાય ગુણોને લઈને એક કલ્પના કરી છે, જેમ કે સારો માણસ સત્ય બોલવાવાળો, પ્રામાણિક, વફાદાર, મહેનતી, મૃદુભાષી, ત્યાગી, સંવેદનશીલ, બધાની મદદ કરવાવાળો, વ્યસનો તેમજ લતોથી દૂર રહેવાવાળો, બધાને એક સમાન સમજવાવાળો, બધાને પ્રેમ કરવાવાળો, બધું જ સ્વીકાર કરવાવાળો, પોતાની ભૂલ માનવાવાળો, ધૈર્ય તેમજ સંયમ રાખવાવાળો, ઈર્ષ્યા, ઘૃણા, લાલચ, નિંદા, ચોરી, અપ્રામાણિકતા, ભ્રષ્ટાચાર વગેરેથી દૂર રહેવાવાળો હોય છે. આમ તો, આ બધા ગુણ કોઈ એકમાં મળવા અશક્ય છે પરંતુ જેમાં આપણે આમાંથી અધિકતમ ગુણોને મેળવીએ, એને આપણે સારા-પ્રામાણિક તેમજ ભલા માણસની શ્રેણીમાં ગણીએ છીએ.

જે આપણા માટે સારો છે, તે બીજા માટે પણ સારો હોય એ જરૂરી નથી અથવા જે બીજા માટે ખરાબ છે, તે આપણા માટે પણ ખરાબ હોય એ જરૂરી નથી. અને એ વાતની પણ શું ગેરંટી છે કે, જે માણસ આપણા માટે આજે સારો છે, તે કાલે પણ આપણા માટે સારો રહેશે, એ જરૂરી નથી.

સફળતાની પરિભાષા

જે પ્રકારથી સારા માણસની કોઈ નિશ્ચિત પરિભાષા નથી, એ જ પ્રકારે સફળતાની પણ કોઈ મર્યાદિત પરિભાષા નથી કેમ કે, દરેક માણસ માટે સફળતાના પોતાના અલગ અર્થ છે. કોઈ માટે અધિક ધન એકઠું કરી લેવું સફળતા છે, તો કોઈ માટે ચાર માળનું મકાન બનાવી લેવું શફળતા છે. કોઈ માટે પોતાની તિજોરીમાં ઈનામોનો ઢગલો લગાવી લેવો સફળતા છે, તો કોઈ માટે પોતાના સપનાઓની કાર ખરીદી લેવી સફળતા છે. કોઈ માટે પરીક્ષામાં પ્રથમ આવવું સફળતાની પરિભાષા છે, તો કોઈ માટે મનગમતી જોબ મેળવી લેવી સફળતાની પરિભાષા છે. કોઈની નજરમાં સત્તાની ખુરશી મેળવી લેવી સફળતા છે, તો કોઈ માટે પોતાના પ્રેમીથી લગ્ન કરી લેવા સફળતા છે. કોઈ ખુદને પોતાના ઘર-પરિવારવાળાઓ અથવા મિત્રો-દોસ્તોથી આગળ નિકળી જવું સફળતા સમજે છે, તો કોઈ સમાજ તેમજ દેશમાં નામ કમાવી લેવાને સફળતા સમજે છે. કોઈના માટે એવરેસ્ટ પર ચઢી જવું સફળતા છે, તો કોઈના માટે સંબંધિત ક્ષેત્રમાં એવોર્ડ મેળવી લેવો સફળતા છે. કોઈ પોતાની સફળતા હિટ ફિલ્મોની ગણતરીથી ગણે છે, તો કોઈ પોતાની ક્રિકેટ મેચની સદીઓથી. કોઈના

 પ્રામાણિક માણસ સફળ વિજેતા કેવી રીતે બને

માટે ટોપ બિઝનેસ મેન બની જવું સફળતા છે, તો કોઈના માટે આઈ.એ.એસ અધિકારી બની જવું સફળતા છે. દરેક માણસની સફળતાની પોતાની પરિભાષા છે.

આથી સફળતા શું છે એ કહેવું મુશ્કેલ છે પરંતુ છતાં પણ આપણે એ માણસને સફળ કહી શકીએ છીએ, જે ના ફક્ત સમાજમાં સન્માનિત તેમજ પ્રતિષ્ઠિત હોય બલ્કે એણે પોતાના ક્ષેત્રમાં શિખરને સ્પર્શ્યું હોય. જેની પાસે ના ફક્ત સારી ધન-સંપત્તિ હોય, બલ્કે ઊંચા અધિકાર તેમજ સારા સંપર્ક પણ હોય.

સફળ વિજેતાનો અર્થ

એક અર્થમાં સફળ થવું કે વિજયી થવું એક જ શબ્દના બે પર્યાયવાચી લાગે છે પરંતુ જ્યારે બંનેનો પ્રયોગ એક સાથે થાય છે, તો બંનેનો અર્થ બદલાઈ જાય છે. પણ જ્યારે આપણે 'સફળ વિજેતા' કહીએ છીએ, ત્યારે આપણે વિજયી થવાને સકારાત્મક પાસાની વાત કરે છે. પરિભાષા અનુસાર આમ તો વિજેતાની પણ એ જ પરિભાષા છે, જે સફળતાની છે, પરંતુ 'સફળ વિજેતા' થવું બતાવે છે કે, આપણે જે પણ ક્ષેત્રમાં વિજયી થયા છીએ, તે આપણે કયા માર્ગથી ઉપલબ્ધ કર્યો છે, કેમ કે તમને એ જાણીને હેરાની થશે કે કેટલાંક લોકો એવા પણ છે, જે નકારાત્મક ક્ષેત્રોમાં પણ વિજયી થાય છે. એટલે કે, કોઈના માટે કોઈની હત્યા કરી દેવી સફળતા છે, તો કોઈનું અપહરણ કરી લેવું એના માટે એની સફળતા છે. કોઈ આતંકવાદને ફેલાવીને ખુદને સફળ સમજે છે, તો કોઈ તોફાનોમાં શહેરને ફૂંકીને ખુદને સફળ સમજે છે. એ તો એ ઘર-પરિવારમાં જે લોકો મિલ્કતની પાછળ પોતાના જ લોકોને દગો આપીને બધું જ હડપી લે છે તે પણ એક અર્થમાં ખુદને સફળ સમજે છે.

કોઈ ક્ષેત્રમાં પોતાના પડાવને મેળવી લેવો અથવા મનગમતા ઉદ્દેશ્યને પૂરો કરી લેવો એક અર્થમાં વિજયી થવું હોઈ શકે છે, પણ તે વિજય આપણે કયા માર્ગ પર ચાલીને, કયા ઢંગથી પ્રાપ્ત કર્યો છે એ વાત પણ ખૂબ જ મહત્ત્વ રાખે છે અને આ જ વાત કોઈ માણસને સાચા અર્થોમાં સફળ વિજેતા બનાવે છે.

કોઈ ક્ષેત્રમાં પોતાના પડાવને મેળવી લેવો અથવા મનગમતા ઉદેશ્યને પૂરો કરી લેવો એક અર્થમાં વિજયી થવું હોઈ શકે છે, પણ તે વિજય આપણે કયા માર્ગ પર ચાલીને, કિયા ઢંગથી પ્રાપ્ત કર્યો છે એ વાત પણ ખૂબ જ મહત્ત્વ રાખે છે અને આ જ વાત કોઈ માણસને સાચા અર્થોમાં સફળ વિજેતા બનાવે છે. જેમ કે - ડૉક્ટર તો કેટલાય બને છે, એન્જિનિયર તો કેટલાય બને છે અથવા સુપરસ્ટાર તો કેટલાય બને

છે પણ તેઓ એ પડાવ સુધી કેવી રીતે પહોંચે છે? એમણે તે સફળતા તેમજ સન્માન કઈ નીતિઓ પર ચાલીને મેળવી છે, કેટલાય લોકોનું દિલ દુભાવીને અથવા દગો આપીને શિખરને સ્પર્શ્યું છે અથવા એમની સફળતામાં કેટલાય લોકોની બદદુઆઓ, નિઃસાસાઓ સામેલ છે વગેરે બધું જ કોઈ માણસને સાચા અર્થમાં સફળ વિજેતા બનાવે છે.

જોવામાં આવે તો, સંક્ષિપ્તમાં કહી શકીએ છીએ કે વ્યક્તિત્વ વગરની સફળતા કોઈ અર્થ નથી રાખતી. જે માણસ પ્રામાણિકતાને બદલે કોઈ ભલામણ કે ચાપલૂસીના માધ્યમથી વિજયી થાય છે, જે બંદૂકની નોક કે લાંચના જોર પર શિખર સુધી પહોંચે છે, એમને વિજેતા તો કહી શકાય છે પરંતુ સફળ વિજેતા નથી કહી શકાતા. કેમ કે સફળ વિજેતા એ જ છે, જે લોકોના દિલ અને વિશ્વાસ પણ જીતે. જે વિજયી થઈને ઈર્ષ્યા તેમજ દંભથી ના ભરાય બલ્કે સહજ અને સરળ રહે. મસ્તિષ્ક ભલે જ આકાશને સ્પર્શે પરંતુ પગ એના જમીનથી જોડાયેલાં રહે. જેમાં વિજયી થવાની ગંધ ન આવતી હોય. એવી જીતને જ સફળ જીત કહી શકાય છે અને આવા માણસને સફળ વિજેતા કહી શકાય છે.

શું સફળ માણસ,
સારો માણસ નથી હોતો?

સારો માણસ, સારો બની રહેવા પણ ઇચ્છે, તો આ તેજ ગતિથી દોડતાં, પ્રતિસ્પર્ધાના જમાનામાં એની મજબૂરીઓ તેમજ જવાબદારીઓ એને વધારે દિવસ સુધી નેક કે પ્રામાણિક બનીને નથી રહેવા દેતી.

સફળ માણસ સારો હોય છે કે નહીં એનાથી અધિક મહત્ત્વપૂર્ણ છે કે પ્રામાણિકતાની સાથે સારો માણસ બની રહીને શું સફળતા પ્રાપ્ત કરી શકાય છે? કદાચ ના. સત્ય તો એ છે કે, સફળતા ઘણું બધું માંગે છે. તે માણસથી એની પ્રામાણિકતાને નિચોવી લે છે. આ જ કારણ છે કે, સફળતાને લઈને સામાન્ય માણસની એ ધારણા છે કે, 'પ્રામાણિકતાથી માણસ સફળતા તો શું બે સમયની રોટલી પણ નથી કમાઈ શકતો.' નાની-મોટી મૂળભૂત જરૂરિયાતો માટે એને હજાર ચાલાકીઓ તેમજ ચાપલૂસીઓનો સહારો લેવો પડે છે. તે સારો બનીને રહેવા પણ ઇચ્છે, તો એને તેજ ગતિથી દોડતાં, પ્રતિસ્પર્ધાના યુગમાં એની મજબૂરીઓ તેમજ જવાબદારીઓ એને વધારે દિવસ સુધી નેક કે પ્રામાણિક નથી બની રહેવા દેતી. એને પોતાના પગ જમાવવા માટે કેટલીયવાર પોતાના વિરુદ્ધ જઈને એવી સ્થિતિઓથી સમાધાન કરવું પડે છે, જે એને નથી ગમતું. કેટલીય વાર તો નાની સફળતા મેળવવા માટે પણ એણે પોતાનું પૂરું વ્યક્તિત્વ તેમજ જીવન દાવ પર લગાવવું પડી જાય છે ત્યારે જઈને સફળતા મળે છે.

એની સાથે જ જેમ કે મેં પહેલાં પણ બતાવ્યું છે કે, એના માટે આપણે સારા માણસ તેમજ સફળ વિજેતાની ઠીક-ઠીક પરિભાષાને પણ સમજવી પડશે અને જો તમે એને વાંચી ચુક્યા છો, તો એ કહી શકાય છે કે સફળ માણસ એટલો સારો નથી હોતો, જેટલું એણે સારું હોવી જોઈતું હતું. હકીકતમાં, આપણે જે સારા માણસની છબિ ઘડી છે, એમાં સફળ વિજેતાની છબિ ફિટ નથી બેસતી. અહીંયા એનો અર્થ એ પણ નથી કે, જે માણસ આજ સુધી કોઈપણ ક્ષેત્રમાં સફળ થયા છે, તે ખરાબ માણસ છે અથવા એમનામાં કોઈ સારા ગુણો નથી. ના, ગુણો છે. સત્ય તો એ છે કે એમનામાં કેટલાય સારા ગુણો હશે ત્યારે જ તેઓ સફળ વિજેતા બન્યા હશે. લોકો એમ જ એમના

દીવાના નથી હોતા. બલ્કે એવા સફળ માણસ તો લાખો-કરોડો લોકોના પ્રેરણાસ્રોત હોય છે.

પરંતુ જ્યારે પણ આપણે સફળ માણસના જીવનમાં એક નજર કરીએ છીએ, તો કેટલાય એવા સત્ય સામે આવે છે, જેમને જાણીને આપણા મુખમાંથી એ નિકળે છે કે, 'એવી સફળતા પણ શું કામની, જ્યાં ખુદના તેમજ ખુદના પરિવારજનો માટે પણ સમય ના હોય.' સફળ માણસની પાસે એશો-આરામ તો નજરે આવે છે પણ શાંતિ નહીં. તેઓ હંમેશાં કોઈને કોઈ યોજનાઓમાં ડૂબેલા હોય છે. કોઈને પછાડવા અથવા આગળ નિકળવા માટે નીતિઓમાં ફસાયેલા રહે છે. એને સફળતાના સ્તરને જાળવી રાખવાની ચિંતા તો હોય છે, તો ખુદના હારવાનો ડર હંમેશાં ભીતર બની રહે છે.

પોતાની કમીઓ ક્યારેય કોઈને ના બતાવો, પરંતુ ખુદ પોતાની કમીઓ જરૂર સ્વીકાર કરો, કેમ કે જ્યાં સુધી તમે ખુદ પોતાની કમીઓ સ્વીકાર નહીં કરો, ત્યાં સુધી તમે એને દૂર કરવાનો પ્રયત્ન પણ નહીં કરો અને યાદ રાખો, એક છેદ પણ નાવને ડુબાવવા માટે પૂરતો હોય છે.

જ્યાં સફળતા છે ત્યાં શત્રુ છે, પ્રતિસ્પર્ધા છે. સફળ માણસ ક્યારેય સંતુષ્ટ નથી થતો, તે જ્યાં હોય છે ત્યાંથી વધારે આગળ તેમજ ઊંચા જવાના પ્રયત્નમાં લાગ્યો રહે છે. સફળ માણસની ના ઇચ્છતા હોવા છતાં પણ સામાન્ય માણસ તેમજ એમની લાગણીઓથી એક અંતર બની જાય છે. તે ઇચ્છીને પણ એટલો સંવેદનશીલ નથી બચતો અથવા એમ કહો કે, તે પોતાની સંવેદનાઓને સામાન્ય લોકો પ્રતિ પ્રગટ નથી કરી શકતો. એને ના ઇચ્છીને પણ સ્વાર્થી બનવું પડે છે. સત્ય તો એ છે કે, તે સ્વાર્થી ના બને તો સફળતા પણ સંદિગ્ધ બને છે.

એટલું જ નહીં, સફળ માણસની પસંદ ના પસંદ, મિત્ર, સામૂહિક ઉત્સવ વગેરે બધું બદલાઈ જાય છે. ત્યાં સુધી કે તે પોતાનો ફોન નંબર પણ દરેક કોઈને નથી આપતો અથવા આપી શકતો. એનાથી મળવા માટે બીજાઓને તો દૂરની વાત છે, એના પોતાનાઓને પણ ઑપોઇન્ટમેન્ટ લેવી પડે છે. પૂજા-પાઠ કે ધ્યાન-સત્સંગ માટે ના તો એની પાસે સમય હોય ના તો એ પ્રત્યે રુચિ. એનું કાર્યાલય હોય કે વેપાર, રાજનીતિ વગર નથી ચાલી શકતું; ત્યાં સુધી કે ક્યારેય એને મુસીબતમાં કોઈને પોતાનો બાપ બનાવવો પડે છે, તો ક્યારેક કોઈ સગાને આસ્તીનનો સાપ બનાવવો પડે છે.

જો કે, આ બધું સફળ થવા તેમજ સફળતાને જાળવી રાખવા માટે જરૂરી છે. તમે ઇચ્છો તો આને સફળ થવાના ફોર્મ્યૂલા અથવા ટેક્નિક કહી શકો છો, પરંતુ એનો અર્થ

 ————————— પ્રામાણિક માણસ સફળ વિજેતા કેવી રીતે બને

એ નથી કે, જે લોકો સફળ હોય તે સારા નથી હોતા, અથવા નેક તેમજ પ્રામાણિક નથી હોતા. હા, એ સ્તર પર અથવા એ પરિભાષાના અંતર્ગત નથી આવતા, જે આપણે સારા માણસની બનાવી છે. સત્ય તો એ છે કે, સફળતાને પ્રામાણિકતાની સાથે પ્રાપ્ત કરવી લગભગ અશક્ય સમાન છે. 'લગભગ', આથી કહીશ કેમ કે કોઈ એકાદ અપવાદ પણ હોઈ શકે છે, પણ સત્ય તો એ છે કે ચાલાકી, ચાપલૂસી બધું જરૂરી છે.

સત્ય તો એ છે કે સારાઈની આડમાં જ સફળતા શક્ય છે. કોઈ ધર્મની આડ લઈને બેઠો છે, તો કોઈ નેક નેતાનો મુખોટું પહેરીને બેઠો છે. કોઈ સમાજથી જોડાયેલો છે, તો કોઈ દેશભક્તનું બહાનું બનાવીને બેઠો છે. સારા ગુણોની પાછળ ખરાબ કર્મ કરવામાં આવી રહ્યાં છે. કોઈ સ્મગલિંગ કરી રહ્યો છે, તો કોઈ ધર્મ-આસ્થાના નામ પર લોકોને લૂંટી રહ્યો છે. કોઈ નેતા બનીને જનતાનું લોહી ચૂસી રહ્યો છે, તો કોઈ નારી ઉત્થાનના માધ્યમથી એમને વેચી રહ્યો છે. લોકો સફળ થવા માટે, નામ-રૂપિયા-ઇજ્જત કમાવવા માટે, ખુદને બધાથી અલગ તેમજ આગળ સાબિત કરવા માટે કશું પણ ક રવા માટે તૈયાર છે. ઇતિહાસ સાક્ષી છે કે, વિજેતાઓના મહેલ લોકોની લાશો પર ઊભાં રહેતા હતા અને આજે પણ મોટાં-મોટાં ઉદ્યોગપતિઓ, શાસકો, કલાકારો વગેરેના બંગલા, તિજોરીઓમાં રાખેલા ઍવોર્ડ્સ વગેરે બધાની પાછળ પ્રામાણિકતા ઓછી પેંતરાંબાજી અધિક હોય છે. સત્ય તો એ છે કે, નેક-પ્રામાણિક બની રહીને સફળતા પ્રાપ્ત કરવી તથા સફળ થઈને પ્રામાણિકતાને જાળવી રાખીને સફળતા પ્રાપ્ત કરવી લગભગ અશક્ય છે.

★★★

શું સારો માણસ સફળ નથી થતો?

લોકો આજે સારા માણસને નહીં, ખુદને સફળ વિજેતા બનાવવા પર ભાર આપે છે, કેમ કે જરૂર કરતાં વધારે સારા માણસને પીઠ પાછળ ફક્ત ગાળો જ મળે છે. લોકો સારા માણસને વધારે પાગલ બનાવે છે, એના બદલેકે સાધારણ માણસના.

કદાચ નહીં, ઓછામાં ઓછું એ અર્થમાં નહીં, જે અર્થમાં આપણે તથાકથિત સફળતાને પરિભાષિત તેમજ રેખાંકિત કરીએ છીએ.

ઘર-પરિવારમાં, સમાજ, ગલીઓમાં તમને એવા કેટલાય માણસ મળી જશે, જે ખૂબ સારા હોય છે, બધાના વ્હાલાં હોય છે. લોકો ના ફક્ત મુસીબતના સમયે એમનાથી સલાહ લે છે, બલ્કે એમનાથી પ્રેરિત થઈને ખુદને અથવા પોતાના બાળકોને એમના જેવા બનાવવાનો પણ પ્રયત્ન કરે છે. એવા લોકો ઘર-પરિવારની તેમજ આસપાડોશના પ્રાણ હોય છે. સારા માણસ ના ફક્ત બીજાઓના સુખ-દુ:ખમાં સામેલ થાય છે, લોકો પણ એના સુખ-દુ:ખમાં આગળ ચાલીને ભાગ લે છે, બલ્કે એમની નાની-એવી તકલીફ કે જરૂરિયાત પર લોકો મિનિટોમાં એકઠા થઈ જાય છે. સારા માણસની આ પૂંજી હોય છે કે લોકો ના ફક્ત એને ઈજ્જત આપે છે, બલ્કે એના વ્યક્તિત્વ તેમજ વ્યવહારની દુહાઈ પણ આપે છે. બધાની આંખોમાં રહેવાવાળો સારો માણસ લોકોના દિલો-દિમાગમાં રાજ તો કરતાં જોવામાં આવ્યો છે પણ સફળ વિજેતા બનતા ઓછો જ જોવામાં આવ્યો છે.

સામાન્ય રીતે વ્યાવહારિક દૃષ્ટિથી જેને આપણે સફળ જોઈએ છીએ, એવા માણસને આપણે સારા ઓછા જ મેળવીએ છીએ. આ જ કારણ છે કે, આપણે મોટાભાગે સારા લોકોને જોઈને કહીએ કે, 'તમને એ ના મળ્યું, જે તમારે જોઈતું હતું' અથવા પછી આપણે સફળ માણસને જોઈને વિચારીએ છીએ કે, 'ભગવાને એને કેટલું બધું આપ્યું છે, બસ પ્રામાણિકતા જ નથી આપી'. સત્ય તો એ છે કે, સારા માણસને જોઈને જો એક તરફ આપણને ગર્વ મહેસૂસ થાય છે, તો બીજી તરફ આપણને એના પર દયા આવે છે, કેમ કે જે એમનાથી ઉતરતી કક્ષાના હોય છે, તે એનાથી વધારે આગળ

નિકળી ગયા હોય છે અને સારો માણસ પોતાની પ્રામાણિકતાના ચિહ્નાં લઈને લોકોના દિલો સુધી જ સમેટાઈને રહી જાય છે અને ચાલાક અને તેજ માણસ સુરખીઓ તેમજ ધન-સંપદાના હકદાર નજરે આવે છે.

આ જ કારણ છે કે, મોટાભાગના લોકોની એ વિચારસરણી તેમજ ધારણા બનેલી છે કે, 'સારો માણસ બનીને કોઈ કિલ્લો નથી જીતી લેતો', આથી લોકો આજે સારો માણસ નહીં, ખુદને સફળ વિજેતા બનાવવા પર વધારે ભાર આપે છે. તે સમજવા લાગે છે કે, સારા માણસ અને સફળ માણસની વચ્ચેનો ફરક. સારો માણસ એમને આકર્ષિત અવશ્ય કરે છે, પરંતુ સફળતાની ચકાચૌંધની આગળ તે પ્રાથમિકતા વિજેતા બનવાને જ આપે છે. એને લાગે છે કે, વધારે સારા બનીને એને કયા ઝંડા ગાડી દેવા છે, બલ્કે એની વિચારસરણી તો એ છે કે, જરૂર કરતાં વધારે સારા માણસને પીઠ પાછળ ફક્ત ગાળો જ મળે છે. લોકો સારા માણસને સાધારણને બદલે વધારે પાગલ બનાવે છે.

હકીકત તો એ છે કે, જો તમે ખરેખર સારા માણસોની એક યાદી બનાવો અને એમના જીવનની તુલના કોઈ સફળ કે સ્થાપિત નેતા, અભિનેતા, જજ, ડૉક્ટર, બિઝનેસ મેન, ખેલાડી, કલાકાર વગેરેના જીવનથી કરો તો તમે ખુદ જ સંમત થઈ જશો કે, સારો માણસ સફળ નથી થતો અથવા એટલો, એ અર્થોમાં સફળ નથી થતો, જેટલું આપણે સફળતાને એના વ્યાપક વિસ્તારને લઈને માપીએ છીએ. અહીંયા એનો અર્થ એ પણ નથી કે, જેમને આપણે સફળ વિજેતાની શ્રેણીમાં ગણીએ છીએ, તે સારા માણસ નથી હોતા. સત્ય તો એ છે કે, સફળ માણસ ફક્ત પ્રામાણિકતાને સહારે સફળ નથી થઈ શકતો. એને કેટલીય વાર ખોટી સંગત કે ખોટા માર્ગને પણ અપનાવવો પડે છે. એને પોતાના સદાચાર વિરુદ્ધ પણ ઘણું બધું કરવું પડે છે. એને ગોતાની પ્રામાણિકતા સાથે કેટલાય સમાધાન પણ કરવા પડે છે.

સારો માણસ સફળ કેમ નથી થઈ શકતો?

સારો માણસ જ્યારે પણ સફળ વિજેતા બનવાની ઇચ્છા રાખે છે, તો એને પોતાના જ વિરુદ્ધ જઈને કેટલીય એવી વસ્તુઓથી સમાધાન કરવું પડે છે, જેના માટે એનો ખુદનો આત્મા એને કોસતો રહે છે. આ જ કારણ છે કે, સારા માણસ સફળ નથી થતાં.

સફળ થવું જો મુશ્કેલ છે, તો સારા બનીને રહેવું પણ મુશ્કેલ છે. હકીકતમાં જેને આપણે સફળતા કહીએ છીએ, એને મેળવવા માટે આપણે સામ, દામ, દંડ, ભેદ બધું જ અપનાવવું પડે છે. દરેક રસ્તા તેમજ નીતિથી હાથ મિલાવવા પડે છે. કેટલીય વાર પોતાના તો ક્યારેક સામેવાળાની વિરુદ્ધ જવું પડે છે. ના ઇચ્છીને પણ કેટલીય ચાલાકીઓ, તો ષડ્યંત્રોનો હિસ્સો બનવું પડે છે. કેટલાંક નિયમ તોડવા પડે છે, તો કેટલાંક નવા નિયમ બનાવવા પડે છે.

સારું થવું જો આંતરિક ઉપલબ્ધિ છે, તો સફળ થવું બાહ્ય ઉપલબ્ધિ છે. સારા થવા માટે આપણે પોતાના અંતર્જગતથી જોડાવું પડે છે, તો સફળ થવા માટે બહાર સંસારની તરફ વલણ કરવું પડે છે. સારા માણસને પોતાની નહીં, બીજાઓની ચિંતા વધારે હોય છે, જ્યારે કે સફળ થવાવાળાને ફક્ત પોતાની સફળતાથી મતલબ હોય છે. સારા માણસનો ઉદ્દેશ્ય આત્મરૂપાંતરણ હોય છે, તો સફળતા મેળવનારાનો ઉદ્દેશ્ય માત્ર જલ્દીથી જલ્દી સફળતા મેળવવાનો હોય છે. સારો માણસ થવું એક આધ્યાત્મિક ઘટના છે, તો સફળ થવું એક સાંસારિક ઘટના છે. આ બંને જ એક-બીજાથી ભિન્ન તેમજ અપરિચિત છે. એવામાં સારા-પ્રામાણિક માણસને પોતાની સીમાઓ ઓળંગવી પડશે અને પોતાના પ્રામાણિક ગુણોને વધારે હદ સુધી દરકિનાર કરવા પડશે.

સત્ય તો એ છે કે, સારા માણસની જે પરિભાષા આપણે આપી છે અથવા જે છબિ આપણે નિર્મિત કરી છે, તે આપણી સફળતાની પરિભાષા કે છબિથી તાલમેળ નથી ખાતી. કેમ કે જ્યાં સફળતા છે, ત્યાં પ્રતિસ્પર્ધા છે. જ્યાં પ્રતિસ્પર્ધા છે, ત્યાં ઈર્ષ્યા છે. જ્યાં ઈર્ષ્યા છે ત્યાં ચાલબાજીઓ અને ચાલાકીઓ છે. જ્યાં ચાલબાજીઓ છે ત્યાં નીતિઓ છે. જ્યાં નીતિઓ છે, ત્યાં હથકંડા તેમજ હથિયાર છે. જ્યાં હથિયાર છે,

ત્યાં શોષણ છે. જ્યાં શોષણ છે, ત્યાં હિંસા છે. જ્યાં હિંસા છે, ત્યાં પીડા છે. જ્યાં પીડા છે, ત્યાં દુઃખ છે. જ્યાં દુઃખ છે, ત્યાં બેચેની છે. જ્યાં બેચેની છે, ત્યાં ક્રોધ છે. જ્યાં ક્રોધ છે, ત્યાં અશાંતિ છે. જ્યાં અશાંતિ છે, ત્યાં તણાવ છે. જ્યાં તણાવ છે, ત્યાં અસંખ્ય ભૂલો છે અને જ્યાં ભૂલો છે, ત્યાં ખોટા પરિણામ છે. આથી સારો માણસ જ્યારે પણ સફળ વિજેતા બનવાની ઇચ્છા રાખે છે, તો એને પોતાના જ વિરુદ્ધ જઈને કેટલીય એવી વસ્તુઓથી સમાધાન કરવું પડે છે, જેના માટે એનો ખુદનો આત્મા એને કોસતો રહે છે. આ જ કારણ છે કે, સારા માણસ સફળ નથી થતાં.

સારો માણસ પોતાના વ્યક્તિત્વના નિર્માણમાં રત રહે છે, એનો પ્રયત્ન, એનો ઉદ્દેશ લોકોના દિલ જિતવાનો હોય છે. તે નથી ઇચ્છતો કે, કોઈને દગો આપીને કે દુઃખ પહોંચાડીને જીત પ્રાપ્ત કરે. તે ખૂબ સંવેદનશીલ તેમજ ભાવુક હોય છે અને વિજયી થવા માટે એણે વ્યવહારિક થવું પડે છે, સાંસારિક થવું પડે છે અને આ બધાની વચ્ચે જળવાઈ રહેવા તેમજ જિતવા માટે પોતાના નીતિ-નિયમોથી સમાધાન કરવું પડે છે.

સારો માણસ ઇચ્છે છે કે, તે જે પણ કાર્ય કરે તે સારા લોકોની સાથે, સારી ઇચ્છા તેમજ સારા ઉદ્દેશ માટે કરે, પરંતુ દરેક વખતે શક્ય નથી. કેમ કે જ્યાં સંસાર છે અથવા સમાજ છે ત્યાં સમૂહ છે. જ્યાં સમૂહ છે, ત્યાં વિભિન્ન પ્રકારના લોકો છે, જ્યાં વિભિન્ન પ્રકારના લોકો છે, ત્યાં એટલા જ ભિન્ન મત છે. દરેક માણસનું પોતાનું મનોવિજ્ઞાન તેમજ સંસાર છે. દરેક માણસની અલગ પ્રાથમિકતા તેમજ પસંદ છે. દરેક માણસના પોતાના તર્ક તેમજ સામર્થ્ય છે. દરેક માણસની પોતાની અભિવ્યક્તિ તેમજ પ્રસ્તુતીકરણ છે. દરેક માણસની પોતાની પ્રતિક્રિયા તેમજ પ્રદર્શન છે. એવામાં ગ્માટલા વિભિન્ન લોકોની સાથે પોતાને બેસાડી શકવાતેમજ એમનાથી કામ લેવું રારળ નથી. કોઈ પણ ક્ષેત્રમાં વિજયી થવા માટે આપણે ભ્મિન્ન સ્તર પર વિભિન્ન લોકોથી ના ફક્ત પસાર થવું પડે છે, બલ્કે એમના સહયોગ માટે કેટલાય પાપડ વણવાં પડે છે, જેના માટે કેટલીય વાર આપણે પોતાના સ્તરથી નીચે પણ ઉતરવું પડે છે તથા એવા લોકો કે પરિસ્થિતિઓની સાથે સમાધાન કરવું પડે છે, જે તથાકથિત સારા માણસની પરિભાષાની સાથે ફિટ નથી થતી. આ જ કારણ છે કે, એક સારો માણસ લોકોના દિલો પર તો રાજ કરે છે, પરંતુ વ્યાવહારિક તેમજ વ્યવાસાયિક દૃષ્ટિથી અધિક સફળ તેમજ સમૃદ્ધ નથી થઈ શકતો.

સારા માણસના ગુણ

જ્યારે પણ આપણે કોઈ માણસને સારો માણસ કહીએ છીએ, તો એમાં આપણે એ બધા સારા ગુણોને જોવા ઈચ્છીએ છીએ, જે ના ફક્ત આપણને આકર્ષિત કરે છે, બલ્કે આપણને રાહત આપવાની સાથે-સાથે પ્રેરણા પણ આપે છે. આખરે આપણા ગુણ જ આપણા વ્યક્તિત્વ તેમજ જીવનને વંદનીય બનાવે છે.

પ્રામાણિક લોકો, જેમને સારા માણસની પણ સંજ્ઞા આપી શકાય છે. આ દયાળુ અને બધાને પ્રેમ કરવાવાળા લોકો હોય છે. આવા લોકો પોતાની છબિ બનાવવા કે જાળવી રાખવા માટે પણ સતર્ક રહે છે. પોતાની ગરિમા અને સિદ્ધિઓને લઈને પણ આવા લોકો વધારે સતર્ક હોય છે, સંવેદનશીલ રહે છે. આવા લોકો માટે સાધન પણ મહત્ત્વપૂર્ણ હોય છે, તો સાધ્ય પણ. આ લોકો પોતાના બૉસ પ્રતિ વફાદાર તો હોય જ છે, પરંતુ પોતાની નીચે કામ કરી રહેલા લોકો માટે પણ દયાળુ, સહદય અને વિનમ્ર હોય છે. તેઓ વિરોધ કરવાથી પણ ડરે છે અને ચાલાકી સહેજપણ નથી કરતાં. પહેલાં તેઓ ચાલબાજ લોકોને નથી સમજી શકતા, પરંતુ પછીથી તેઓ એમની ચાલોને જાણવા લાગે છે, સમજવા લાગે છે.

ભલું કરવાવાળા

જ્યારે પણ સારા ગુણોની વાત આવે છે, તો સૌથી પહેલાં ભલાઈની વાત આવે છે. એટલે જે માણસ ના ફક્ત પોતાનાઓનો બલ્કે પોતાના આસ-પાડોશ તેમજ સમાજનું સારું ઈચ્છે, હંમેશાં એમના માટે કંઈક કરવા માટે પ્રેરિત રહે,તે સારો કહેવાય છે. સત્ય તો એ છે કે, સારો માણસ ના ફક્ત પોતાના મિત્રો પ્રતિ બલ્કે પોતાના શત્રુઓ પ્રતિ પણ સારો ભાવ રાખે છે અથવા એમ કહો, એનો કોઈ શત્રુ જ નથી હોતો. તે બધાને એક દ્રષ્ટિથી જુએ છે તથા એમની ભલાઈ માટે ખુદને કષ્ટમાં નાખવાથી નથી ચૂકતો.

સમજદાર

કોઈપણ માણસને સારો આપણે આથી કહીએ છીએ, કેમ કે તે બધામાં સમજદાર

પ્રામાણિક માણસ સફળ વિજેતા કેવી રીતે બને

હોય છે. તે મુસીબતના સમયે ના ફક્ત બીજાઓને સારી સલાહ આપે છે બલ્કે મુસીભતથી ઘેરાયેલા દરેક માણસની દર્દ-તકલીફ પણ સમજે છે. એને ક્યારે, શું અને કેટલં કહેવું છે અથવા કરવાનું છે, કોની સાથે કેવો વ્યવહાર રાખવાનો છે વગેરે બધાની સમજ એને બખૂબી હોય છે. એટલું જ નહીં, તે કોઈ પણ વાતના નિર્ણયને ઉતાવળે નથી લેતા બલ્કે એને લાભ-હાનિની દષ્ટિથી વિચારીને લે છે. સમયની, લોકોની તેમજ પરિસ્થિતિઓની સ્થિતિ જોઈને જ કોઈ પગલું ઉઠાવે છે. જોવામાં આવે, તો એની જિંદગીનું દરેક પગલું સમજેલું-વિચારેલું હોય છે.

સાચો

સારો માણસ હંમેશાં સત્યના માર્ગ પર ચાલનારો, સત્યનો સાથ આપનારો હોય છે. ના તો તે જૂઠું બોલવાનું પસંદ કરે છે, ના તો જૂઠું સાંભળવાનું. તે જીવન તેમજ દરેક સંબંધના પાયાને સત્ય પર રાખે છે. કોઈને જૂઠું બોલીને દગો આપવો અવા એનો ફાયદો ઉઠાવવો એને ક્યારેય પણ નથી આવડતું. એનું કેટલું પણ મોટું નુકસાન કેમ ન થઈ જાય, તે સત્યનો જ સાથ આપે છે તથા સાચા લોકોને જ મિત્ર બનાવવાનો પ્રયત્ન કરે છે.

સારો માણસ ના ફક્ત ધીરજપૂર્વક બોલે છે, બલ્કે એની બોલીમાં મિઠાશ પણ હોય છે. સારા માણસની બોલીમાં ના તો દંભ દેખાય છે, ના તો ચાલાકીઓ.

મીઠું બોલવાવાળો

બોલી કોઈપણ માણસનો પ્રથમ પરિચય હોય છે. એના જ માધ્યમથી આપણે કોઈ પ્રતિ આકર્ષણ કે વિકર્ષણથી ભરાઈએ છીએ. સારો માણસ ના ફક્ત ધૈર્યપૂર્વક બોલે છે, બલ્કે એની બોલીમાં એક મિઠાશ પણ હોય છે. સારા માણસની બોલીમાં ના દંભ દેખાય છે, ના તો ચાલાકીઓ. એની વાતો હોય અથવા વાતોનો ઢંગ બધું જ કર્ણપ્રિય હોય છે. ત્યાં સુધી કે જો તે થોડો ગુસ્સામાં પણ બોલે, તો પણ આપણને ખરાબ નથી લાગતું. સારો માણસ પોતાની મીઠી બોલીથી પોતાના દુશ્મનોને પણ મિત્ર બનાવી લે છે અથવા એમ કહો કે, જો કોઈ એમનાથી શત્રુ ભાવથી લડવાનો પ્રયત્ન પણ કરે, તો એના માધુર્યની સામે ખુદ પોતાના ઘુંટણ ટેકવી દે છે.

દાની તેમજ પરોપકારી

પોતાના તેમજ પોતાનાઓ માટે દરેક કોઈ જીવે છે, પરંતુ કોઈ સ્વાર્થ વગર

બીજાઓની અથવા જરૂરિયાતમંદોની મદદ કરવી સારા માણસની અન્ય એક વિશેષતા છે. સારો માણસ કોઈ ભયથી બચવા માટે અથવા કોઈ ઉપાયના ચાલતા કોઈને દાન-દક્ષિણા નથી આપતો, બલ્કે તે એની આત્માનો આનંદ હોય છે. આપવું એનો સ્વભાવ હો યછે. તે જરૂરિયાતમંદને આપવામાં જ પોતાનો પરોપકાર સમજે છે. તે માણસોને જ નહીં, પશુ-પક્ષીઓથી પણ પ્રેમ કરે છે તથા એમના લાભ તેમજ રક્ષા માટે ભરચક પ્રયત્ન કરે છે.

ભૂલ કરવી જેટલી સરળ છે, એટલું જ મુશ્કેલ છે કોઈને ક્ષમા કરવું. સારો માણસ બીજાઓની ભૂલ કાઢવામાં વિશ્વાસ નથી રાખતો, બલ્કે એમને માફ કરીને, એમને એમની ભૂલોને સુધારવાની તક આપે છે.

સીધો અને ભોળો

સીધો-સાદો અથવા ભોળો હોવું તો સારા માણસની પરિભાષા જ બની ગઈ છે. એટલે જે કોઈનું પણ કહેવાનું માની લે, પોતાની કોઈ જિદ કે મત ન રાખે, સૌથી સરળતાથી સંમત થઈ જાય, જે આપો તે પહેરી લે, જે ખવડાવી દો, તે ખાઈ લે, જેવી સ્થિતિ તેમજ પરિસ્થિતિઓ હોય, એના અનુસાર કોઈપણ ફરિયાદ વગર પોતાને ઢાળી લે, જેને ના પોતાનો કોઈ શત્રુ લાગે અને ના તો એની કોઈથી પ્રતિસ્પર્ધા હોય. જે માણસોને કોઈ વર્ગ કે તબક્કામાં ન વહેંચતો હોય બલ્કે બધાને સમભાવી સ્વીકાર કરતો હોય. પ્રેમ આપવો તેમજ સેવા કરવી જ એનો સ્વભાવ હોય, જેનાથી કોઈ પણ પોતાની વાત સરળતાથી મનાવી લેતો હોય, જરા પણ દેખાડો તેમજ પ્રદર્શનમાં વિશ્વાસ ન રાખતો હોય, કોઈ પણ પ્રકારના પ્રલોભન તેમજ પ્રશંસાથી દૂર રહેતો હોય વગરે ભોળા માણસની ઓળખ છે, જેને આપણે સારો માણસ કહીએ છીએ.

મહેનતું

સારો માણસ કર્મઠ તેમજ હંમેશાં પ્રયત્નશીલ હોય છે. તે પોતાની મહેનતના બળ પર પોતાના અસ્તિત્વને આકાર આપે છે. ખાલી બેસવું, પોતાના કામને કોઈ બીજા પર ટાળવું કે કામચોરી કરવી વગેરે એનો સ્વભાવ નથી હોતો, બલ્કે તે સમયની કિંમતને પણ ઓળખીને પોતાના દરેક ખાલી સમયનો સદુપયોગ કરે છે. કોઈ પણ કાર્યને કરવા માટે તે કોઈ લગન, મુહૂર્ત કે ઉંમર વગેરેની રાહ નથી જોતો બલ્કે પોતાની વર્તમાન ક્ષણને બધું જ માનીને, હમણાં જ અને અહીં જ કરવામાં વિશ્વાસ કરે છે. તે પોતાના કાર્ય માટે કોઈ બીજા પર નિર્ભર નથી રહેવા ઇચ્છતો બલ્કે બીજાઓનું કામ પણ ખુદ કરીને એમનો ઉત્સાહ વધારવામાં વિશ્વાસ રાખે છે.

 ——————————— પ્રામાણિક માણસ સફળ વિજેતા કેવી રીતે બને

નિયમ તેમજ અનુશાસનો પાક્કો

સારો માણસ નિયમો તેમજ અનુશાસનનો પાક્કો હોય છે. તે ના ફક્ત પોતાના બનાવેલા નિયમોનું પાલન કરે છે, બલ્કે સમાજ તેમજ કાયદાના બનાવેલા નિયમોની સાથે પણ વફાદારી નિભાવે છે. સત્ય તો એ છે કે, સારો માણસ અનુશાસિત હોય છે. તે પોતાની મર્યાદા અને સીમાની હદોને જાણે છે તથા એના જ અનુસાર તે પોતાના જીવનનો નિર્વાહ કરે છે. જે વાતને એક વાર 'ના' કહી દે, તે એ વાતને પુન: નથી કરતો તથા સમયનો પાબંદ હોય છે. કાર્યાલય હોય કે પોતાનો વ્યવસાય...બધા પ્રતિ તે અનુશાસિત અને જવાબદારીપૂર્ણ હોય છે.

કપટ તેમજ રાજનીતિથી દૂર

સારો માણસ ચાલાકીથી માઈલો દૂર હોય છે. તે જેવો કોઈની સામે હોય છે, તેવો જ એની પીઠ પાછળ હોય છે. કોઈને દગો આપવામાં વિશ્વાસ નથી રાખતો. ના તો તે કોઈની ચુગલી કરે છે, ના તો વાતોને મરચું-મીઠું ભભરાવીને ભડકાવવાનું કામ કરે છે. તે પોતાના જીવન તેમજ સંબંધોને પ્રેમના બળ પર જીતવામાં વિશ્વાસ રાખે છે, ના કે કોઈ છળ-કપટ કે ષડ્યંત્રને રચીને કોઈને દગો આપવામાં. ભલે સત્ય કેટલું પણ કડવું કેમ ના હોય, સારો માણસ પોતાનું કામ કઢાવવા માટે ક્યારેય કોઈને અંધારામાં નથી રાખતો, ના તો કોઈ રાજનીતિક દાવપેચનો સહારો લે છે.

સારો માણસ કોઈપણ કાર્યને કરવા માટે કોઈ લગન, મુહૂર્ત કે ઉંમર વગેરેની રાહ નથી જોતો, બલ્કે પોતાની વર્તમાન ક્ષણને બધું જ માનીને, અત્યારે અને અહીં જ કરવામાં વિશ્વાસ કરે છે.

સંવેદનશીલ તેમજ ભાવુક

સારા માણસની સૌથી મોટી એક ખુબી છે, એનું સંવેદનશીલ તેમજ ભાવુક હોવું. સારો માણસ ના ફક્ત માણસો પ્રતિ બલ્કિ પ્રકૃતિમાં ઉપસ્થિત નાનાથી નાના કીડા તેમજ છોડ-વૃક્ષથી લઈને પશુ-પક્ષી પ્રતિ પણ ખૂબ સંવેદનશીલ હોય છે. એને જેટલી પરવાહ માણસ તેમજ માણસની લાગણીઓની હોય છે, એટલી જ ચિંતા અને પ્રકૃતિની હોય છે. તે ના ફક્ત બીજાઓની ભાવનાઓને સમજે છે, બલ્કે એમના પ્રતિ પોતાની સંવેદનાઓને પ્રગટ કરે છે. નાની-નાની વાતો એને ભાવુક કરી દે છે, તો જરાઅમથી પ્રેમની થપકી એનું મન મોહી લે છે. આવો વ્યક્તિ ક્યારેય કોઈને દુ:ખ નથી આપતો બલ્કે એના માટે સુખના રસ્તા શોધતો રહે છે. એની નજરમાં દરેક માણસ તેમજ એના

સપનાઓની એ જ કિંમત હોય છે, જે એની ખુદના પોતાના જીવન તેમજ સપનાઓ પ્રતિ હોય છે.

જ્યાં સુધી તમે પોતાનું મૂલ્ય નહીં સમજો, ત્યાં સુધી તમે પોતાના સમયની મહત્ત્વતા નહીં સમજો. જ્યાં સુધી પોતાના સમયની મહત્ત્વતા નહીં, તમે એનું કશું નહીં કરી શકો.

ક્ષમા કરવાવાળો

ભૂલ કરવી જેટલી સરળ છે, એટલું જ મુશ્કેલ છે કોઈને ક્ષમા કરવી. પરંતુ સારા માણસની એ ખૂબી છે કે તે નાઇક્ત બીજાઓની સરળતાને માફ કરી દે છે, બલ્કે એની વાતોને વધારે દિવસ સુધી દિલથી નથી લગાવતો. સારો માણસ એ વાતને સમજે છે કે, ભૂલ બધાથી થાય છે અને દરેક માણસ સામેવાળાથી માફીની આશા રાખે છે, જેથી એને ફરી એક તક મળે. કેમ કે દરેક માણસ દિલથી ખરાબ નથી હોતો, સમય તેમજ પરિસ્થિતિ એને ખરાબ કે ખોટો બનાવી દે છે, આથી એને ખુદને એક વાર સાચો સાબિત કરવાની તક મળી જાય છે. સત્ય તો એ છે કે, સારો માણસ બીજા માણસોની ભૂલો કાઢવામાં વિશ્વાસ નથી રાખતો, બલ્કે એમને માફ કરીને એમને એમની ભૂલો સુધારવાની તક આપે છે.

આદતો તેમજ લતોથી દૂર

આદતો ભલે દારૂ, બીડી, સિગારેટની હોય કે જૂઠું બોલવું, ચુગલી, ચોરી વગેરેની. સારો માણસ દરેક પ્રકારની આદતોથી દૂર રહે છે. તે પોતાને કોઈ પણ લતના કાગારમાં ફસાવા નથી દેતો. પછી પરસ્ત્રીગમન હોય કે માર-પિટાઈ, તે દરેક પ્રકારની ખરાબ સંગતથી દૂર રહે છે તથા પોતાના માટે એવો જ માહોલ તેમજ સંગી-સાથી પસંદ કરે છે, જે એને આ બધાથી દૂર રાખે. તે જાણે છે કે, આદતો જ કોઈ વ્યક્તિના વ્યક્તિત્વનું નિર્માણ કરે છે તથા સારું વ્યક્તિત્વ જ આપણને આપણી યોગ્ય ઓળખ કરાવે છે.

બધાની મદદ કરવાવાળો

જ્યાં એક સામાન્ય ફક્ત પોતાના વિશે જ વિચારે છે, ત્યાં એક સારો માણસ બીજાની મદદ માટે હંમેશાં તત્પર રહે છે. એનો પૂરો પ્રયત્ન હોય છે કે, સામેવાળાની દરેક પ્રકારથી મદદ કરી શકાય અને આ મદદ માટે તે કોઈ સમય કે અવસરની

 ———————— પ્રામાણિક માણસ સફળ વિજેતા કેવી રીતે બને

પ્રતીક્ષા નથી કરતો, ના તો કોઈના ઊંચા પદને ધ્યાનમાં રાખીને કોઈ લાલચ કે ઇનામ વગર સામેવાળાની મદદદ કરે છે. સત્ય તો એ છે કે, સારા માણસનું લક્ષ્ય જ બીજાની મદદ કરવાનું હોય છે તથા બીજાની મદ ક રવી જ એના માટે એનો ધર્મ તેમજ પ્રામાણિકતા હોય છે.

લડાઈ-ઝઘડાઓથી દૂર

સારા માણસની ભાષા પ્રેમની ભાષા હોય છે. એનો બધો પ્રયત્ન આપસી પ્રેમ અને ભાઈચારાનો હોય છે. તે કોઈ લડાઈ-ઝઘડા કે તોફાનો વગેરેમાં નહીં, બલ્કે સંમતિ અને સમાધાનમાં વિશ્વાસ રાખે છે. ગાળો તેમજ મારપીટથી તો ખુદને કોસો દૂર રાખે છે. તે સમજે છે કે, વેરથી વેર ક્યારેય શાંત નથી થતું તથા કીચડમાં પથ્થર મારવાથી છાંટા પોતાના જ ઉપર આવે છે, આથી તે ઝઘડાઓને વધારવાને બદલે એનું નિરાકરણ કરવાનો પ્રયત્ન કરે છે. સાથે જ તે એ પણ જાણે છે કે, લડાઈ-ઝઘડાથી ફક્ત માણસ જ નહીં બલ્કે એનો પરિવાર તેમજ સમાજ પણ પ્રભાવિત થાય છે. કેમ કે તે જાણે છે લોકોની આંગળીઓ હોય કે કોર્ટ-કચેરીઓના ચક્કર, એ ના ફક્ત સમય બરબાદ કરે છે, બલ્કે માણસના વ્યક્તિત્વ પર પણ પ્રશ્નચિન્હ લગાવી દે છે આથી તે દરેક પ્રકારના ઉપદ્રવથી દૂર રહે છે.

સારો માણસ કોઈ લડાઈ-ઝઘડા કે તોફાનો વગેરેમાં નહીં, બલ્કે સંમતિ અને સમાધાનમાં વિશ્વાસ રાખે છે. ગાળો તેમજ મારપીટથી તો ખુદને કોસો દૂર રાખે છે. તે સમજે છે કે, વેરથી વેર ક્યારેય શાંત નથી થતું તથા કીચડમાં પથ્થર મારવાથી છાંટા પોતાના જ ઉપર આવે છે.

વચનોનો પાક્કો

સારા માણસની સૌથી મોટી ખૂબી એક એ પણ હોય છે કે, તે પોતાના વચનો અને વાતોનો પાક્કો હોય છે. જો એણે કોઈને કોઈ વચન કે આશ્વાસન આપ્યું હોય, તો તે એને પૂરું કરવાનો પ્રયત્ન અવશ્ય કરે છે. તે કોઈને ખોટા વચનો કે પ્રલોભન નતી આપતો. તે પોતાના જિભની મહત્ત્વતાને સમજે છે આથી, તે ના ફક્ત સમજ-વિચારીને બોલે છે, બલ્કે જરૂરિયાતમંદને એની આવશ્યકતા અનુસાર કેટલાંક વચનો પણ આપે છે, જેને તે ભવિષ્યમાં નિભાવે પણ છે. સારો માણસ અથવા તો કોઈથી વચન નથી કરતો અને જો કરે છે, તો તે એને ખુદને દાવ પર લગાવીને પણ નિભાવે છે.

રાષ્ટ્રપ્રેમી

સારા માણસને માત્ર પોતાના ઘર-પરિવાર અથવા ઑફિસ કાર્યાલય સુધઈ જ લેવાદેવા મર્યાદિત નથી હોતા, તે પોતાનો સંબંધ સમાજ તેમજ રાષ્ટ્રથી પણ રાખે છે. તે સમાજ તેમજ દેશ પ્રતિ પોતાની જવાબદારીઓ તેમજ કર્તવ્યોને પણ સારી રીતે સમજે છે. તે જાણે છે કે, કોઈ રાષ્ટ્રનું નિર્માણ એ દેશના નાગરિકો પર જ નિર્ભર કરે છે આથી સારા નાગરિક થવાનો તે પ્રયત્ન કરે છે તથા બીજાઓઓને પણ આ વાતની પ્રેરણા આપે છે. એને પોતાના દેશની દરેક વસ્તુ પર ગર્વ હોય છે. તે 'વસુધૈવ કુટુમ્બકમ તથા અતિથિ દેવો ભવ:'ની ભાવનાથી ઓત-પ્રોત હોય છે. તે કોઈ પણ એવું કાર્ય નથી કરતો, જેનાથી દેશને અપમાનિત થવું પડે, બલ્કે તે દેશની રક્ષામાં પોતાના પ્રાણને ન્યોછાવર કરવા પણ પોતાના માટે ગર્વની વાત સમજે છે.

સારો માણસ જીવનમાં કોઈ પણ પ્રકારની અડચણને સકારાત્મક દૃષ્ટિકોણથી જીતી લે છે. કાંટાઓમાં પણ ફૂલ જોઈ જ લે છે. તે વીતેલી કાલની તરફ નહીં બલ્કે આવવાવાળી કાલની તરફ નજર રાખે છે.

સકારાત્મક

સકારાત્મક હોવું સારા-પ્રામાણિક માણસના ગુણ છે. તે દરેક કાર્ય, જવાબદારી તેમજ માણસ પ્રતિ સકારાત્મક દૃષ્ટિકોણ રાખે છે. કેવી પણ વિપરીત પરિસ્થિતિ હોય, કેવું પણ નકારાત્મક વાતાવરણ હોય, સારા માણસ કાંટાઓમાં પણ ફૂલ જોઈ જ લે છે. તે ક્યારેય હાર નથી માનતા, નિરંતર પ્રયાસમાં ત્યાં સુધી લાગ્યા રહે છે, જ્યાં સુધી તે ઉદ્દેશ્યને પ્રાપ્ત ના કરી લે. સારો માણસ જીવનમાં કોઈ પણ પ્રકારની અડચણને સકારાત્મક દૃષ્ટિકોણથી જીતી લે છે. ત્યાં સુધી કે કોઈ પણ પ્રકારના ઘરેલૂ કે વ્યવસાયિક નુકસાન થવા પર પણ હતાશ નથી થતો. તે વીતેલી કાલની તરફ નહીં, બલ્કે આવવાવાળી કાલની તરફ નજર રાખે છે. ત્યાં સુધી કે એને કોઈ પણ પ્રકારની બીમારી કે મૃત્યુ પણ સરળતાથી હતાશ નથી કરી શકતી, કેમ કે તે દરેક વસ્તુનું સકારાત્મક પાસું જોવાનું શીખી જાય છે.

ધાર્મિક તેમજ આધ્યાત્મિક

જ્યારે પણ આપણે કોઈ માણસને સારો માણસ કહી છીએ, તો એક વાત આપણી ભીતર ઉભરી આવે છે કે તે કેટલું ધાર્મિક કે આસ્તિક હશે. કેમ કે ધાર્મિક હોવું, પૂજા-પાઠ કરવા, ભગવાનમાં વિશ્વાસ કરવો, વગેરે સાત્વિક હોવાના લક્ષણ તો છે જ સાથે જ આપણે સારો માણસ પણ સાબિત કરીએ છીએ. કેમ કે જે માણસ જેટલો પૂજા-પાઠ

 ——————————— પ્રામાણિક માણસ સફળ વિજેતા કેવી રીતે બને

કે ધ્યાન-ભજન વગેરે કરે છે, તે ક્યાંક ને ક્યાંક એ પરમ દિવ્ય શક્તિથી જોડાયેલો રહે છે. પરમાત્માને માનવાનો અર્થ છે નિરઅહંકારી થવું, એ વાતમાં વિશ્વાસ રાખવો કે કોઈ એનાથી પણ ઉપર, શ્રેષ્ઠ તેમજ શક્તિપૂર્ણ છે, જેનો તે અંશ માત્ર છે. પરમાત્માને માનવાવાળો ક્યારેય કોઈનું મન, વચન તેમજ કર્મથી ખરાબ નથી કરતો. તે સદ્‌ગુણો, સદ્‌વિચારો તેમજ સત્સંગનો સાથ કરવાવાળો હોય છે. ધાર્મિક કે આધ્યાત્મિક વ્યક્તિ હંમેશાં આત્મરૂપાંતરણ તેમજ આત્મવિકાસમાં સંલગ્ન રહે છે.

પોતાની ભૂલ માનવાવાળો

મોટાભાગના માણસ પોતાની અસફળતા માટે બીજાઓને જ જવાબદાર ઠેરવે છે. તે હંમેશાં બીજાઓમાં જ ભૂલો તેમજ કમીઓ શોધે છે, એનો પૂરો પ્રયત્ન હોય છે કે, પોતાના દુઃખનો જવાબદાર બીજાને જ ઠેરવે પણ સારા માણસનો એ પુરાવો છે કે, તે પોતાની હારના કારણ ના ફક્ત પોતાની ભીતર શોધે છે, બલ્કે જાણે-અજાણ્યે કરેલી ભૂલો માટે અન્યોથી માફી પણ માંગી લે છે. નમવું તેમજ આત્મસમર્પણનો આ ભાવ ના ફક્ત લોકોની નજરોમાં એને ઊંચો ઉઠાવે છે, બલ્કે કેટલીય લડાઈ અને વિવાદોમાં ફસાવાથી પણ દૂર રાખે છે.

સારા માણસનું જો કોઈ નુકસાન પણ થઈ જાય, તો તે એ નુકસાનને કારણે પોતાની રાત્રિઓની ઊંઘ નથી ગુમાવતો, બલ્કે એ વિચારીને સંતુષ્ટ થાય છે કે, 'જે થાય છે, સારા માટે થાય છે.'

સંતુષ્ટ

સારો માણસ ખૂબ જ સંતુષ્ટ હોય છે. એને જે અને જેટલું મળી જાય, તે એના પ્રતિ ફરિયાદના ભાવથી નહીં, આભારના ભાવથી ભરાયેલો રહે છે. એની નજર હંમેશાં પોતાના પર હોય છે, તે ક્યારેય કોઈ બીજાની સફળતા કે સિદ્ધિને જોઈને ઈર્ષ્યાથી નથી ભરાતો, બલ્કે પોતાનાથી આગળ કોઈ વ્યક્તિને જોઈને એનાથી પ્રેરણા જ લે છે. એની પોતાની ત રફથી કોઈ માંગ નથી હોતી. આ જ કારણે તે પોતાના આચાર તેમજ વ્યવહારથી ખૂબ શાંત અને વિનમ્ર હોય છે. સારા માણસનું જો કોઈ નુકસાન પણ થઈ જાય, તો તે એ નુકસાનને કારણે પોતાની રાત્રિઓની ઊંઘ નથી ગુમાવતો બલ્કે એ વિચારીને સંતુષ્ટ થાય છે કે, 'જે થાય છે, સારા માટે થાય છે'. સારા માણસની વિચારસરણી એ જ હોય છે કે, એને જે કંઈ પણ મળ્યું છે, તે એને જરૂર કરતાં વધારે

મળ્યું છે, જેનો જેટલો આભાર વ્યક્ત કરવામાં આવે, એટલો ઓછો છે.

સારા માણસની નિશાની છે કે, તે ના ફક્ત પોતાની આત્માથી જોડાયેલો હોય છે, બલ્કે આત્મ પ્રબંધિત પણ હોય છે. આ જ સોનેરી નિયમ એક પ્રબંધક માટે જરૂરી હોય છે કેમ કે કોઈ પ્રબંધક બીજાનું પ્રબંધન ત્યારે જ કરી શકે છે, જ્યારે તે ખુદ પ્રબંધિત હોય.

પ્રણેતા

ઉપદેશ આપવો જેટલો સરળ છે, એનાથી ક્યાંય કઠિન છે એ ઉપદેશોનું પાલન કરવું. સામાન્ય જિંદગીમાં એક માણસ મોટા બોલ તો બોલી દે છે, પરંતુ ખુદ એના પર અમલ નથી કરતો. એની કથની અને કરણી, એના વક્તવ્ય તેમજ વ્યવહારમા જમીન-આકાશનું અંતર હોય છે. એવો માણસ ભલે જ આકર્ષિત લાગતો હોય પણ ક્યારેય પણ કોઈનો પ્રણેતા કે આઈડલ નથી બની શકતો. જો તે ફક્ત વાતો કરે અને કામ નહીં, તો તે ક્યારેય પણ કોઈને પ્રેરિત નથી કરી શકતો. એની વાતો અને વિચારોમાં વ્યાવહારિકતા હોવી જોઈએ. તે આરામદાયક નહીં સક્રિય હોવો જોઈએ, એણે ખુદ પ્રતિ દૃઢ સંકલ્પી થવું જોઈએ. પોતાના બનાવેલા નિયમો અને યોજનાઓને અમલ કરવાવાળો થવું જોઈએ. ત્યારે જ કોઈ પોતાની સાથે કે આસપાસના લોકોને પ્રભાવિત તેમજ પ્રેરિત કરી શકે છે અને જો પ્રબંધક (વ્યવસ્થાપક) જ નિસ્તેજ સુસ્ત કે પ્રભાવહીન હોય, તો એનાથી જોડાયેલા લોકો તેમજ કાર્ય પણ એવી જ રીતે નકારાત્મક પરિણામ આપે છે. આથી પ્રબંધકનું પ્રેરણાદાયી હોવું ખૂબ જ જરૂરી છે કેમ કે એની પ્રેરણાથી જ બધા કાર્ય તેમજ વિભાગ સંચાલિત થાય છે. માણસના વ્યક્તિત્વમાં ગજબની પ્રેરક ક્ષમતા હોવી જોઈએ, જેથી તે પોતાનાથી જોડાયેલા લોકોની વચ્ચે પ્રેરણાની સાથે-સાથે એક આશાવાદી વિચાર તેમજ માહોલ પેદા કરી શકે.

આત્મ પ્રબંધક

સારા-પ્રામાણિક માણસની નિશાની છે કે, તે ના ફક્ત પોતાની આત્માથી જોડાયેલો હોય છે, બલ્કે આત્મપ્રબંધિત પણ હોય છે. કોઈએ ઠીક જ કહ્યું છે કે, 'ખુદ પરિવર્તન ત્યારે જગત પરિવર્તન' એટલે બીજાઓને સુધારવા કે પરિવર્તિત કર વાથી પહેલાં આપણે ખુદને પરિવર્તિત કરવા જોઈએ. આ જ સોનેરી નિયમ એક પ્રબંધક માટે જરૂરી હોય છે કેમ કે કોઈ પ્રબંધક બીજાનું પ્રબંધન ત્યારે જ કરી શકે છે, જ્યારે તે ખુદ પ્રબંધિત હોય. જે 'સેલ્ફ મેનેજડ' નથી હોતો તે બીજાઓને મેનેજ શું કરશે? એટલે જે ખુદ અસ્ત-વ્યસ્ત છે, તે બીજા તેમજ એમનાથી જોડાયેલી ગતિવિધિઓને શું વ્યવસ્થિત

 ——————— પ્રામાણિક માણસ સફળ વિજેતા કેવી રીતે બને

કરશે? આથી સેલ્ફ મેનેજમેન્ટ એટલે આત્મ-પ્રબંધનને અનુશાસનમાં રાખવું, નિયમબદ્ધ રાખવું, પોતાના બનાવેલા માર્ગો પર ચાલવું, સમયના મૂલ્યને સમજવું, પોતાની દિનચર્યા તેમજ જીવનને સંતુલિત રાખવું, વિચારો તેમજ વાણી પર સંયમ રાખવો જ છે.

પડકારો હોય કે સંઘર્ષ, સમયના વળાંક અને પડાવોની સાથે કોણે, કેવી રીતે જીવવું જોઈએ એ શિખવાડવાથી પહેલાં શિખવાડવાવાળાએ ખુદ એની વ્યાવહારિકતા પર અમલ કરવો જોઈએ અને આ અમલતા વગર આત્માનુશાસન સંભવ નથી અને આ જ આત્માનુશાસન આત્મ પ્રબંધનની રીઢ છે. જે ખુદ સબળ હશે, તે જ બીજાઓને સબળતા પ્રદાન કરી શકે છે. આથી કોઈ સંઘ, સંસ્થા અથવા કાર્ય વગેરેના પ્રબંધનથી પહેલાં પ્રબંધકની અંદર આત્મ-પ્રબંધનના ગુણો હોવા અનિવાર્ય છે. નહીંતર સંબંધિત સમૂહ કે કાર્ય ક્યારેય પણ પોતાના અંજામ સુધી નથી પહોંચી શકતા.

ગ્રહણશીલ

વાત જ્ઞાનની હોય કે તકોની, બધું જ આપણી ચારે તરફ ઉપલબ્ધ છે. પરંતુ માણસને એને ગ્રહણ કરવાની કળા આવડવી જોઈએ. ગ્રાહકતા એક વિશેષ ગુણ છે. જેમની અંદર ગ્રહણ કરવાની ઉત્કંઠા હોય છે, તે ક્યારેય નથી હારતા, એમનું જીવન એક સતત વહેતી ધારા હોય છે. કેમ કે તે દરેક પગલાં તેમજ વળાંક પર કંઈક ને કંઈક શીખવા માટે તૈયાર હોય છે. આપવાવાળી પછી પ્રવૃત્તિ હોય કે પરમાત્મા, ગુરુ હોય. અસ્તિત્વ આપવાવાળાથી વધારે ગ્રહણ કરાવવાળાની ક્ષમતા પણ મહત્ત્વ રાખે છે. આપણે શું, કેવી રીતે તેમજ કેટલું ગ્રહણ કરીએ છીએ તે આપણા ગ્રાહ્યતા ભાવ પર નિર્ભર કરે છે. જેટલો આપણો સ્વીકારનો ભાવ વધે છે, એટલા જ આપણે સમૃદ્ધ થતાં જઈએ છીએ.

> **આપણે શું, કેવી રીતે તેમજ કેટલું ગ્રહણ કરીએ છીએ તે આપણા ગ્રાહ્યતા ભાવ પર નિર્ભર કરે છે. જેટલો આપણો સ્વીકારનો ભાવ વધે છે, એટલા જ આપણે સમૃદ્ધ થતાં જઈએ છીએ.**

ગ્રહણશીલતાનો આ ગુણ જેટલો વ્યાપક છે, એટલો જ જટિલ પણ છે કેમ કે, આપણે મોટાઓથી તો સરળતાથી કશું પણ શીખવા માટે તૈયાર થઈ જઈએ છીએ. પરંતુ નાનાઓથી શીખવામાં આપણને આપત્તિ થાય છે. પ્રશંસાને તો આપણે સરળતાથી ગળે લગાવી લઈએ છીએ, પરંતુ આલોચના તેમજ કમીઓને આપણે સ્વીકાર નથી કરી શકતા, બીજાઓના કાર્યોમાં આપણે દખલઅંદાજી તો આરામથી કરી લઈએ છીએ, પણ કોઈ આપણને આપણાં કાર્યમાં સલાહ આપે, એ સ્વીકાર નથી કરી

શકતા. પરંતુ એક સારો તેમજ સફળ પ્રબંધક પોતાના સ્વીકાર તેમજ ગ્રહણ કરવાના વિસ્તારને હંમેશાં ખુલ્લો તેમજ વિસ્તૃત રાખે છે. તે કશું પણ, કોઈનાથી, ક્યારેય પણ શીખવા, જાણવા કે સમજવામાં અચકાતો નથી. તે દરેક અનુભવ તેમજ વિચારનું ખુલ્લું સ્વાગત કરે છે. એટલું જ નહીં બલ્કે તે પોતાની ગ્રહણ કરવાની ક્ષમતાને દિવસે-દિવસે વધારતો જાય છે જેથી તે પોતાની પ્રશંસાની સાથે-સાથે લોકોની સલાહ, ફરિયાદો તેમજ આલોચનાનો પણ સ્વીકાર કરી શકે. પ્રબંધક જો ગ્રાહકતાનો ભાવ હટાવી દે, તો તે ક્યારેય આગળ નથી વધી શકતો. આથી દરેક સ્થિતિ-પરિસ્થિતિ, દરેક નિંદા-પ્રશંસા, દરેક હાલ-હાલાતમાં એને સત્ય તેમજ વ્યાવહારિકતાને સ્વીકાર કરતાં આવડવું જોઈએ.

અહંકારરહિત

સારા માણસની ઓળખ છે કે, એમાં જરા પણ અહમ ભાવ કે અહંકાર નથી હોતો. તે પોતાની કોઈ ખૂબી કે સિદ્ધિ પર ગર્વ નથી કરતો. તે બધાની સાથે પ્રેમપૂર્વક રહેવા તેમજ વહેંચવામાં વિશ્વાસ રાખે છે. એટલે 'હું' ભાવ, આપણો 'ઈગો' જ આપણી સૌથી મોટી સમસ્યા છે. જે ના આપણને આપણી ભૂલને માનવા દે છે, ના તો એ વાતને સ્વીકાર કરવા દે છે કે, સામેવાળો આપણાથી સારો તેમજ સમજદાર છે. આથી ના તો આપણે નમવા ઇચ્છીએ છીએ અને ના તો કોઈ બીજાથી કશું શીખવા ઇચ્છીએ છીએ. આપણો અહંકાર, આપણી જૂઠી અકડ જ આપણને ઠીકથી જીવવા નથી દેતી. જેના કારણે ના ફક્ત નાની-નાની વાતો આપણે ડંખે છે, બલ્કે બન્યા-બનાવેલાં બધા કાર્ય તેમજ સંબંધ વેર-વિખેર થઈ જાય છે, જેના કારણે આપણો વિકાસ રૂંધાઈ જાય છે અને આપણે પોતાની આસપાસ એક નર્ક નિર્મિત કરી લઈએ છીએ.

ઈર્ષ્યા હંમેશાં આપણને બીજાઓની પાસે ઉપલબ્ધ સુખ-સુવિધાઓને મેળવવા માટે ઉકસાવે છે તથા જે આપણી પાસે છે, આપણને મળેલું છે, એને જોવા નથી દેતી. આપણે ખુદને હીન સમજવા લાગીએ છીએ અને જે કંઈ આપણી પાસે છે, આપણે એને ગુમાવી દઈએ છીએ.

ઈર્ષ્યાળુ નથી હોતો

આજે દરેક માણસ દુઃખી છે, કેમ કે એની નજર બીજા પર છે. એને લાગે છે, બીજાની પાસે દરેક વસ્તુ એનાથી અથવા તો અલગ છે અથવા વધારે છે. જેને તે સહન નથી કરી શકતો અને કોસતો રહે છે. સારો માણસ ક્યારેય કોઈથી ઈર્ષ્યા નથી કરતો, બલ્કે બીજાઓની મદદ કરે છે તેમજ પ્રેરિત થાય છે. એનું મન કોઈને પોતાનાથી

ઉત્તમ જોઈને ખુશ થાય છે. તે ઈર્ષ્યાથી બચે છે કેમ કે ઈર્ષ્યા એક એવી સમસ્યા છે, જે માણસને અંદરથી ખોખલો કરી દે છે. ઈર્ષ્યા હંમેશાં આપણને બીજાઓની પાસે ઉપલબ્ધ સુખ-સુવિધાઓને મેળવવા માટે ઉકસાવે છે તથા જે આપણી પાસે છે, આપણને મળેલું છે, એને જોવા નથી દેતી. આપણું મન હંમેશાં દુભાતું રહે છે તથા બીજાઓના સુખમાં, આનંદમાં વિઘ્ન નાંખવાની યોજના બનાવતી રહીએ છીએ. આપણે ખુદને હીન સમજવા લાગીએ છીએ અને જે કંઈ આપણી પાસે છે, આપણે એને ગુમાવી બેસીએ છીએ. એક દિવસ આ જ બળતરાં આપણને બાળી નાંખે છે અને આપણે દુ:ખી થવા લાગીએ છીએ. સારો માણસ ક્યારેય કોઈથી ઈર્ષ્યા નથી કરતો. તે પોતાનામાં મસ્ત અને સંતુષ્ટ રહે છે.

જે માણસ બીજાઓના જીવનમાં તાક-ઝાંખ કરે છે, બીજાઓના ઘર, સંબંધ કે યોજનાઓ વગેરેને ખરાબ કરવાની જાળ વણતો રહે છે, તે અપ્રત્યક્ષ રૂપથી પોતાના માટે જ સમસ્યા ઉત્પન્ન કરે છે.

આળસ નથી કરતો

આળસ મનુષ્યનો સૌથી મોટો શત્રુ છે. જે લોકો આજના કામને કાલ પર ટાળે છે, તે ક્યારેય સુખી તેમજ સફળ નથી થઈ શકતા કેમ કે કાલ ક્યારેય નથી આવતી. હાથમાં કશું નથી આવતું, કંઈક આવે છે તો તે છે અફસોસ અને પસ્તાવો. જે મહેનતથી ડરે છે, તે જ આળસું હોય છે. એક દિવસ આ જ આળસ માણસને નાકામ અને કામચોર બનાવી દે છે. સારો માણસ આ વાતને જાણે છે આથી ખુદને ક્યારેય આળસથી નથી ઘેરાવા દેતો.

ધૈર્યવાન

ધૈર્ય એટલે ધીરજ. ધીરજ સૌથી મોટો ગુણ છે. ઉતાવળથી ના ફક્ત કામ ખરાબ થાય છે બલ્કે મહેનત પણ વ્યર્થ જાય છે. શિઘ્રતા તેમજ ધૈર્યમાં કમીને કારણે આપણે કેટલાય ખોટા નિર્ણય લઈ લઈએ છીએ. આપણે ના કોઈને ઠીકથી સમજી શકીએ છીએ અને ના તો ખુદને બીજાઓની સમક્ષ યોગ્ય ઢંગથી પ્રસ્તુત કરી શકીએ છીએ. આપણું ઉતાવળાપણું અર્થનો અનર્થ કરી દે છે.ધીરજની કમીને કારણે જ માણસ ના ફક્ત પોતાના જીવનમાં ગેરસમજને જન્મ આપે છે બલ્કે બન્યાં-બનાવેલાં કામને પણ બગાડી દે છે. સારો માણસ પોતાના આ જ ગુણને કારણે ના ફક્ત લોકોનું દિલ જીતી લે છે, બલ્કે સુખી તેમજ સંતુષ્ટ પણ રહે છે.

ક્રોધી નથી હોતો

ક્રોધ એટલે ગુસ્સો, જેની અગ્નિમાં બળીને માણસ ખુદને જ નષ્ટ કરી લે છે. આ જ ક્રોધના ચાલતા તે પોતાના પર કાબૂ ગુમાવી બેસે છે અને પોતાના પગો પર જ કુહાડી મારી દે છે. ક્રોધમાં માણસ સાચું-ખોટું, સારું-ખરાબ, પોતાના-પારકાં વગેરેનું પણ ભાન ભૂલી જાય છે અને તે શુંનું શું કરી નાંખે છે, જેની એણે કલ્પના પણ નથી કરી હોતી. ક્રોધ માણસના પતનનું મૂળ છે. સારો માણસ આ વાતને બખૂબી જાણે તેમજ સમજે છે, ત્યારે જ પોતાની ભીતર ક્રોધને જન્મ નથી લેવા દેતો. એનો આ જ સ્વભાવ એને લોકોની નજરમાં સારો તેમજ સભ્ય બનાવે છે.

હંમેશાં પોતાની હાંકવાવાળા ક્યારેય પણ ખુદને વિસ્તાર પ્રદાન નથી કરી શકતા. તે પોતાની કમીઓ અને ભૂલોની સાથે કુવાના દેડકાની જેમ બનીને રહી જાય છે. સારો માણસ ઠીક એના વિપરીત હોય છે, તે દઢ અવશ્ય હોય છે પણ જિદ્દી નથી હોતો.

જિદ્દી નથી હોતા

કોઈ વસ્તુ માટે ઝનૂન હોવું અલગ વાત છે અને સ્વભાવથી જિદ્દી હોવું અલગ વાત છે. આપણો જિદ્દી સ્વભાવ જ આપણને નવા લોકો, નવા વિચાર વગેરેને સ્વીકારવા નથી દેતા. સ્વભાવમાં મુલાયમતા હશે ત્યારે જ વસ્તુઓ, સંબંધ તેમજ પરિસ્થિતિઓ વગેરે સંતુલિત રહેશે નહીંતર જિદ્દી માણસના એ જ હાલ થાય છે, જે તોફખાનમાં સૂકાયેલા ઝાડના થાય છે. હંમેશાં પોતાની હાંકવાવાળો ક્યારેય પણ ખુદને વિસ્તાર પ્રદાન નથી કરી શકતો. તે પોતાની કમીઓ અને ભૂલોની સાથે કુવાનો દેડકો બનીને રહી જાય છે. સારો-પ્રામાણિક માણસ ઠીક એનાથિ વિપરીત હોય છે, તે દઢ અવશ્ય હોય છે પણ જિદ્દી નથી હોતો.

બદલાની ભાવના નથી રાખતો

બદલાની ભાવના એક એવી ભાવના છે, જે કોઈ વાતને ખતમ કરવાને બદલે એમાં વધારે વૃદ્ધિ કરે છે, જેને કારણે ના ફક્ત સંબંધ તેમજ કામ ખરાબ થાય છે બલ્કે તણાવ તેમજ દુઃખ પણ થાય છે. સારો માણસ ખુદને બદલાની ભાવનાથી દૂર રાખે છે. તે મનમાં કશું નથી ઉછેરતો અને કહે છે કે, જે થઈ ગયું, તે થઈ ગયું. જેણે જે વું કર્યું, એને એની કરણી પર છોડી દો. જીવન પ્રતિ આપણી એ જ વિચારસરી રહે છે, પરંતુ આપણે બદલાની ભાવનામાં જીવીએ છીએ. જ્યાં સુધી આપણે પોતાના અપમાન

કે નુકસાનનો જડબાતોડ જવા નથી આપતા, ત્યાં સુધી આપણે ચેનથી નથી બેસતા. જે સમય, જે શક્તિ આપણે ખુદને બનાવવામાં, નિખારવામાં લગાવી શકતા હતા, એને આપણે બીજાને બરબાદ કરવી યોજનાઓ બનાવવામાં લગાવી દઈએ છીએ અને બીજો આપણા બદલાનો હિસાબ આપવામાં લાગી જાય છે.

બધું જ સ્વીકાર કરવાવાળો

માણસના દુ:ખ અને અસફળતાનું મૂળ કારણ છે એનો અસ્વીકાર ભાવ. તે પોતાની સ્થિતિ તેમજ પરિસ્થિતિઓનો સ્વીકાર કરવા નથી ઇચ્છતો. તે દુ:ખોથી ભગવા ઇચ્છે છે. તકલીફો વગર જિંદગી જીવવાના કામના કરે છે, પરંતુ આની વચ્ચે તે એ ભૂલી જાયછે કે, જીવનમાં દુ:ખનું કારણ એનો અસ્વીકાર ભાવ છે. જીવનને યોગ્ય રીતથી જીવવા માટે જરૂરી છે, જીવનના દરેક વળાંકને, દરેક પડાવને એની હકીકતની સાથે સ્વીકારવામાં આવે. જે લોકો સંમત નહીં થવાનું જાણતા તે પોતાના માટે દુ:ખના બીજ વાવે છે. મૃત્યુ આ જીવનનું સત્ય છે, આ વાતને સ્વીકારો. જે આજે મળે છે તે કાલે વિખૂટું પણ પડી શકે છે. જે પોતાનું છે, તે કાલે પારકું પણ થઈ શકે છે, મિલન-જુદાઈમાં બદલાઈ શકે છે. પૂર્ણ અસ્તિત્વને સ્વીકારવું જ યોગ્ય જીવન જીવવાની કળા છે. સારો માણસ ના ફક્ત દરેક પરિસ્થિતિને બલ્કે દરેક માણસને એની બધી સારાઈ તેમજ બુરાઈની સાથે સ્વીકારે છે. કોઈ પસંદગીની સીમા નથી રાખતો.

ચુગલી નથી કરતો

ચુગલી કરવી ના ફક્ત દુર્ગુણ છે, બલ્કે વ્યક્તિત્વ વિકાસમાં સૌથી મોટું વિઘ્ન છે. અહીંનું તહીં કરવું, પીઠ પાછળ બુરાઈ કરવી, ફરિયાદ કરવી અથવા વાતોને મરચું-મીઠું ભભરાવીને બતાવવી વગેર માત્ર તમારા ચુગલખોર કે ફરિયાદી સ્વભાવને જ નથી દર્શાવતું બલ્કે એ પણ બતાવે છે કે, તમે બીજાઓમાં કેટલા ઇન્ટરેસ્ટેડ છો. તમે પોતાના વિશે ઓછું, લોકો વિશે વધારે વિચારો છો. તમારી શક્તિ પૂરો દિવસ સામેવાળાની કમી કે બુરાઈ ગણાવવામાં જ ખર્ચ થાય છે. જે માણસ બીજાઓના જીવનમાં તાક-ઝાંક કરે છે, બીજાઓના ઘર, સંબંધ કે યોજનાઓ વગેરેને ખરાબ કરવાની જાળ વણતો રહે છે, તે અપ્રત્યક્ષ રૂપથી પોતાના માટે જ સમસ્યા ઉત્પન્ન કરે છે. સારો માણસ બીજાઓથી વધારે ખુદની ખબર રાખે છે. તે દરેક પ્રકારની ચુગલી તેમજ નિંદાથી દૂર રહે છે. ના તો તે ખુદ એવો હોય છે ના તો બીજાઓને ચુગલી કરવામાં ઉકસાવે છે. આથી તે સારો માણસ કહેવાય છે.

★★★

સફળ વિજેતા બનવા માટે સારો માણસ શું કરે?

> કુંભાર જો પોતાના પ્રેમભર્યા હાથોથી ભીની માટીને સંભાળે છે, તો એને યોગ્ય તેમજ પૂર્ણ આકાર આપવા માટે હાથોની મારથી પીટે પણ છે. જીવનમાં દરેક વસ્તુ જરૂરી તેમજ ઉપયોગી છે. બસ શરત છે એનો યોગ્ય સમય પર યોગ્ય ઢંગથી ઉપયોગ કરવામાં આવે. જો આપણે આગળ નિકળવું છે, તો પ્રતિસ્પર્ધાની ભાવના જરૂરી છે અને એના માટે જરૂરી છે સંઘર્ષ, ચાલાકી, વાકપટુતા, નીતિ વગેરે.

મોટાભાગે આપણે જોયું છે કે, જે લોકો સારા હોય છે તે વ્યાવહારિક દૃષ્ટિથી એટલા સફળ નથી હોતા, જેટલું એમણે હોવું જોઈએ. એનું કારણ ફક્ત એ છે કે, આપણે સારા હોવાની જે પરિભાષા ઘડી છે અથવા છબિ નિર્મિત કરી છે, તે ખૂબ જ જટિલ છે અથવા એમ કહો કે, અશક્ય સમાન છે. સારો માણસ લોકોનું દિલ જિતવામાં તો સફળ થઈ જાય છે, પરંતુ જેને આપણે તથાકથિત સફળતા કહીએ છીએ, તે એમાં પાછળ રહી જાય છે, આથી અહીંયા પર પ્રશ્ન ઉઠે છે કે, આખરે સફળતા છે શું? શું જે સારા ગુણોની આપણે વાત કરીએ છીએ અથવા જે સારા ગુણોને આપણે માણસમાં જરૂરી સમજીએ છીએ, તે સફળતામાં બાધક છે? કેમ સારો માણસ આપણને સંતુષ્ટ નજર આવે છે અને સફળ માણસ ઘણું બધું મેળવીને પણ અસંતુષ્ટ? વિજેતા તો ઘણા હોય છે પણ તે બધાનું દિલ જીતી શકે એ જરૂરી નથી. શું એ શક્ય છે?

વ્યાવહારિક બનો

જે પ્રકારે દિવસ-રાત, ફૂલ-કાંટા, ઠંડી-ગરમી, જીવન-મૃત્યુ વગેરે મળીને જીવનને સુંદર તેમજ પૂર્ણ બનાવે છે, સ્વાદ અનુસાર મસાલા ભોજનને સ્વાદિષ્ટ બનાવે છે, એ જ પ્રકારે થોડી ઘણી ચાલાકી કે હેરા-ફેરી આપણને સફળ બનાવવામાં સહાયક થાય છે. કુંભાર જો પોતાના પ્રેમભર્યા હાથોથી ભીની માટીને સંભાળે છે, તો એને યોગ્ય તેમજ પૂર્ણ આકાર આપવા માટે હાથોની મારથી પીટે પણ છે. જીવનમાં દરેક વસ્તુ

 પ્રામાણિક માણસ સફળ વિજેતા કેવી રીતે બને

જરૂરી તેમજ ઉપયોગી છે. બસ શરત છે એનો યોગ્ય સમય પર યોગ્ય ઢંગથી ઉપયોગ કરવામાં આવે. મહાભારત યુદ્ધમાં ખુદ શ્રીકૃષ્ણ કૂટનીતિઓને અપનાવીને ધર્મની રક્ષા કરે છે, પરંતુ એનાથી તેઓ ખોટા નથી થઈ જતા. ત્યાં સુધી કે મોટી-મોટી જીત, મોટી-મોટી સફળતાઓ પણ લોકો પોતાના શાતિર દિમાગ તેમજ ચાલોને ચાલવાથી જ જીતે છે. જો આપણે આગળ નિકળવું છે, તો પ્રતિસ્પર્ધાની ભાવના જરૂરી છે અને એના માટે જરૂરી છે સંઘર્ષ, ચાલાકી, વાકપટુતા, નીતિ વગેરે.

કોઈએ ઠીક જ કહ્યું છે કે, 'એટલા મીઠા પણ ના બનો, કે કોઈ પૂરી રીતે ગળી જાય અને ના તો એટલા તીખા બનો કે, કોઈ જિભ પર રાખતા જ થૂંકી નાંખે'. એટલે બંનેનું સંતુલન ખૂબ જ જરૂરી છે. આ જ કારણ છે કે, સારા માણસ માટે એના સારા ગુણો જ સફળતામાં અડચણ બની જાય છે કેમ કે, જરૂર કરતાંવધારે સારા હોવું આપણને લોકોની નજરમાં સારા તો બનાવી શકે છે, પરંતુ વ્યાવહારિક રૂપથી આપણને સફળ નથી બનાવી શકતા અને જો આપણે સફળ થવું છે, તો આપણે મધ્ય માર્ગ અપનાવવો પડશે. એટલે આપણે ખુદને થોડા મુલાયમ તેમજ ગ્રહણશીલ બનાવવા પડશે. ખુદને થોડા વ્યાવહારિક તેમજ સંતુલિત કરવા પડશે, જેના માટે જરૂરી છે કે, વ્યાપક દૃષ્ટિકોણ અને થોડું સમયની સાથે સમાધાન.

થોડી ચાલાકી પણ જરૂરી છે

સારો માણસ ખુદમાં કેટલો પણ સીધો-સાદો કે સરળ કેમ ન હોય, એને યાદ રાખવું જોઈએ કે, દરેક માણસ એના જેવો પ્રામાણિક નથી હોતો. જેવા જ આપણે બીજાઓના સંપર્કમાં આવીએ છીએ, તો આપણે એમના હિસાબથી ચાલવું પડે છે. જો લોકો ચાલાકની ભાષા સમજે છે, તો આપણે એનો પણ સહારો લેવો પડે છે. હંમેશાં પોતાના દૃષ્ટિકોણથી વિચારવું તેમજ એને જ સાચો માનવો આપણને આત્મસંતુષ્ટિ તો આપી શકે છે, પરંતુ આપણને વ્યાવહારિક રીતે નુકસાન પહોંચાડી શકે છે. આથી સારા માણસને જોઈએ કે, ચાલાકીને ખોટી દૃષ્ટિથી ના જુએ બલ્કે એને પોતાનું કામ કઢાવવાના હુનરના રૂપમાં લે, પડાવ સુધી પહોંચવાનો એક માર્ગ સમજે, કોઈ બાધા કે અડચણ નહીં. પોતાનું કામ કઢાવવું અથવા થોડા સ્વાર્થી થઈ જવું, કોઈ ખોટું નથી.

ગુસ્સો પણ જરૂરી છે

માન્યું ગુસ્સો સ્વાસ્થ્ય માટે તો ખરાબ છે જ, સાથે જ આપણા બન્યાં-બનાવેલાં કામ પણ બગાડી દે છે. પરંતુ એનો અર્થ એ નથી કે, હંમેશાં આપણે મીઠું જ બોલીએ અથવા સામેવાળાની પ્રશંસા જ કરીએ. ગુસ્સાનું પણ પોતાનું મહત્ત્વ છે, કેમ કે દરેક માણસ એક જેવો નથી હોતો. કેટલાંક લોકો પ્રેમની ભાષા સમજે છે, તો કેટલાંક લોકો લાતોના ભૂત હોય છે. અત્યધિક પ્રેમથી બોલવાને કારણે કેટલીય વાર લોકો આપણાં ભોળપણનો ફાયદો ઉઠાવી લે છે અને સમય નિકળી જાય છે, પરંતુ નથી સાંભળતા અને કાર્ય અધૂરાં રહી જાય છે. એવામાં ક્રોધની જરૂર આપસી સંબંધોમાં હોય કે કોઈ વ્યવસાયમાં, જરૂરી થઈ જાય છે. કેમ કે લોકો એ વિચારી લે છે કે, સામેવાળાને તો ક્રોધ આવતો જ નથી આથી એની વાતને ગંભીરતાપૂર્વક નથી લેતાં. સારા માણસને જોઈએ કે ક્રોધના મહત્ત્વને પણ સમજે. બેશક ભીતરથી ક્રોધિત ન થાઓ પણ ઉપરી પ્રદર્શન દ્વારા સ્થિતિને જોઈને, પોતાના માધુર્યનો ત્યાગ કરીને ક્રોધનો પણ સહારો લો.

જો જીવનમાં સફળ થવું છે, તો પ્રતિસ્પર્ધાની ભાવનાને ભીતર જગાવવી પડશે તથા એ વાતને સમજવી પડશે કે, પ્રતિસ્પર્ધી હોવું દુશ્મન બનાવવાનું નથી થતું, બલ્કે એ ખુદ અને બીજાના કાર્ય તેમજ હુનરને તીક્ષ્ણ કરવાનું માધ્યમ પણ હોય છે.

રિસ્ક લેવાનું શીખો

સારા માણસની એ ખૂબી છે કે, તે આત્મસંતુષ્ટ હોય છે. આ આત્મસંતુષ્ટિ એના માટે તો સારી છે, પરંતુ વ્યવહારિક દષ્ટિકોણથી કે સફળતાના દષ્ટિકોણથી ઠીક નથી. કેમ કે જે માણસ સંતુષ્ટ થઈ જાય છે, તે ના ફક્ત કાલની ચિંતા કરવાનું છોડી દે છે બલ્કે કોઈ નવા કામમાં જોખમ લેવાનો પ્રયત્ન પણ નથી કરતો, જ્યારે કે જિંદગી રિસ્ક એટલે જોખમ લેવાનું નામ છે. કહે છે કે, જેટલું મોટું રિસ્ક હશે, એટલાજ મોટા નફાની સંભાવના હશે. પરંતુ સારો માણસ પોતાની બાંધી-બંધાયેલી ઉપલબ્ધિમાં જ સિમટાઈને રહી જાય છે. તે ના ફક્ત રિસ્ક લેવાને પોતાના વ્યક્તિત્વની વિરુદ્ધ સમજે છે બલ્કે રિસ્કના માધ્યમથી કશું નવું કરવાનું કે પોતાના કામને ફેલાવવાનું એને સમય વ્યર્થ કરવાનું પણ લાગે છે. જો આપણે બાંધી-બંધાયેલી છબિમાં કેદ રહીશું તો ક્યારેય પણ ખુદને વિસ્તાર નહીં આપી શકીશું અને વિસ્તાર આપવા માટે જરૂરી છે કે, જોખમ ઉઠાવવા માટે હંમેશાં તૈયાર રહેવું.

પ્રતિસ્પર્ધાનો ભાવ પણ રાખો

સારા-પ્રામાણિક માણસની ખરાબી છે કે, તે પ્રતિસ્પર્ધાને પણ હિંસાની દષ્ટિથી જુએ છે. એને લાગે છે કે, કોઈથી આગળ નિકળવું અથવા એને એના સ્થાનથી પછાડવો ખોટું છે આથી તે કેટલીય વાર આ પચડામાં નથી પડતો અને જ્યાં હોય છે ત્યાં જ સંતુષ્ટ થવાનો પ્રયત્ન કરે છે. સારા માણસને લાગે છે કે, પ્રતિસ્પર્ધાના કારણે જીવનમાં તણાવ, ઈર્ષ્યા, ક્રોધ વગેરેનો જન્મ થાય છે જેનાથી ના ફક્ત અશાંતિ મળે છે, બલ્કે આપસી મનભેદ પણ થાય છે. આથી તે કોઈથી પ્રતિસ્પર્ધાની ભાવના નથી કરતો. કોઈ હદ સુધી આ વાત ઠીક હોઈ શકે છે, પરંતુ જો જીવનમાં સફળ થવું છે,તો પ્રતિસ્પર્ધાની ભાવનાને ભીતર જગાવવી પડશે તથા એ વાતને સમજવી પડશે કે, પ્રતિસ્પર્ધા હોવી દુશ્મન બનાવવાનું નથી હોતું બલ્કે એ ખુદ અને બીજાના કાર્ય તેમજ હુનરને તીક્ષ્ણ કરવાનું માધ્યમ પણ હોય છે. સત્ય તો એ છે કે, પ્રતિસ્પર્ધાની ભાવના આપણને ચુસ્ત તેમજ જાગૃત્ત રાખે છે, આપણને વધુ અનુભવી તેમજ પરિપક્વ બનાવે છે.

સારા માણસને જોઈએ કે, તે પોતાની કળા, હુનર કે ઉપલબ્ધિઓ વગેરેને લીને ના બેઠો રહે, બલ્કે એમની ચર્ચા પણ કરે, જેથી લોકો ના ફક્ત એની છુપાયેલી પ્રતિભાને સમજી શકે બલ્કે એને નવા વિસ્તારના અવસર પણ પ્રદાન કરી શકે.

લાભનું પણ વિચારો

સારો માણસ 'નેકી કર કુવામાં નાખ'ના દર્શનમાં વિશ્વાસ રાખે છે આથી તે ના ફક્ત બીજાઓની મદદ કોઈ સ્વાર્થ વગર કરે છે, બલ્કે કોઈપણ કાર્યને ફળની ઈચ્છા વગર કર છે, જેના ચાલતા તે કોઈપણ કાર્યને લાભની દષ્ટિથી નથી જોતો. સારા માણસે વિચારવું જોઈએ બેશક એને લાભની ચિંતા નથી, પરંતુ એમની સાથે ઘર-પરિવારમાં પણ લોકો છે, જેમને એમના લાભથી લાભ થશે. જો આપણે લાભની દષ્ટિથી કામ નહીં કરીશું, તો ક્યારેય પણ આપણે આગળ નહીં વધી શકીએ. જીવન અનિશ્ચિતતાનું નામ છે, આથી ભલે જ આજે આપણી પાસે બધું જ હોય, પણ કાલ કોણે જોઈ છે, આથી આપણે કેટલીક વસ્તુઓ ભવિષ્ય માટે પણ પહેલાંથી જ જોડીને રાખવી જોઈએ જેથી આપણે ખરાબ સમયનો સામનો કરી શકીએ અને આ ત્યારે જ શક્ય છે, જ્યારે આપણે આજે જ પોતાના જીવનમાં લાભના મહત્ત્વને સમજીએ. કેમ કે જો આજે આપણે લાભ કમાઈશું તો જ કાલ માટે કશું બચાવી શકીશું. આથી જીવનમાં લાભને પણ મહત્ત્વ આપો, પછી તે લાભ સંબંધોથી હોય કે વેપારથી.

દેખાડો તેમજ પ્રદર્શન પણ કરો

આજકાલનો સમય દેખાડા તેમજ પ્રદર્શન તથા સેલ્ફ માર્કેટિંગનો છે. આજે દરેક વસ્તુ ના ફક્ત જાહેરાત માંગે છે બલ્કે પૂર્ણ રીતથી ચર્ચા તેમજ પ્રદર્શનનો હિસ્સો બનવા ઇચ્છે છે આથી જેને આપણે તથાકથિત સફળતા કહીએ છીએ, એમાં નિયમિત માંગમાં જળવાઈ રહેવા માટે પ્રદર્શન તેમજ દેખાડાની જરૂર પડે છે, પરંતુ સારો માણસ પ્રદર્શન તેમજ દેખાડાને નકારાત્મક દષ્ટિથી જુએ છે.એને લાગે છે, પ્રદર્શન કે દેખાડો કરવો 'પોતાના મોઢે મિયા મિઠ્ઠૂ' બનવાનું છે, જેના તે સખ્ત વિરુદ્ધ છે. તે માને છે કે, સત્ય સત્ય હોય છે, એને છુપાવી નથી શકાતું અને ના તો એને કોઈ પ્રકારની જાહેરાતની જરૂર પડે છે. કોઈ હદ સુધી આ વાત સત્ય હોઈ શકે છે. પરંતુ વ્યવહારિક તેમજ પ્રતિસ્પર્ધાના જીવનમાં જે જેટલો દેખાય છે, તેટલો વેચાય છે, જેની જેટલી ચર્ચા થાય છે, એની એટલી માંગ હોય છે. જે જેટલો છપાય કે પ્રકાશિત થાય છે, એટલી જ તે ઊંડી છાપ છોડે છે વગેરે. આથી સારા માણસને જોઈએ કે, તે પોતાની કળા, હુનર કે સિદ્ધિઓ વગેરેને લઈને બેઠો ના રહે, બલ્કે એમની ચર્ચા પણ કરે. એમને પ્રકાશિત તેમજ વિજ્ઞાપિત કરવા માટે યોગ્ય મંચ તેમજ અવસર શોધો. જેથી લોકો ના ફક્ત એની છુપાયેલી પ્રતિભાને સમજી શકે, બલ્કે એને નવા વિસ્તારના અવસર પણ પ્રદાન કરી શકે.

જે પ્રકારે હાથની બધી આંગળીઓ બરાબર નથી હોતી, એ જ પ્રકારે દરેક માણસનો સ્વભાવ તેમજ વ્યવહાર એક જેવા નથી હોતા. આથી આપણે જો સીધા-સાદા છીએ, તો એ જરૂરી નથી કે સામેવાળો પણ સીધો-સાદો હોય.

બધા પર વિશ્વાસ ના કરો

કહે છે 'જગ કેવું, મૂજ જેવું' અર્થાત્ જેવા આપણે હોઈએ છીએ, આપણને દુનિયા તેવી જ લાગે છે. સારો માણસ ખુદ સારો હોય છે આથી એને આખું જગત સારું લાગે છે. એને બીજાઓમાં ફક્ત સારા ગુણો જ દેખાય છે. એ વિચાર તેમજ ભાવના સારી છે, પરંતુ વ્યવહારિક નથી. જે પ્રકારે હાથની બધી આંગળીઓ બરાબર નથી હોતી, એ જ પ્રકારે દરેક માણસનો સ્વભાવ તેમજ વ્યવહાર એક જેવો નથી હોતો. આથી આપણે જો સીધા-સાદા છીએ, તો એ જરૂરી નથી કે, સામેવાળો પણ સીધો-સાદો હોય. સામેવાળો પોતાના મનમાં શું વાત છુપાવીને બેઠો છે, એને આપણે પોતાની વિચારસરણી અનુસાર નથી વિચારી શકતા. જેને આપણે પોતાનો મિત્ર કે શુભચિંતક સમજીએ છીએ, તે આપણો પરમ શત્રુ પણ હોઈ શકે છે. આ વાતની સંભાવનાને પણ

 પ્રામાણિક માણસ સફળ વિજેતા કેવી રીતે બને

લઈને સારા માણસે સચેત રહેવું જોઈએ. એણે ધ્યાન રાખવું જોઈએ કે, જે આજે આપણા દુઃખમાં સામેલ છે, તે કાલે આપણને દુઃખ પણ આપી શકે છે. બીજાને સારા સમજવાથી તે સારો નથી થઈ જતો, એના વર્તન કરવા પર જ એની સચ્ચાઈની જાણ ચાલે છે.

જ્યાં 'ના' કરી શકાતી હોય, ત્યાં 'ના' જરૂર કહો. અચકાઓ નહીં, નહીંતર દરેક માણસને દરેક વખતે હા કરી દેવી એના માટે તો ફાયદાનો સોદો હોઈ શકે છે. જેની અસર તમારી સફળતા-અસફળતા પર પડી શકે છે.

ના કહેવાનું પણ શીખો

સારા માણસની સારાઈ એ જ છે કે, તે બધાથી ના ફક્ત સંમત થઈ જાય છે, બલ્કે સામેવાળાની ભાવનાઓની કદરના કારણે એની હામાં હા મિલાવી દે છે. ઉપરી સપાટી પર તો આ વાત સારી લાગે છે, પરંતુ આ જ સારો ગુણ સફળતાના દષ્ટિકોણથી એના માટે અડચણનું કારણ બની જાય છે. આથી સારા માણસને જોઈએ કે, તે હંમેશાં બધાને ખુશ કરવાના પ્રયત્નમાં ના લાગ્યો રહે, કેમ કે બધાને હંમેશાં ખુશ નથી કરી શકાતા. બીજું, જ્યારે પણ આપણે કોઈને પોતાની હાની સાથે આશ્વસ્ત કરીએ છીએ તો ના ફક્ત આપણે બંધાઈ જઈએ છીએ, બલ્કે અન્ય લોકો આપણાથી નારાજ પણ થઈ જાય છે, જે આપણને આત્મગ્લાનિ આપે છે. આથી એવું ન થાય કે, શરૂંથી જ ખુદનો પક્ષ સ્પષ્ટ રાખો. જ્યાં 'ના' કરી શકાતી હોય, ત્યાં 'ના' જરૂર કહો. અચકાઓ નહીં, નહીંતર દરેક માણસને દરેક વખતે હા કરી દેવી એના માટે તો ફાયદાનો સોદો હોઈ શકે છે, પણ એ તમને નુકસાન કરી શકે છે. જેની ખરાર તગારી રાફળતા અસફળતા પર પડી શકે છે.

પોતાની મર્યાદા (સીમા)ને વિસ્તાર આપો

સારા માણસને સફળ વિજેતા બનવામાં એને કોઈ અન્ય નહીં, બલ્કે એની ખુદની જવાબદારીઓ જ રોકી દે છે. કેમ કે તે અતિ સંવેદનશીલ હોય છે, જેના ચાલતા તે પોતાની મર્યાદાના મોહથી નિકળી નથી શકતો. પછી તે મર્યાદા એના પોતાના ઘર-પરિવારવાળાઓની હોય કે કામ-ધંધાની. તે જે વસ્તુઓથી જોડાય છે, એમને જ જોડવામાં લાગ્યો રહે છે તથા સમર્પણના ભાવથી પોતાના સો ટકા આપવાં પોતાનો સમય તેમજ ઊર્જા લગાવી દે છે, જેના ચાલતા તે પોતાની સીમાથી બહાર નથી આવી શકતો. એટલું જ નહીં, સારો માણસ પોતાના લોકો કે વર્ગમાં વિખ્યાત તો થઈ જાય છે, પરંતુ નવા લોકોથી પોતાના કોન્ટેક્ટ્સ બનાવવામાં અચકાય છે. એને નવા

લોકોથી મળવું ખાસ કરીને પોતાના મતલબ માટે એમનાથી લિંક્સ સ્થાપિત કરવી પોતાની નિયતિ તેમજ નિયમોની વિરુદ્ધ લાગે છે. એ તો એ એને લાગે છે કે, તે જે છબિમાં લોકોની સામે ઓળખાય છે, તે રૂપાંતરિત થાય. તે નથી ઈચ્છતો કે, સમય તેમજ જરૂરિયાતની માંગ અનુસાર તે પોતાની એ છબિમાં કોઈ પરિવર્તન કરે, કેમ કે તે જ છબિ એની પ્રામાણિકતાની ઓળખાણ હોય છે. આથી સફળ થવા માટે જરૂરી છે કે, તે પોતાના જૂના માળખાની બહાર નિકળે અથવા એને સમયની માંગ અનુસાર નવું રૂપ પણ આપે.

એક સારા માણસની પાસે કેટલી તેમજ કેવી ઊર્જા છે, કેટલી ક્ષમતાઓ એની ભીતર છુપાયેલી છે, તે કોઈ ક્ષેત્રમાં શું કરી શકે છે, કયું લક્ષ્ય એને સફળ વિજેતા બનાવી શકે છે વગેરે વાતનું જ્ઞાન જો એને થઈ જાય, તો તે સફળતા પ્રાપ્ત કરી શકે છે.

ખુદનો સાચો ઉપયોગ કરો

સારા માણસ હોવું એક વાત છે અને ખુદનો સાચો ઉપયોગ કરી શકવો બીજી વાત છે. સારો માણસ ગુણોની ખીણ હોય છે. લોકો એની પ્રશંસા કરે છે, એનું ઉદાહરણ આપે છે પણ તે ખુદ પોતાના ગુણ કે પ્રતિભાનો ઉપયોગ કયા ઢંગથી કરી શકે છે, એ વાત પણ સફળતા માટે ખૂબ મહત્ત્વ રાખે છે. એક સારા માણસની પાસે કેટલી તેમજ કેવી ઊર્જા છે, કેટલી ક્ષમતાઓ એની ભીતર છુપાયેલી છે, તે કયા ક્ષેત્રમાં શું કરી શકે છે, કયું લક્ષ્ય એને સફળ બનાવી શકે છે વગેરે વાતનું જ્ઞાન જો એને થઈ જાય, તો તે સફળતા પ્રાપ્ત કરી શકે છે. એટલું જ નહીં, સારો માણસ જો પોતાના અનુભવોને, જેને ખૂબ જમહેનત પછી અર્જિત કર્યા હોય છે, જો એને તે વહેંચવાનું પણ શરૂ કરી દે, તો લોકોને એનાથી મળવાવાળા લાભની જાણ ચાલવા લાગે છે અને જો એક વાર સારા માણસને ખુદની પ્રતિભાની જાણ ચાલી જાય, તો તે ઘણું બધું પ્રાપ્ત કરી શકે છે.

અવસરોને શોધો

જીવન અવસરનું નામ છે. કહે છે કે, અવસર બધાના જીવનમાં આવે છે, પરંતુ કેટલાંક જ લોકો છે, જે એ અવસરોનો સાચો લાભ ઉઠાવી શકે છે. સાચી તકનો લાભ ઉઠાવવા માટે માત્ર સારો માણસ હોવું પર્યાપ્ત નથી, બલ્કે આપણે ફુર્તીલા, ચાલાક, જાગૃત્ત થવું પણ જરૂરી છે. સમયની, લોકોની, શું માંગ છે એના અનુસાર ના ફક્ત ખુદને પરિવર્તિત કરો, બલ્કે નવી જાણકારીઓને એકઠી કરો, નવી ટેકનીકથી ખુદને જોડો. કશું પણ નવું શીખવામાં અચકાઓ નહીં, બલ્કે ખુદને અપ-ટૂ-ડેટ રાખો. જો

તમે એક વાર સારા માણસની શ્રેણીમાં આવી ગયા, તો એનો અર્થ એ નથી કે, તમે હાથ પર હાથ રાખીને બીસા જાઓ અને જીવનમાં કોઈ પણ પ્રકારના પરિવર્તન કે દસ્તકની તરફ પીઠ કરી લો. ક્યાંક એવું ન થાય કે કોઈ અજાણી તક તમને કોઈ વ્યાપક દૃષ્ટિથી સફળ વિજેતા બનવાનું નિમંત્રણ આપી રહી હોય.

શત્રુઓ પર નજર રાખો

આપણું દિલ સાફ છે એનો અર્થ એ નથી કે, બધાનું દિલ સાફ હોય. આથી આપણે એ વાતને પણ સ્વીકારીએ, જે પણ તમારી સાથે છે તે બધા તમારા મિત્ર જ હશે. સાથે જ જે તમારા પ્રગટ શત્રુ છે એટલે જેમને તમે જાણો છો કે, તે તમારું અહિત ઇચ્છવાવાળા છે એમના પર પણ નજર રાખો. એ ગેરસમજમાં ના રહો કે, તે તમારી પ્રામાણિકતાને જોઈને પરિવર્તિત થઈ જશે અને તમને નુકસાન પહોંચાડવાનું છોડી દેશે. સત્યતો એ છે કે, જો તમારે સફળ થવુ છે, તો શત્રુઓ પર નજર રાખવી જરૂરી છે. એવું ન થાય કે તમે બધાને સારા તેમજ નેકીની નજરથી જોતાં રહો, બધાનું ભલું કરતાં રહો અને શત્રુ તમને કે તમારી યોજનાને બરબાદ કરવામાં સફળ થઈ જાય. આથી શત્રુને ક્યારેય પણ ઓછા ના સમજો. જો તમને પોતાના પર વિશ્વાસ છે, તો શત્રુને પણ પોતાના પર વિશ્વાસ છે આથી એની તાકાતને ઓછી ના આંકો. એની ચાલો પ્રતિ સતર્ક રહો.

જો તમારે સફળ થવું છે, તો શત્રુઓ પર નજર રાખવી જરૂરી છે. શત્રુને ક્યારેય પણ ઓછાં ના સમજો. જો તમને પોતાના પર વિશ્વાસ છે, તો શત્રુને પણ પોતાના પર વિશ્વાસ છે આથી એની તાકાતને ઓછી ના આંકો. એની ચાલો પ્રતિ સતર્ક રહો.

ખુદને ઓછા ના આંકો

માન્યું હંમેશાં પોતાની પ્રશંસા કરવી અથવા ખૂબ વધારે આત્મવિશ્વાસી હોવું ખોટું છે, પરંતુ સાથે-સાથે પોતાને ઓછા આંકવા કે પોતાની પ્રતિભાને નજરઅંદાજ કરવી પણ સફળતાથી અંતર બનાવવા જેવું જ છે. એવું કરીને આપણે પોતાનું જ નુકસાન કરી બેસીએ છીએ. આપણી આ આદતથી આપણી અંદર હીન ભાવના આવી જાય છે, જે આપણી સફળતાના માર્ગમાં ખૂબ મોટું જોખમ છે. દરેક માણસમાં ખુદથી વાત કરવાની પ્રવૃત્તિ હોય છે. જ્યારે આપણે ખુદથી વાત કરીએ છીએ, ખુદને ઓછા આંકીએ છીએ, તો આપણો વ્યવહાર પણ એ જ પ્રકારનો થઈ જાય છે. આપણાં વ્યવહારમાં સકારાત્મક દૃષ્ટિકોણને બદલે નકારાત્મક તત્ત્વોનો સમાવેશ થવા લાગે છે

અને આ વલણથી આપણે સફળ નથી થઈ શકતા. આથી આપણે જ્યારે પણ ખુદથી વાત કરીએ અથવા પોતાનું વિશ્લેષણ કરીએ, તો આપણે ખુદથી કહેવું જોઈ કે, 'હું આ કરી શકું છું, મારામાં આ કરવાની ક્ષમતા છે, હું કોઈથી ઓછો નથી'. એકાંતમાં આવી વાતોથી ખુદનું વિશ્લેષણ કરો, ના કે કોઈ અન્યથી તમારી તુલના કરીને ખુદને એનાથી ઓછા આંકીને પોતાનો આત્મવિશ્વાસ ઘટાડો. તમારી અંદર નકારાત્મક વિચાર ના હોવા જોઈએ. પોતાની ઊર્જાને, પોતાની ક્ષમતાના મહત્ત્વને સમજો. કેમ કે જો આપણાં ખુદનું મૂલ્યાંકન ઠીક કરીશું, ત્યારે જ આપણે કામ પણ યોગ્ય રીતથી કરી શકીશું અને સફળ થઈ શકીશું.

એક માણસ ઇચ્છીને પણ બધાને બધી રીતથી ખુશ નથી કરી શકતો. બધાના ખુશ તેમજ સંતુષ્ટ હોવાનું પોતાનું સ્તર, ઢંગ તેમજ સમય હોય છે, આથી બધાને ખુશ રાખવામાં જીવનને વ્યર્થ ન ગુમાવો. એવી ઇચ્છા સારી જરૂર છે, પણ વ્યાવહારિક નહીં. ધ્યાન રાખો, એવો પ્રયાસ તમને તકલીફ જ આપશે.

બધાને પ્રસન્ન કરવાથી બચો

હળી-મળીને બધાની સાથે ખુશ રહેવાનું કોણ નથી ઇચ્છતું. આપણે ઇચ્છીએ છીએ કે, આપણી આસપાસના બધા લોકો, પછી તે ભલે ઘર હોય કે બહારના બધા આપણાથી ખુશ તેમજ સંતુષ્ટ રહે, પરંતુ એ શક્ય નથી. એક માણસ ઇચ્છીને પણ બધાને બધી પ્રકારથી ખુશ નથી કરી શકતો. બધાના ખુશ તેમજ સંતુષ્ટ થવાનું પોતાનું સ્તર, ઢંગ તેમજ સમય હોય છે આથી બધાને ખુશ રાખવામાં જીવનને વ્યર્થ ના ગુમાવો. એવી ઇચ્છા સારી જરૂર છે પણ વ્યાવહારિક નહીં. ધ્યાન રાખો, એવો પ્રયાસ તમને તકલીફ જ આપશે.

સામર્થ્ય અનુસાર બીજાઓની સહાયતા કરો

યાદ રાખો જિંદગીમાં તમે 'જેવું વાવો છો, તેવું જ લણો છો' એટલે જવા તમે કર્મ કરશો, તમને એવા જ ફળ મળશે. જ્યારે તમે સંઘર્ષ કરી રહ્યાં હો છો, તો એવા સમયમાં ભાગ્ય કોઈની મદદના રૂપમાં જ આપણો સાથ આપે છે. આથી જો આપણે કોઈથી મદદની આશા કરીએ છીએ, તો આપણે પણ પોતાના સારા સમયમાં કોઈ બીજાની મદદ કરવી જોઈએ. આથી જીવનમાં જ્યારે પણ શક્ય હોય, તમે કોઈને કોઈ પ્રકારથી કોઈની મદદ જરૂર કરો. સાથે જ જ્યારે તમે કોઈની મદદ કરો, તો બદલામાં એનાથી કશું મેળવવાની આશા ના રાખો. કોઈની મદદ કરવાથી જે આનંદ મળે છે, એનો અનુભવ કરો અને એ વ્યક્તિની સાથે પોતાના સંબંધને વધારે મજબૂત

 પ્રામાણિક માણસ સફળ વિજેતા કેવી રીતે બને

બનાવો. એ જરૂરી નથી કે, તમે પૈસાથી જ કોઈની મદદ કરી શકો છો. જીવનમાં એવી કેટલીય તક આવે છે, જ્યારે તમે ધન વગર પણ કોઈની મદદ કરી શકો છો. જેમ કે તમારા કોઈ મિત્રની પાસે નોકરી નથી, તો તમે એની નોકરી શોધવામાં મદદ કરી શકો છો, કોઈ માર્ગ ભૂલ્યો છે, તો તમે એને પડાવ સુધી પહોંચાડી શકો છો. બસ કે ટ્રેનમાં કોઈ વૃદ્ધ કે બીમાર કે જરૂરિયાતમંદને પોતાની સીટ આપીને તમે લોકોની મદદ કરી શકો છો. એનાથી સમાજમાં તમારી પ્રતિષ્ઠા વધે છે.

અધિક વિનમ્ર ના બનો

વિનમ્ર રહો, પરંતુ જરૂર કરતાં વધારે વિનમ્ર પણ ના બનો નહીંતર તમારી વિનમ્રતાને લોકો તમારી કમજોરી સમજી લેશે. જીવનમાં કોઈ પણ વસ્તુની અતિ ખરાબ હોય છે, પછી ભલે તે તમારા સદ્‌ગુણ હોય કે દુર્ગુણ, એમની તમારા જીવનમાં અધિકતા તમારા મહત્ત્વને ઓછું કરી દે છે અને તમારું વ્યક્તિત્વ પ્રભાવી નથી બની શકતું. જીવનમાં પોતાના મિત્રોને પોતાના ઉપર હાવી ના થવા દો, એમની સાથે સમય નષ્ટ ના કરો. પરંતુ, જે તમારા સાચા મિત્ર છે, તમને જીવનનો માર્ગ બતાવવામાં મદદગાર સાબિત થઈ શકે છે તથા તમારા જીવનમાં વધારે મહત્ત્વ હોય, એવા લોકોની સાથે જરૂર સમય વિતાવો.

સફળ વિજેતા બનવું છે, તો સ્વાર્થી ના બનો. પોતાના અનુભવોને જરૂરિયાતમંદોની સાથે શેર જરૂર કરો. એમને શીખવાડો અને શીખવાની તક આપો. એનાથી ના ફક્ત તમારા સાચા પ્રશંસક વધશે બલ્કે એ જ લોકો આગળ ચાલીને તમારા કાર્યમાં સહયોગી પણ સાબિત થશે.

જે મેળવ્યું છે એને વહેંચો, પોતાના સુધી ના રાખો

મોટાભાગના લોકોની એ જ વિચારસરણી હોય છે કે, વહેંચવાથી વસ્તુઓ ઓછી થઈ જાય છે, પરંતુ સત્ય તો એ છે કે વહેંચવાથી વસ્તુઓ ઓછી નથી થતી બલ્કે વધારે ધની અને વિસ્તૃત થઈ જાય છે, ખાસ કરીને જ્ઞાન અને અનુભવ. આપણે પોતાના જ્ઞાન અને અનુભવને જેટલાં વહેંચીએ છીએ, તે આપણા માટે એટલા જ કામગાર સાબિત થાય છે. આથી આપણને જે પણ સારી વસ્તુ મળી છે, એનો સ્વાદ એકલા ના ચાખો, બલ્કે અન્યોને પણ એમાં સહભાગી બનાવો. જે પણ વસ્તુને આપણે પોતાના સુધી મર્યાદિત, કેદ રાખી લઈએ છીએ, તે કહેવા માટે તો આપણાં સુધી જરૂર રોકાઈ જાય છે, પરંતુ આપણને ભવિષ્યમાં ક્યારેય કોઈ લાભ નથી આપી શકતી. આથી જો

સફળ વિજેતા બનવું છે, તો સ્વાર્થી ના બનો. પોતાના અનુભવોને જરૂરિયાતમંદોની સાથે શેર જરૂર કરો. એમને શીખવાડો અને શીખવાની તક આપો. એનાથી ના ફક્ત તમારા સાચા પ્રશંસક વધશે બલ્કે એ જ લોકો આગળ ચાલીને તમારા કાર્યમાં સહયોગી પણ સાબિત થશે. જો તમે કોઈ નવી ટેકનીકને જાણો છો, તો એને લઈને અભિમાન ના કરો, જેમનામાં પ્રતિભા છે તેમજ તમારા પ્રતિ જે પ્રામાણિક છે, એમને એનું પ્રશિક્ષણ જરૂર આપો.

બીજાઓની મદદ કરવી સારી વાત છે, પણ એનો અર્થ એ નથી કે, તમે પોતાને નજરઅંદાજ કરો. ધ્યાન રાખો આપણે એ જ આપી શકીએ છીએ, જે આપણી પાસે હોય છે, આથી એ જ વસ્તુને આપવામાં પોતાની ઊર્જા કે ધન ખર્ચ કરો, જે તમારી પાસે હોય.

બીજાઓની મદદમાં પોતાની મદદ કરવાનું ના ભૂલો

બીજાઓની મદદ કરવી સારી વાત છે, પણ એનો અર્થ એ નથી કે તમે ખુદને નજરઅંદાજ કરી દો. ધ્યાન રાખો, આપણે એ જ આપી શકીએ છીએ, જે આપણી પાસે હોય છે. આથી, એ જ વસ્તુને આપવામાં પોતાની ઊર્જા કે ધન ખર્ચ કરો, જે તમારી પાસે હોય. દેખા-દેખી કે દેખાડા માટે કોઈની મદદ કરવા માટે તૂટી ના પડો. એવી મદદ એને અને તમને, બંનેને નુકસાન પહોંચાડી શકે છે. જો તમારે સફળ થવું છે, તો ધ્યાન ખુદ પર આપો, કેમ કે ધ્યાનનો એ નિયમ છે કે, જે વસ્તુ પર આપણે ધ્યાન આપીએ છીએ, તે વસ્તુ વધવા લાગે છે, વિસ્તૃત થવા લાગે છે. આથી પોતાની કમીઓને શોધો, પોતાની ભીતર છુપાયેલી સંભાવનાઓને ઓળખો. કયા ક્ષેત્રમાં તમારે ખુદ કયા સહારા તેમજ મદદની જરૂર છે, એ વાતની જાણકારી રાખો. અને જ્યારે ખુદને સમૃદ્ધ તેમજ શક્તિશાળી બનાવી લો, ત્યારે જ બીજાઓની મદદ માટે આગળ વધો. બીજાઓની ભલાઈ તેમજ નેકીના ચાલતા ખુદને નુકસાનમાં ના રાખો. આથી કોઈ બીજાના કામમાં આવવાથી પહેલાં ખુદના કામમાં આવવાનું શીખો.

પોતાના કાર્યનો પુરાવો રાખો

સારા માણસની સારાઈ એ હોય છે કે, તે બીજા માણસને પણ સારો જ સમજે છે, પણ એની આ જ સકારાત્મક વિચારસરણી એની સફળતામાં કેટલીય વાર વિઘ્ન બની જાય છે, કેમ કે દરેક માણસ પ્રામાણિક, નેક નથી હોતો. આ જ કારણ છે કે, સારો માણસ જ્યારે પણ બીજાઓ પર વિશ્વાસ કરે છે, તો દગો ખાય છે. એવામાં સારા માણસને જોઈએ કે, પોતાની વિશિષ્ટ તેમજ ગુપ્ત વાર્તાલાપોને રેકોર્ડ કરીને રાખે,

પોતાના કરવામાં આવેલા કાર્યોની ફોટો કૉપી કરીને રાખો, પુરાવા તરીકે પોતાની સિદ્ધિઓ કે વિશેષ કાર્યોની તસ્વીર ખેંચીને રાખો, પોતાના કાર્યોને કૉમ્પ્યૂટર કે અંગત પેન ડ્રાઈવમાં પણ સેફ કરીને રાખો, જરૂરી ઈ-મેલને ડિલીટ ન કરો, હંમેશાં ઑફિસોમાં એવું થાય છે કે તમારા સહયોગી જ તમારા પ્રોજેક્ટ તેમજ કૉન્સેપ્ટને પોતાના બનાવીને પ્રસ્તુત કરી દે છે, તો ક્યારેક કોઈ તમારી વાતોને બૉસની સામે મરચું-મીઠું ભભરાવીને પ્રસ્તુત કરી દે છે, કોઈ પોતાની વાતથી ફરી જાય છે, તો કોઈ તમારી મહેનત પર પોતાનો શ્રેય જતાવવા લાગી જાયછે. આથી તમારે જો સફળ વિજેતા બનવું છે, તો આ નાની-નાની વસ્તુઓને પણ પોતાના વ્યાવહારિક જીવનમાં ઉતારવી પડશે, કેમ કે કેટલીય વાર તમારાથી ઓછા ઉતરતાં લોકો તમારાથી આગળ આથી નિકળી જાય છે, કેમ કે તમારી પાસે પોતાના કરેલા કાર્યો તેમજ વાતોના કોઈ પુરાવા નથી હોતા અને એનો જ ફાયદો ઉઠાવીને બધું જ પોતાના નામ કરાવી લે છે.

જો તમારે સફળ થવું છે, તો ધ્યાન ખુદ પર આપો, કેમ કે ધ્યાનનો નિયમ છે કે, જે વસ્તુ પર આપણે ધ્યાન આપીએ છીએ, તે વસ્તુ વધવા લાગે છે, વિસ્તૃત થવા લાગે છે. આથી પોતાની કમીઓને શોધો, પોતાના ભીતર છુપાયેલી સંભાવનાઓને ઓળખો.

વાતોને છુપાવતાં પણ શીખો

સારા માણસ હોવાનો અર્થ એ નથી કે, તમે પોતાના દિલની વાત કે યોજનાઓને દરેકથી શેર કરતાં ફરો. કોઈ તમારો કેટલો પણ સગો, ભલો કે પોતાનો કેમ ના હોય. કેટલીક વાતો એવી હોય છે, જેને છુપાવવી જરૂરી હોય છે. હંમેશાં એવું થાય છે કે, આપણે ભાવનાઓમાં વહીને કોઈ પોતાનાને એ કહી બતાવીએ છીએ કે, 'હું ફક્ત તને જ બતાવી રહ્યો છું, આ વાત કોઈ બીજાને ના બતાવતા'. આવી સ્થિતિમાં આપણે એક વાત ભૂલી જઈએ છીએ કે, જે પ્રકારે આપણો કોઈ સગો છે અથવા આપણને કોઈ પર વિશ્વાસ છે, એવી જ રીતે એનો પણ કોઈ સગો કે વફાદાર હશે અને તે પણ કોઈ બીજાને એ જ કહીને બતાવશું કે, 'હું ફક્ત તને બતાવી રહ્યો છું, આ વાત કોઈ બીજાને ના બતાવતા'. અને આ શ્રૃંખલા આગળ વધતી ચાલી જાય છે અને જે વાત છુપાવવાની હોય છે, તે જગજાહેર થઈ જાય છે, જેના ચાલતા કેટલીય વાર આપણા અંગત રહસ્ય સામે આવી જાય છે, તો કેટલીય વાર આપણી યોજનાઓ કાર્યાન્વિત થવાથી પહેલાં જ વિફળ થઈ જાય છે. આથી કોઈ વાત તમને કેટલી પણ પરેશાન કેમ ના કરી રહી હોય, એને પોતાના સુધી જ રાખો.

પરખવામાં પાછળ ના હટો

સારો માણસ ના ફક્ત બધા પર જલ્દી વિશ્વાસ કરી લે છે, બલ્કે જો કોઈ કોઈની વિરુદ્ધ કાન પણ ભરે, તો એની વાતોમાં નથી આવતો. એને લાગે છે કે, એણે જેને પોતાનો કહી દીધો, તે હંમેશાં એનો પોતાનો બનીને રહેશે, ક્યારેય પણ ભવિષ્યમાં કોઈ છળ-કપટ નહીં કરે, આથી તે એમની પરીક્ષા પણ નથી લેતો. જ્યારે કે સત્ય તો એ છે કે, સમય અને પરિસ્થિતિ ક્યારેય એક સમાન નથી રહેતી, માણસના નિયમ પણ બદલાતા રહે છે. આથી એવામાં જરૂરી છે કે, સમય-અસમય પોતાની આસપાસના લોકો, સંબંધો તેમજ સહયોગીઓને પરખતા રહો. કેમ કે માણસની આદત હોય છે, પહેલાં તેઓ બીજાઓ પર પોતાનો વિશ્વાસ જમાવે છે અને જ્યારે વિશ્વાસ જામી જાય છે, ત્યારે તે એને દગો આપવાનો પ્લાન બનાવે છે. આથી થોડાં સમયના અંતરાલમાં કોઈને કોઈ ઢંગથી પોતાનાઓની પરીક્ષા લેતાં રહો જેતી તે પણ ચોકન્ના રહે કે આપણો માલિક કે સહયોગી કેટલો સચેત છે અને એને દગો આપવો મુશ્કેલ છે.

માણસની આદત હોય છે કે, પહેલાં તે બીજાઓ પર પોતાનો વિશ્વાસ જમાવે છે અને જ્યારે વિશ્વાસ જામી જાય છે, ત્યારે તે એને દગો આપવાનો પ્લાન બનાવે છે.

જૂઠા સોગંદ ખાનારા તેમજ આંસુ વહાવવાવાળાઓથી બચો

સારો માણસ માને છે કે, કોઈ પણ રોવે છે કે સોગંદ ત્યારે ખાય છે, જ્યારે તે મજબૂર તેમજ લાચાર હોય છે. સારા માણસનો આ જ સ્વભાવ એને એક દિવસ લઈ ડૂબે છે, કેમ કે જૂઠાં સોગંદ ખાવાવાળાઓ તેમજ નકલી આંસૂ વહાવવાવાળાઓની કોઈ કમી નથી. સત્ય તો એ છે કે, લોકો એને પોતાનું હથિયાર બનાવીને ઉપયોગ કરે છે. તે જરૂર પડવા પર ના ફક્ત પોતાના બાળકો સુધી જ જૂઠા સોગંદ ખાઈ લે છે બલ્કે પગમાં પડીને ત્યાં સુધી ગિડગિડાતા રહે છે, જ્યાં સુધી સામેવાળા ઓગળી નથી જતાં. આથી જો તમારે સફળ વિજેતા બનવું છે, તો એવા જૂઠા સોગંદ તેમજ આંસૂ વહાવવાવાળાઓથી બચો, કેમ કે એ ભલે જ તમારા પગોમાં પડી રહેવાનો અભિનય કરે છે, પરંતુ એમના ઈરાદા તમારું ગળું દબાવીને તમારા માથા પર બેસવાની હોય છે. એ વાતનું વિશેષ ધ્યાન રાખો, જે માણસ પોતાનાઓના જૂઠા સોગંદ ખાઈ શકે છે, તે તમને પણ નહીં છોડે. જે ક્યારેય પોતાના ના થઈ શકતા હોય, તે તમારા શું થશે.

બીજાઓની લડાઈમાં પડવાથી પહેલાં વિચારો

સારા માણસનો સિદ્ધાંત હોય છે, 'નેકી કર કુવામાં નાંખ' પરંતુ એની આ જ નેકી

એની જીતને કેટલીય વાર હારમાં બદલી નાખે છે. કેમ કે તે બીજાઓની લડાઈમાં એને બચાવવા માટે સમજ્યા-વિચાર્યા વગર જ કૂદી પડે છે. બીજા માટે લડવું સારી વાત છે, પણ તમે જેના માટે લડી રહ્યાં છો, લડવાથી પહેલાં એની હકીકત, એનું સ્તર તેમજ એનો અપરાધ સારી રીતે અવશ્ય જાણી લો. એવું ન થાય કે, એને બચાવવાના ચક્કરમાં તમે તમારું નુકસાન કરી બેસો. ધ્યાન રાખો, કીચડમાં પડેલા માણસને બચાવવામાં પોતાના હાથ-પગ તેમજ કપડાં પણ અવશ્ય ગંદા થાય છે. બીજાઓનું બળતું ઘર બચાવવાના ચક્કરમાં પોતાના હાથ-પગ પણ બળે છે, આથી સમજ્યા-વિચાર્યા વગર ક્યારેય પણ કોઈને બચાવવાના ઉદ્દેશ્યથી ના પહોંચો કે બચાવવા સારી વાત હોય છે. બની શકે તો લડાઈનો વ્યાવહારિક પક્ષ પણ જોઈ લો તથા લડાઈ પછી થનારા નુકસાનનો પણ અંદાજો લગાવીને ચાલો.

બીજા માટે લડવું સારી વાત છે, પણ તમે જેના માટે લડી રહ્યાં છો, લડવાથી પહેલાં એની હકીકત, એનું સ્તર તેમજ એનો અપરાધ સારી રીતે અવશ્ય જાણી લો. એવું ન થાય કે, એને બચાવવાના ચક્કરમાં તમે તમારું નુકસાન કરી બેસો.

ભલે જ ડંખો નહીં, પરંતુ ફુફાડો જરૂર મારો

દરેક માણસ મ્હોંની વાત નથી સમજતો, કેટલાંક લોકો લાતોના ભૂત પણ હોય છે. એમને કોઈ વાત ત્યાં સુધી સમજમાં નથી આવતી, જયાં સુધી એમને દાંટ-ફટકાર ના આપવામાં આવે. પરંતુ સારા માણસની એ ખૂબી હોય છે કે ના તો તે ખુદની બેઇજ્જતી સહન કરે છે અને ના તો તે ક્યારેય કોઈની બેઇજ્જતી કરે છે. આ જ વ્યવહારના ચાલતા એના બધા પ્રયત્ન લોકોથી પ્રેમ-મહોબ્બતથી બોલવાની હોય છે, પરંતુ લોકો પ્રેમ-મહોબ્બતની ભાષા ક્યાં સમજે છે, તે સામેવાળાના નરમ દિલનો ફાયદો ઉઠાવે છે. આ જ કારણ છે કે, સારો માણસ અનેક ગુણોના ચાલતા પણ આથી સફળ વિજેતા નથી બની શકતો, કેમ કે તે હંમેશાં સીધી આંગળીથી જ ઘી કાઢવાના પ્રયત્નમાં લાગ્યો રહે છે. જ્યારે કે સમજદારી તેમજ નીતિ એ કહે છે કે, 'જ્યારે સીધી આંગળીથી ઘી ના નિકળે તો આંગળી વાંકી કરી લેવી જોઈએ.' આથી જો તમને લાગે છે કે, તમારી સામેવાળા તમારા પ્રેમ-મહોબ્બતનો ગેરફાયદો ઉઠાવી રહ્યા છે, તો એને પોતાનું રુદ્ર તેમજ વિકરાળ રૂપ આવશ્ય બતાવો અને જો તમે એવું ના કરી શક્યા, તો ઓછાથી ઓછું એવું પ્રદર્શન અવશ્ય કરો. જે પ્રકારે સાપ માટે જરૂરી નથી કે, તે ખુદને બચાવવા માટે સામેવાળાને ડસે જ, તે માત્ર ફુફાડો મારીને પણ પોતાનું

કામ કાઢી લે છે, એટલે સામેવાળાને ડરાવી દે છે. આથી બેશક તમે પોતાનો ક્રોધ તેમજ નારાજગી મનથી ન રાખો, પરંતુ સમય તેમજ પરિસ્થિતિને ધ્યાનમાં રાખીને એનું પ્રદર્શન અવશ્ય કરો.

કશું પણ વહેંચવા તેમજ ન્યોછાવર કરવાથી પહેલાં એ વાતની પરખ કરી લો કે, જેના પર તમે પોતાની દરિયાદિલી બતાવી રહ્યા છો, તે એને લાયક છે પણ કે નહીં. એવું ન થાય કે લંગૂરના હાથ અંગૂર લાગી જાય.

સમજી-વિચારીને દરિયાદિલી બતાવો

મોટા દિલના હોવાનો અર્થ એ નથી કે, તમે કોઈને પણ પરખ્યા વગર કે કાબેલિયત જોયા વગર એના પર પોતાની બધી સંપત્તિ લૂંટાવી દો. કોઈ કેટલો જ સગો ભાઈ હોય કે જૂનો મિત્ર, કોઈ કેટલો પણ ગરીબ-મજબૂર હોય કે જરૂરિયાતમંદ કશું પણ દાન વગેરે કરવાથીપહેલાં આગળ-પાછળ જરૂર વિચારી લો. એવું ન થાય કે તમારી દરિયાદિલી તમને જ રસ્તા પર લઈ આવે. કશું પણ વહેંચવા તેમજ ન્યોછાવર કરવાથી પહેલાં એ વાતની પરખ કરી લો કે, જેના પર તમે પોતાની દરિયાદિલી બતાવી રહ્યાં છો, તે એને લાયક પણ છે કે નહીં. એવું ન થાય કે લંગૂરના હાથ અંગૂર લાગી જાય એટલે સામેવાળાને એની હેસિયતથી વધારે મળી જાય અને તે તમારી આપેલી વસ્તુને ખુદ તો બરબાદ કરી જ દે, તે તમારા પણ કામની ના રહે. કોઈવાર ઑફિસમાં માલિક પોતાની દરિયાદિલીના ચાલતા અથવા ભલાઈના ચાલતા પોતાના કોઈ કર્મચારીની સેલરે મન ખોલીને એ વિચારીને વધારી દે છે કે, તે ખુશ થઈને સારું અને બમણું કામ આપશે પરંતુ કર્મચારી એ વાતથી વધારે ઘમંડી થઈ જાય છે અને કામથી ચોરી કરવા લાગે છે. જેના ચાલતા તે લાપરવાહ અને આળસું થઈ જાય ચે. આથી જો તમે પણ સફળ વિજેતા બનવા ઇચ્છો છો, તો પોતાની દરિયાદિલીને પોતાની કમજોરી ના બનવા દો.

પોતાની પ્રવૃત્તિથી ના ચિપકો

દરેક માણસની પોતાની પ્રવૃત્તિ હોય છે અને એ જ એની ઓળખ હોય છે. સારો માણસ પ્રવૃત્તિવાદી, સિદ્ધાંતવાદી તેમજ નિયમવાદી હોય છે. તે પોતાના એ સિદ્ધાંતો તેમજ નિયમોને થોડવા પોતાની શાનની વિરુદ્ધ સમજે છે. સત્ય તો એ છે કે, તે પોતાની પ્રવૃત્તિથી બંધાયેલો રહે છે. એને આ કથાના માધ્યમથી સમજો. એક ખૂબ પ્રામાણિક તેમજ દયાળુ ખેડૂત હતો. તે દિવસ-રાત મહેનત કરતો હતો. ઈશ્વરની પૂજા

કરતો, પણ સિવાય બે સમયની રોટલીના કશું પણ પ્રાપ્ત થતું ન હતું. એક દિવસ તે ખૂબ દુ:ખી થઈ ગયો અને એણે ભગવાનથી પ્રાર્થના કરી. પ્રાર્થના હ્રદયમાં ઉત્પન્ન થઈ હતી, તો ભગવાન એની સામે પ્રગટ થઈ ગઈ. એણે ભગવાનથી કહ્યું- 'ભગવન! હું પૂરી પ્રામાણિકતાથી મહેનત કરું છું, પણ મારી પરેશાનીઓ દૂર જ નથી થઈ રહી. ગૃહસ્થીનો ભાર વધતો જ જઈ રહ્યો છે અને ક્યાંક કોઈ ચેન નથી નજરે પડતું. કૃપા કરીને મને ખુશીઓ પ્રદાન કરો.'

ભગવાને કહ્યું - 'અવશ્ય હું એવું કરીશ, પણ તું કોઈ કુવાની ચાર ઈંટો લઈ આવ. ત્યારે હું તારી મનોકામના પૂરી કરી દઈશ.'

તે ખેડૂત ઈંટોની શોધમાં નિકળ્યો. પોતાના ગામના કુવા પર પહોંચ્યો, તો જોયું કે ત્યાં ખેડૂતગણ પોતાના ખેતરોમાં પાણી આપી રહ્યાં છે. એને વિચાર્યું- 'જો અહીંયાથી મેં ઈંટો કાઢી લીધી, તો કુવાની દીવાલમાં છેદ થઈ જસે. પછી આ બધાને પાણી આપવામાં મુશ્કેલી થશે.' આમ વિચારીને તે આગળ વધી ગયો કે કોઈ અન્ય કુવાથી તે ઈંટો કાઢશે. જયારે બીજા કુવા સુધી પહોંચ્યો, તો ત્યાં બાળકો સ્નાનનો આનંદ લઈ રહ્યાં હતા. એ વિચારીને કે અહીંયાથી ઈંટો કાઢવાથી એમને પરેશાની થશે, તે આગળ વધી ગયો. એક કુવા પર પહોંચ્યો તો ત્યાં સ્ત્રીઓ પાણી ભરી રહી હતી. ઈંટો કાઢવાથી એમને અસુવિધા થશે, આ વિચારને તે ફરી આગળ ચાલ્યો. અંતમાં એક જંગલમાં તૂટેલો-ફૂટેલો કુવો મળ્યો, જેની તે ઈંટો કાઢીને લાવ્યો અને ભગવાનને અર્પિત કરી. એ ઈંટોની હાલત જોઈને ભગવાન હસ્યા અને બોલ્યા - 'પુત્ર! હવ મારી સમજમાં આવ્યું કે તને ખુશીઓ કેમ નથી મળી રહી. પોતાની દયાળુ પ્રકૃતિને કારણે તું ખુદને ખુશીઓથી વંચિત કરતો રહે છે, જયારે કે બીજા આટલા દયાળું નથી. પોતાની આ પ્રવૃત્તિને છોડી દે તો તું પણ ખુશ થઈ જઈશ.'

જો તમે સમય પર પોતાની ભૂલોને સ્વીકાર નથી કરતાં, તો તમે એક વધારે ભૂલ કરી બેસો છો. તમે પોતાની ભૂલોથી ત્યારે જ શીખી શકો છો, જયારે તમે પોતાની ભૂલોનો સ્વીકાર કરો છો.

પણ પ્રામાણિક તેમજ સીધા વર્ગના લોકોની સાથે આ સૌથી મોટી મુશ્કેલી છે કે તેઓ પોતાની પ્રવૃત્તિ નથી છોડી શકતા. એમના કેટલાંક સિદ્ધાંત તેમજ નિયમ હોય છે, જેમનાથી તે ક્યારેય મુક્ત નથી થઈ શકતા. આ લોકોને પોતાની છબિ, પ્રતિષ્ઠા અને આબરુંનું ખૂબ જ ધ્યાન રહે છે. એક મર્યાદાથી વધારે આ કોઈ સમાધાન કરી જ નથી શકતા. આ લોકો મોટાભાગે સ્પષ્ટવાદી અને બેબાક તબીયતના હોય છે. પોતાની તકલીફ, હાર, બેઆબરું, પરેશાનીના રોદણાં તો આ હંમેશાં રોતા રહેશે, પણ કોઈ પ્રામાણિક માણસ સફળ વિજેતા કેવી રીતે બને

પરિવર્તન ક્યારેય નહીં કરે. સત્ય તો એ છે કે, આવા લોકો કોઈ પણ નવી વસ્તુઓને જોઈને પહેલાં મનાઈ જ કરે છે પછી તે પરિવર્તન ઘરની કોઈ વસ્તુની હોય કે ઓઢવા-પહેરવાની, રીતિ-રિવાજની હોય કે લોક-વ્યવહારની, નાની-નાની વસ્તુઓને આ પોતાની પ્રતિષ્ઠા તેમજ સન્માનથી જોડીને જુએ છે. જ્યારે પણ કોઈ વસ્તુ એમને એમના હિસાબથી થતી નજરે નથી આવતી તો એમને ખરાબ લાગી જાય છે.

જેમ રાત લાંબી અને કાળી હોઈ શકે છે, પરંતુ એનો એ અર્થ નથી હોતો કે સવાર થશે જ નહીં. ઠીક એ જ પ્રકારે અસફળતાનો સમય પણ લાંબો હોઈ શકે છે, પરંતુ એનો એ અર્થ નથી હોતો કે, તમને હવે ક્યારેય સફળતા મળશે જ નહીં.

ખુદમાં વિશ્વાસ પેદા કરો

ગુજરાતીમાં એક ખૂબ પ્રસિદ્ધ કહેવત છે - 'વિશ્વાસનું જ્ઞાન છે સફળતાની અસલી ઓળખ.' જો કોઈ કામ વિશ્વનો એક માણસ કરી શકે છે, તો વિશ્વાસ રાખો કે તે કામ તમે પણ કરી શકો છો. જ્યાં સુધી મનમાં વિશ્વાસ નથી જાગતો, આપણને સફળતા બિલકુલ નથી મળતી કે મળે. શ્વાસની તાકાત પ્રાપ્ત કરને જ તો મન કર્મવીર બને છે. પૈસા અને તાકાતથી જગતને નથી જીતી શકાતું. પૈસા અને તાકાતથી સિકંદર પણ જગ જિતવાનું સપનું જોતાં-જોતાં ઉપર ચાલ્યો ગયો હતો. વિશ્વાસ વિશ્વની સૌથી શક્તિશાળી તરંગ છે. આ તરંગમાં તરંગિત થઈને માણસનું શરીર ખિલી ઊઠે છે. આ તરંગમાં ભય અને ચિંતાની નકારાત્મક તરંગો નષ્ટ થઈ જાય છે. જેણે પોતાના જીવનકાળમાં જેટલા પણ ચમત્કાર કર્યા, એની પાછળ વિશ્વાસની જ શક્તિ કામ કરી રહી હતી. જેણે લાઇલાજ લોકોથી એ જ કહ્યું કે જો તમે ઠીક થવાનો વિશ્વાસ રાખો છો, તો એ વિશ્વાસ તમને ઠીક કરી દેશે. તો આપણે આ શક્તિ પ્રગટ કરવાની કળા શીખવી પડશે. મનથી જે વિચાર નિકળે છે, એમને જોઈને જ ખબર પડે છે કે, વિચારોની પાછળ કયા પ્રકારનો વિશ્વાસ છે. માણસના વિચાર જ બતાવે છે કે, એની અંદર કેવો વિશ્વાસ છે અને વિશ્વાસ એ બતાવે છે કે, માણસ કેટલા મોટા કામ કરી શકે છે.

સકારાત્મક દૃષ્ટિકોણ રાખો

જે પ્રકારે દરેક સિક્કાની બે બાજુ હોય છે, એ જ પ્રકારે દરેક ઘટના, માણસ, કામ અને જીવનના બે પાસા હોય છે. આપણે ખુદને એ વાતનું પ્રશિક્ષણ આપવું જોઈએ કે કેવી રીતે આપણે સકારાત્મક પાસાને પ્રથમ જોઈએ. સકારાત્મક દૃષ્ટિકોણ લાવતા જ

 પ્રામાણિક માણસ સફળ વિજેતા કેવી રીતે બને

નકારાત્મક પાસું કમજોર દેખાવા લાગે છે અને આપણે મોટા-મોટા સાહસના કાર્ય કરી લઈએ છીએ. નકારાત્મક દૃષ્ટિકોણ લાવતા જ સકારાત્મક પાસું આપણને કમજોર દેખાવા લાગે છે અને આપણે નાના-નાના કાર્ય પણ ઠીક સમય પર નથી કરી શકતા. જો આપણાં દૃષ્ટિકોણની આટલી મોટી અસર આપણાં જીવન પર થાય છે, તો વિશ્વના કોઈ પણ માણસે નકારાત્મક દૃષ્ટિકોણ ના અપનાવવો જોઈએ.

આપણાં દૃષ્ટિકોણ પર નિર્ભર કરે છે કે, આપણે પોતાની અસફળતાને કયા પ્રકારથી લઈએ છીએ. સકારાત્મક દૃષ્ટિકોમ રાખવાવાળા લોકો માટે અસફળતા, સફળતાની એક સીડી છે, આથી તેઓ હારીને પણ જિતવાની કળા જાણે છે. એવા કેટલાય ઉદાહરણ બતાવી શકાય છે કે, જેમાં લોકોએ સકારાત્મક વિચાર તથા આત્મવિશ્વાસથી અનહોનીને હોની કરીને બતાવી છે. ન્યૂટન, ઍડિસન જેવાં મહાન વૈજ્ઞાનિકોએ જે આવિષ્કાર કર્યા, તે એમના વિશ્વાસ, મહેનત, કાર્યની નિરંતરતાનું ફળ છે.

સફળ વિજેતા બનવા માટે જરૂરી છે કે, આપણી મહત્ત્વાકાંક્ષાઓ પણ મોટી હોય, જે ઊંચું વિચારી શકે છે, તે જ સફળ થઈ શકે છે. તમે જેવું વિચારશો, એવા જ બનશો.

મોટી મહત્ત્વાકાંક્ષા રાખો

સારો માણસ સફળ વિજેતા આથી પણ નથી થઈ શકતો, કેમ કે એની મહત્ત્વાકાંક્ષા તેમજ સપના અધિક મોટા નથી હોતા આથી તે સંતુષ્ટ પણ જલ્દી થઈ જાય છે. સફળ વિજેતા બનવા માટે જ રૂરી છે કે, આપણી મહત્ત્વાકાંક્ષાઓ પણ મોટી હોય, જે ઊંચું વિચારી શકે છે, તે જ સફળ થાય છે. તમે જેવું વિચારશો, તેવા જ બનશો. મોટા-મોટા લોકો મોટી-મોટી વાતો. મોટી-મોટી વિચારસરણી, મોટી-મોટી સફળતાઓ. એ કહે પણ તો છે કે, જે લોકો ઊંચું નથી વિચારતા, તે લોકો મોટા કામ પણ નથી કરી શકે, કેમ કે મોટા કાર્યોની પાછળ મોટી વિચારસરણી જ તો કામ કરે છે. ઊંચું વિચારવામાત્રથી જ મસ્તિષ્કની રસાયણ ક્રિયા પણ બદલાવા લાગે છે. આથી ઊંચી વિચારસરણીવાળા મનુષ્યોના જીવનમાં એવા ચમત્કાર થવા લાગે છે, જેનાથી એમને લાગે છે કે, જીવનમાં સફળ થવું અત્યંત સરળ છે. જે વ્યક્તિઓની વિચારસરણી મોટી હોય છે, એમનામાં કસું કરી દેવાની હિંમત હોય છે અને કશું મોટું કરવાની એમની ઇચ્છા પણ હોય છે. ઇચ્છાશક્તિ મજબૂત હોવાને કારણથી જ આપણી અંદર મોટી ઇચ્છાઓ પણ મૂર્ત રૂપ લેવા લાગે છે. એ જ દૃઢ ઇચ્છાશક્તિના ચાલતા જ આપણે પોતાના સપનાઓને સાકાર કરી શકીએ છીએ.

જે વ્યક્તિઓની વિચારસરણી મોટી હોય છે, એમનામાં ઇચ્છા પેદા થાય છે, ઇચ્છાઓથી ઇચ્છાશક્તિ પેદા થાય છે. આ પણ સફળતાનો એક મૂળ મંત્ર છે. આ વાત તો આપણે જોવી પણ પડશે અને સમજવી પણ પડશે કે જો આપણે સફળ થવું છે, તો આપણે પહેલાં મહત્ત્વાકાંક્ષી બનવું પડશે. જે વ્યક્તિ એ વિચારી લે છે કે પછી એવું વિચારવા લાગે છે, તો તે એમ કરવાની દિશામાં આગળ પણ વધવા લાગે છે અને જે એ વિચારીને બેસી રહે છે કે, હું કશું કરી જ નથી શકતો, તો તે કાંકરો ઉઠાવવા જેવું હળવું કાર્ય પણ નથી કરી શકતો.

દરેક સફળતાનો એક નિશ્ચિત ભાગ છે યોજના બનાવવી. જીવનમાં ઘણાં ભધા લોકો આથી અસફળ નથી થતાં કે તેઓ અસફળ થવાની યોજના બનાવે છે, પરંતુ તેઓ યોજના બનાવવામાં જ અસફળ થઈ જાય છે. પોતાના કામની યોજના બનાવો અને યોજના અનુસાર કામ કરો.

યોજના અવશ્ય બનાવો

દરેક સફળતાનો એક નિશ્ચિત ભાગ છે - યોજના બનાવવી. યોજના ન બનાવવાનો અર્થ છે સફળતા માટે તમે તૈયાર નથી. જો નવી યોજનાઓ જ નહીં હોય, તો ભલું કંપની કેવી રીતે આગળ વધશે. કંપનીઓમાં તે જ લોકો આગળ વધે છે, સફળ થાય છે, વિજેતા બને છે, જેમની પાસે નવી-નવી યોજનાઓ હોય છે. જેમની પાસે યોજનાઓ નથી હોતી, તેઓ હંમેશાં અસફળ થાય છે, ફેલ થઈ જાય છે અને એક જ પદ પર પડ્યાં રહીને પ્રગતિ કર્યા વગર કામ કરતાં રહે છે. યોજના વગર વિજય અશક્ય છે.

કેટલાંક લોકો એવા પણ હોય છે, જેમની પાસે યોજનાઓ બનાવવાનો સમય જ નથી હોતો અને તેઓ પોતાની અસફળતાઓનો દોષ બીજાઓના માથે મઢતાં રહે છે. પોતાની કમીઓને ના માનીને હંમેશાં બીજાઓની નિષ્ક્રિયતા માને છે અને અસફળતાઓમાં જીવે છે. 'પોતાના કામની યોજના બનાવો અને યોજના અનુસાર કામ કરો.' જીવનમાં ઘણાં બધાં લોકો આથી અસફળ નથી થતા કે તેઓ અસફળ થવાની યોજના બનાવે છે, પરંત તેઓ યોજના બનાવવામાં જ અસફળ થઈ જાય છે. એક સામાન્ય વાત છે કે, આપણે કોઈ મોટું કામ કરવું છે અને એમાં સફળતા મેળવવી છે, તો એક નિશ્ચિત યોજનાનું હોવું જરૂરી છે. જો આપણી યોજના જ ઠીક ન હોય, તો સફળતા અશક્ય છે.

આમ પણ હોશ, જોશ, પૈસા, ઉત્સાહ બધી વસ્તુઓ જો તમારી પાસે હોય, તો એક સારી યોજના બનાવવાની પણ જરૂર હોય છે. યોજના વગર આ બધી વસ્તુઓ બેકાર

છે, બકવાસ છે. જેથી, જો તમારે સફળ થવું છે, વિજયી થવું છે, તો તમારી પાસે યોજનાઓ પણ હોવી જોઈએ.

પોતાની પ્રશંસાથી સાવધાન રહો

આમ તો દરેક માણસ પ્રશંસાનો ભૂખ્યો હોય છે, પરંતુ આ જ પ્રશંસા આપણી કમજોરી પણ બની જાય છે. ખાસ કરીને સારા માણસોની સાથે, કેમ કે એના જ સહારે લોકો તેમજ એમના પોતાના એમને લૂંટી લે છે અને તે અસફળ થઈ જાય છે, આથી ધ્યાન રાખો કે, અતિ પ્રશંસા તમને નાશની તરફ લઈ જાય છે. આજકાલના સંદર્ભમાં 'પ્રશંસા'નો અર્થ 'ચાપલુસી'થી લેવામાં આવે છે. ચાપલુસ જૂઠી પ્રશંસા કરીને એ વ્યક્તિથી પોતાના નૈતિક-અનૈતિક બધા કાર્ય કરાવડાવે છે. પોતાનું ઉલ્લૂ સીધું કરવું જ એમનો ઉદ્દેશ હોય છે. પ્રશંસા જ્યારે ચાપલુસીમાં બદલાઈ જાય, તો તે સમાજને ખાડામાં લઈ જાય છે. જો આપણે પોતાના જીવનમાં વાસ્તવિક સફળતા પ્રાપ્ત કરવા ઈચ્છીએ છીએ, તો પ્રશંસા અને ચાપલુસી બંનેથી જ બચવું પડશે.

હંમેશાં લોકોમાં પોતાની પ્રશંસા સાંભળીને અહંકાર આવી જાય છે અને તેઓ માની બેસે છે કે, હું વાસ્તવમાં સુયોગ્ય છું, ત્યારે જ તો લોકો મારી પ્રશંસા કરી રહ્યાં છે અને હું ધીમે-ધીમે આ અહંકાર એમના પર હાવી થઈ જાય છે. પ્રશંસાને સહજ ભાવથી લેવી જોઈએ અને પ્રયાસ એ કરવો જોઈએ કે, બીજાઓ દ્વારા કરવામાં આવેલી પ્રશંસાને સતત જાળવી રાખવામાં આવે. આ ત્યારે જ શક્ય છે, જ્યારે આપણે પોતાના ક્રિયાકલાપોને યોગ્ય રાખીએ, ગુણોમાં વૃદ્ધિ કરીએ અને આત્માવલોકન કરતાં રહીએ.

પ્રશંસા કરીને લોકો પોતાનું હિત સાધે છે. તેઓ પ્રશંસા કરીને એ વ્યક્તિથી પોતાનું કામ કઢાવવાનો પ્રયત્ન કરે છે. પોતાનું કામ ન નિકળવા પર એની આલોચના કરીને એના વિષયમાં ખોટો પ્રચાર કરી એને બદનામ કરવાથી પણ બાજ નથી આવતા. આપણે પ્રશંસા અને નિંદાથી યથાસંભવ બચવાનો પ્રયાસ કરવો જોઈએ, ત્યારે જ તમે પોતાની ઊર્જાને સકારાત્મક કાર્યોમાંલગાવીને જીવનને સફળ બ નાવી શકો છો.

નિરંતર અભ્યાસ કરતાં રહો

એ જરૂરી નથી કે, આપણને દરેક કાર્યમાં દરેક વખતા અને તે પણ પહેલી વારમાં

જ સફળતા મળી જશે. સત્ય તો એ છે કે, જેટલી મોટી સફળતા હશે, એટલાં જ મોટા પ્રયત્નો હશે, એટલી વધારે પરીક્ષાઓ હશે. દરેક સફળતા નિરંતર અભ્યાસ માંગે છે, જેને કેટલીય વાર લોકો પોતાની વ્યસ્તતાને કારણે કરવાથી ચૂકી જાય છે અથવા હતાશ થઈને કાર્યની વચ્ચે જ પૂર્ણવિરામ લગાવી દે છે. એવા કેટલાય લોકો છે, જે ખૂબ જ પ્રયત્નો પછી પણ પોતાના કાર્યમાં સફળ નથી થઈ શકતા, કેટલાય લોકોને કેટલીય વાર હારનો સામનો કરવો પડે છે. એવામાં ઉદાસ થવાને બદલે તે ખુદને યાદ અપાવે કે, તમારે હારથી ગભરાવાનું નથી. જે પ્રકારે સોનું આગમાં જેટલું બાળવામાં તેમજ તપાવવામાં આવે છે, એટલું જ તે નિખરે છે, તેવી જ રીતે જીવનમાં જેટલી વધારે તકલીફો તમે જુઓ છો, એટલી જવધારે ઉન્નતિ તમે કરી શકો છો. જો સમજ છે, સકારાત્મક દૃષ્ટિકોણ છે, તો તમે પોતાની દરેક અસફળતાને સફળતાની સીડી બનાવશો, કેમ કે મુસીબતો, અડચણો તમારી અંદર છુપાયેલી શક્તિને જગાવવામાં મદદ કરે છે. આથી, અસફળતાઓથી ગભરાઓ નહીં. જો કોઈ કાર્યમાં તમને અસફળતા મળે છે, તો એ વિચારીને આગળ વધો કે, ઈશ્વર તમારી પરીક્ષા લઈ રહ્યાં છે. પોતાના લક્ષ્ય પર કામ કરતાં રહો. એકને એક દિવસ તમારું સફળ થવું નક્કી છે. આ દુનિયા એને જ રસ્તો આપે છે, જે ઝડપથી ચાલે છે અને ઝડપથી અનવરત, રોકાયા વગર એ જ ચાલી શકે છે. યાદ રાખો, સફળતા એક નિરંતર જારી રહેવાવાળી પ્રક્રિયા છે. તેથી એને જાળવી રાખવા માટે તમારા પ્રયાસોમાં ભૂલવશ પણ શિથિલતા ના આવવી જોઈએ.

જે લોકો પોતાનું લક્ષ્ય નિર્ધારિત નથી કરતાં, એમને બીજાના લક્ષ્યને પૂરા કરવા માટે બળદની જેમ કામ કરવું પડે છે અને તે કામ એમના માટે ભારરૂપ હોય છે. બસ, આ જ અંતર છે સફળ વ્યક્તિ અને એક સરેરાશ વ્યક્તિમાં.

લક્ષ્ય નિર્ધારિત કરો

સફળતાના ગુપ્ત સૂત્રોમાં એ પણ એક એવું મહત્ત્વપૂર્ણ સૂત્ર છે, જેનાથી તમે સો ટકા સફળતા પ્રાપ્ત કરી શકો છો અને સફળતાના ઉચ્ચ મુકામ સુધી પહોંચી શકો છો. લક્ષ્ય વગર કરવામાં આવેલું કાર્ય નિરર્થક જ માનવામાં આવે છે. જો લક્ષ્ય નહીં, તો જીવન કેવું? લક્ષ્ય વગર જીવનનો કોઈ આનંદ નથી, આથી પોતાના જીવનનું કોઈ લક્ષ્ય બનાવો. જે લોકો પોતાનું લક્ષ્ય નિર્ધારિત નથી કરતાં, એમને બીજાના લક્ષ્યને પૂરા કરવા માટે બળદની જેમ કામ કરવું પડે છે અને તે કામ એમના માટે ભારરૂપ હોય છે. બસ, આ જ અંતર છે સફળ વ્યક્તિ અને એક સરેરાશ વ્યક્તિમાં. સફળ વ્યક્તિ પોતાનું લક્ષ્ય બનાવતો ચાલ્યો જાય છે અને સરેરાશ વ્યક્તિ જીવનભર સફળ

 પ્રામાણિક માણસ સફળ વિજેતા કેવી રીતે બને

વ્યક્તિના લક્ષ્યોને પ્રત્યક્ષ કે અપ્રત્યક્ષ રૂપથી પૂરા કરવામાં લાગ્યો રહે છે.

જ્યારે તમે ઘરથી ચાલો છો, તો પહેલાં જ એ નક્કી કરી લો છો કે, ક્યાં જવાનું છે. જો તમે લક્ષ્ય વગર ઘરથી નિકળશો, તો અહીં-તહીં ભટકીને પાછા ઘેર આવી જશો. એ જ પ્રકારે જો તમે જીવનમાં સફળ થવા માટે મોટાથી મોટું લક્ષ્ય બનાવશો, ત્યારે જ તમે લક્ષ્યને સાધી શકશો, લક્ષ્ય સુધી પહોંચી શકશો. લક્ષ્ય નક્કી કરવું અને એને પૂરું કરવા માટે શરુઆત કરવી જ, એ લક્ષ્યને પ્રાપ્ત કરવામાં સફળતા બતાવે છે. જ્યારે તમે પોતાના લક્ષ્યને નક્કી કરી લો છો, ત્યારે પરિસ્થિતિઓ તમારા અનુકૂળ થવા લાગે છે અને ત્યારે કોઈ તમને પથભ્રમિત પણ નહીં કરી શકતું.

એવું લક્ષ્ય પસંદ કરો, જે તમારા મૂલ્યો તેમજ ધારણાઓથી મેળ ખાતું હોય. નિયમિત રૂપથી તપાસતા રહો કે, તમારા વિચાર તેમજ કામ એ જ દિશામાં છે અથવા નહીં? તમે એ લક્ષ્યો માટે કામ નહીં કરો, જે તમારા મૂલ્યોથી મેળ નથી ખાતું. એવું કોઈ લક્ષ્ય પસંદ કરો, જેનો કોઈ ઉદેશ્ય હોય. સફળ વ્યક્તિઓએ હંમેશાં એવા લક્ષ્ય પસંદ કર્યા, જે એમના અંગત ઉદેશ્યોની પ્રાપ્તિથી ક્યાંય ઉપર તેમજ અધિક હતા. એમણે હંમેશાં પોતાના સિવાય, બીજાઓ વિશે પણ વિચાર્યું. એમણે પોતાના સિવાય પોતાના કર્મચારીઓ તેમજ ગ્રાહકોની ભલાઈ તેમજ હિતને પણ ધ્યાનમાં રાખ્યા.

જે પ્રકારે તમે ખુદને કોઈ કારણવશ વિશેષ સમજો છો અને ઇચ્છો છો કે લોકો તમારાથી સન્માનપૂર્વક વર્તન કરે. એ જ પ્રકારે પ્રત્યેક વ્યક્તિ પણ એ જ ઇચ્છે છે કે, બીજા લોકો પણ એની સાથે એ જ સન્માનની સાથે વર્તન કરે, જેમ કે આપણે એમની સાથે કરીએ છીએ.

બીજા લોકોનું સન્માન કરો

સારા માણસોએ જો સફળ બનવું છે, સફળ વિજેતા થવું છે, તો એમને મહત્ત્વપૂર્ણ લોકોના મહત્ત્વને જાણવા તેમજ સમજવા પડશે. કોઈ નથી ઇચ્છતું કે, એમની સાથે નાના માણસ જેવો વ્યવહાર થાય. તમે જેટલું મહત્ત્વ બીજા લોકોને આપશો, એટલું જ અધિક મહત્ત્વ બીજા પણ તમને આપશે. નહીંતર જો તમે બીજાઓની ઉપેક્ષા કરશો, તો બીજા પણ તમારી ઉપેક્ષા કરશે જ કરશે. આથી કારકિર્દી પ્રમાણે અને પોતાના ભવિષ્ય નિર્માણ પ્રમાણે એ વાત સારી રીતે જાણી લો અને સમજી પણ લો કે, તમારે લોકોને મહત્ત્વપૂર્ણ બનાવવાનું પણ આવડવું જોઈએ અને લોકોના મહત્ત્વને પણ સમજતા આવડવું જોઈએ.

જે પ્રકારે તમે ખુદને કોઈ કારણવશ વિશેષ સમજો છો અને ઇચ્છો છો કે લોકો

તમારાથી સન્માનપૂર્વક વર્તન કરે. એ જ પ્રકારે પ્રત્યેક વ્યક્તિ પણ એ જ ઇચ્છે છે કે, બીજા લોકો પણ એની સાથે એ જ સન્માનની સાથે વર્તન કરે, જેમ કે આપણે એમની સાથે કરીએ છીએ. તેથી બીજાઓને વિશેષ સમજીને એમનું યથાસંભવ સન્માન કરવું, લોકપ્રિય થવાની પ્રથમ શરત હોય છે અને માનવામાં પણ આવે છે. આથી, આપણે આગળ વધવાની દિશામાં આ શરતને પણ માનવી પડશે અને સમજવી પણ પડશે.

જ્યારે જિંદગીમાં બધું જ ખરાબ ચાલી રહ્યું હોય, કોઈ આશાની કિરણ નજર ના આવી રહ્યું હોય, તો તમારે કશું નવું શીખવું પડશે, કેટલાંક નવા માર્ગ બનાવવા પડશે, પોતાની કમજોરીઓને તાકાત બનાવવી પડશે, ખુદને પ્રેરિત કરવા પડશે. ક્યારેક-ક્યારેક જિંદગી બદલાવ ઇચ્છે છે.

આથી લોકોને ધૈર્યપૂર્વક ધ્યાન અને ગંભીરતાથી સાંભળો. એમની પ્રશંસા અને એમનું અભિવાદન કરો. લોકોને એમના નામથી સન્માનની સાથે બોલાવો. એમના કોઈ સવાલ કે કોઈ સમસ્યાને સાંભળીને જવાબ આપવાથી પહેલાં થોડો વિરામ લો. એકદમથી જ પોતાનો નકારાત્મક કે સકારાત્મક અભિપ્રાય પ્રગટ ના કરો. જો કોઈ તમારી રાહ જોઈને બેઠું છે અને તમે વ્યસ્ત છો, તો એના સુધી એ જાણકારી અવશ્ય જ પહોંચાડતા રહો કે, તમને એ અહેસાસ છે કે, તે તમારી રાહ જોઈ રહ્યો છે. જો એકથી વધારે લોકોની વચ્ચે બેઠા હો, તો બધાને બરાબર મહત્ત્વ આપો.

એના સિવાય જો આપણી અંદર બીજાઓથી સંમતિ દર્શાવવાના ગુણોનો પણ વિકાસ થઈ જાય, તો સમજો આપણે સફળતાની તરફ વધારે એક પગલું વધારી શકીએ છીએ. આ વાત તો બધાને ખબર પણ રહે છે કે, આપણે બધા એક-બીજાથી ક્યારેય પણ સંમત નથી રહી શકતા. જો કે, વ્યવહાર કુશળ થવા માટે આપણી બીજાથી સંમતિ દર્શાવવી એક નીતિગણ ગુણ માનવામાં આવે છે. આ ગુણ જેમાં હોય છે, તે આપોઆપ એનાથી જોડાવા લાગે છે.

આપણે એ વાતને પણ ક્યારેય ના ભૂલવી જોઈએ કે, બીજાઓથી અસંમતિ તો કોઈ પણ દર્શાવી શકે છે, પરંતુ સંમતિ દર્શાવવી કોઈ બુદ્ધિમાન, નીતિજ્ઞ, નિપુણ તેમજ મોટા હ્રદય અને ખુલ્લા વિચારોવાળા વ્યક્તિનો ગુણ માનવામાં આવે છે. જો તમે આ પ્રકારનો વ્યવહાર કરશો, તો ના ફક્ત તમારી છબિ સારી બનશે, બલ્કે તમામ લોકો તમારાથી જોડાશે અને જોડાવાનો પ્રયત્ન પણ કરશે.

 પ્રામાણિક માણસ સફળ વિજેતા કેવી રીતે બને

નવું શીખવા માટે તૈયાર રહો

ખુદને હંમેશાં નવું શીખવા માટે તૈયાર રાખો. નવું શીખવા માટે જરૂરી નથી કે, તમે પોતાના ક્ષેત્રની જાણકારીથી જ ખુદને તૈયાર રાખી શકો છો. પ્રેરણા ક્યાંયથી પણ મળી શકે છે. પ્રેરણા સારી પુસ્તકો, પ્રેરક પ્રસંગો, ભરણ-પોષણ કરનારા મજૂરથી પણ મળી શકે છે. પંચતંત્ર, જાતક કથાઓ, બોધકથાઓ, હિતોપદેશ અને કિંવદંતિઓથી પણ આપણે ઘણું બધું શીખી શકીએ છીએ. ભારતમાં જ્ઞાન-વિજ્ઞાનના જૂના સ્રોત માનવામાં આવવાવાળા વેદો, પુરાણો, ઉપનિષદો તથા પ્રસિદ્ધ વિદ્વાનો દ્વારા લિખિત ગ્રંથોનો જો તમે બરાબર રીતે અભ્યાસ કરો, તો તમને જીવનના કેટલાય પાસાઓને લઈને ઘણાં બધા નવા વિચાર મળશે. જો તમને એટલો સમય નથી અને તમે થોડા વધારે જલ્દીમાં છો, તો પોતાના વડીલો તથા સમાજના વરિષ્ઠ નાગરિકોની સાથે સન્માનજનક વ્યવહાર કરો. એમનાથી સલાહ લો. જીવન અને પરિસ્થિતિઓ વિશે એમના અનુભવ અને વિચાર જાણો. તમે ભાગ્ય ભરોસે ન રહેવા અને મહેનત કરીને આગળ વધવાની અચૂક પ્રેરણા મળશે.

નસીબ ચમકવાની રાહ જોવાને બદલે, પૂરી તાકાત અને સમર્પણથી પોતાના કાર્યમાં લાગી જાઓ. યાદ રાખો, કોઈ પણ વ્યક્તિ સંયોગ કે નસીબથી જ સફળ નથી થતો. સફળતામાં એની મહેનત, લગન, સૂઝબૂઝ અને કર્મઠતાનું પણ યોગદાન હોય છે.

બહાના બનાવવાથી બચો

કેટલાય લોકો બહાનાઓને કારણથી અસફળ રહે છે. મસ્તિષ્ક કામ કરવાને બદલે નવા-નવા બહાના વિચારવામાં વ્યસ્ત રહે છે. બહાનાબાજી આપણને આળસ તરફ ધકેલે છે અને આળસું માણસ ક્યારેય પણ સફળ નથી થઈ શકતા. અસફળ વ્યક્તિ જ સૌથી મોટા બહાનાબાજ હોય છે. જે કામને બહાનાબાજ વ્યક્તિ બહાનાબાજી કરીને ટાળી દે છે, એ જ કાર્યને બીજો વ્યક્તિ સફળતાપૂર્વક કરી લે છે. બહાનાબાજી કરીને વ્યક્તિ બીજાઓને દગો આપવાનો અને મૂર્ખ બનાવવાનો પ્રયત્ન કરે છે. જો એમાં તે સફળ થઈ જાય છે, તો એણે એ ના સમજવું જોઈએ કે, તે બીજાઓને દગો આપવામાં અને મૂર્ખ બનાવવામાં સફળ થઈ ગયા છે. હકીકતમાં તેઓ ખુદને દગો આપે છે અને મૂર્ખ બનાવે છે.

કેટલાય લોકો આ ડરથી બિઝનેસ નથી કરી શકતા કે, એમાં નુકસાન ના થઈ જાય. કેટલાય લોકો આથી પ્રૉપર્ટી નથી ખરીદી શકતા કે, કોઈ એમની જમીન પરકબ્જો

ના કરી લે. ઘણાં બધા લોકો એ વિચારે છે, 'હું તો હજુ ખૂબ નાનો છું, અને ના તો મને આ પ્રકારના કાર્ય કરવાનો અનુભવ છે', 'હું આ કામ કરી જ નહીં શકું' અથવા પછી 'મારી ઉંમર વધારે થઈ ગઈ છે, હું હવે નવું કામ કરીને શું કરીશ?', 'હું આ કામ કેમ કરું?' કેટલાંક લોકો નસીબના સહારે બેસી રહે છે. તેઓ હંમેશાં રોદણાં રોતા રહે છે કે, ભગવાને મારી કિસ્મત જ ખરાબ લખી છે. યાદ રાખો, કોઈ પણ વ્યક્તિ સંયોગ કે કિસ્મતથી જ સફળ નથી થતો. સફળતામાં એની મહેનત, લગન, સૂઝબૂઝ અને કર્મઠતાનું પણ યોગદાન હોય છે.

સફળતાનો ડર

મોટાભાગના લોકો બીજાના ડરને કારણે પડકારો હાથમાં નથી લેતા. તેઓ આગળ વધીને કોઈ કામની પહેલ પણ નથી કરવા ઇચ્છતા. એમના મનમાં ફક્ત અને ફક્ત એ ભય રહે છે કે, જો અસફળ થઈ ગયા, તો લોકો ભલું, મારા વિશે શું કહેશે? ત્યાં સુધી કે લોકો હેર કટ કરાવવાથી, ખુદને નવો લુક આપવાથી અને પસંદગીના કપડાં પહેરવા સુધી ડરે છે અને ખુદથી એ સવાલ પૂછે છે કે, લોકો શું કહેશે?

આમ તો આ વાત તો આપણે બધા જાણીએ જ છીએ કે, દરેક વાતમાં નુક્સ કાઢવો, પૂછ્યા વગર અભિપ્રાય આપવો અને વ્યંગ્ય કરવો સમાજના એક મોટા વર્ગનો નિઃશુલ્ક રોજગાર છે. આ જ બધું વિચારતા રહેશો, તો ક્યાંયના પણ નહીં રહી જાઓ. એવા લોકોની એક વિશેષતા એ પણ હોય છે કે, આવા લાકો ખૂબ ઝડપથી પલટી પણ મારી જાય છે. તમે જરા એવા સફળ થયા નથી કે, ફરીથી આ લોકો ડાયલોગ બોલશે અને કહેશે - 'અમે તો પહેલાંથી જ જાણતા હતા કે, તમે સફળ થશો.' તમે યોગ્ય કાર્ય પસંદ કરો અને પૂરી તાકાતથી એ કામને અંજામ આપો અને લોકોને ભૂલી જાઓ.

ભાગ્યનું બહાનું ન બનાવો

આ દુનિયામાં ઘણાં બધા લોકો એવા છે, જે પૂરી લગનથી પોતાનું કાર્ય નથી કરી રહ્યાં, ખોટી દિશામાં પ્રયાસ કરી રહ્યાં છે અને અસફળ થવા પર ભાગ્યનું બહાનું બનાવી રહ્યા છે. યોગ્ય દિશામાં મહેનત કરનારાઓને, બની શકે છે કે, અપેક્ષિત ઊંચાઈ ન મળે, પરંતુ એ પણ નક્કી છે કે અસફળતા હાથ નહીં લાગે. જો મહેનત જારી રહી અને ભાગ્ય તમારા અનુકૂળ રહ્યું તો આશાથી વધારે સફળતા મળી જશે. એના વિપરીત જો અનુકૂળ ના રહ્યું અને છતાં પણ મહેનત જારી રહી, તો મહેનતને કારણે અસફળતાની ટકાવારી ઓછી થઈ જશે અથવા આંશિક સફળતા તો મળી જ

 ————————————————— પ્રામાણિક માણસ સફળ વિજેતા કેવી રીતે બને

જશે. આથી કિસ્મત ચમકવાની રાહ જોવાને બદલે, જ્યોતિષીઓના ચક્કર લગાવવાને બદલે, તમે પૂરી તાકાત અને સમર્પણમાં પોતાના કાર્યમાં લાગી જાઓ. ભાગ્યને પોતાનું કામ કરવો દો અને તમે પોતાનું કામ કરો.

વિચારવાનો ત્યાગ કરો, કામ શરું કરો

ઘણાં બધાં લોકો સતત વિચારોમાં ડૂબેલા રહે છે. કોઈ કાર્ય વિશે ખૂબ જ વિચારતા રહેવાથી હંમેશાં તે કામ ક્યારેય શરું નથી થઈ શકતું અને જ્યારે તે કામ શરું જ નથી થયું, તો ભલું તે સમાપ્ત કેવી રીતે થશે? આથી દુવિધાઓથી નિકળીને પોતાનું કામ શરું કરો.

રાવણ પણ સીતાની સામે એક સાધુના રૂપમાં જ પહોંચે છે, લૂંટારાના રૂપમાં નહીં. પ્રશ્ન એ છે કે, જો રાવણ સાધુનું રૂપ ધારણ કરી શકે છે, તો રામ એને હરાવવા માટે ખુદ શેતાનનું રૂપકેમ નથી ધારણ કરી શકતા?

જેવો દેશ, તેવો વેશ

જો સફળતા પ્રાપ્ત કરવી છે, તો આપણે પરિસ્થિતિ તેમજ જરૂરિયાત અનુસાર પોતાની છબિ તેમજ કાર્ય પ્રણાલી પણ બદલવી પડશે અથવા બદલવી જોઈએ. પોતાના ઉદ્દેશ્યોને મેળવવા માટે આપણે સમય અને તકની માંગને સમજવી જોઈએ તથા ખુદને એ જ રૂપમાં ઢાળવા જોઈએ.

રાવણ પણ સીતાની સામે એક સાધુના રૂપમાં જ પહોંચે છે, લૂંટારાના રૂપમાં નહીં. પ્રશ્ન એ છે કે, જો રાવણ સાધુનું રૂપ ધારણ કરી શકે છે, તો રામ એને હરાવવા માટે ખુદ શેતાનનું રૂપકેમ નથી ધારણ કરી શકતા? સારા હોવું કેમ મૂર્ખ હોવાનો પર્યાયવાચી છે? આ વાત સ્પષ્ટ સમજ લેવી જરૂરી છે કે, આ સંસાર ભલાઈ તેમજ બુરાઈ બંનેના જ સમતાનો પ્રતીક છે. સંસારની સંધિ 'સમ+સાર' થાય છે. એટલે અહીંયા બંને ભલાઈ તેમજ બુરાઈનો સાર સમાન માત્રામાં ઉપલબ્ધ રહે છે. એમનામાં નિરંતર સંઘર્ષ ચાલે છે, આથી જે પ્રકારે બુરાઈ, ભલાઈનો સ્વાંગ બનાવીને પોતાનો સ્વાર્થ સિદ્ધ કરે છે, ત્યાં જ ભલાઈ પણ બુરાઈનો પ્રયોગ, પોતાના શુભ લક્ષ્યોને પ્રાપ્ત કરવામાં સહજતાથી કરી શકે છે. જો તમારી પાસે કોઈ ગુણ છે, તો એનું સંરક્ષણ કરવું પણ એટલું જ જરૂરી છે, જેટલું એની પવિત્રતાને બચાવવી. સારાની ભલાઈને વઃરવા માટે માત્ર ભોળા બનીને રહેવું કે નિષ્કપટ રહેવું જ પર્યાપ્ત નથી, એને પણ પૂરી રીતે ચાક-ચોબંદ રહેવું જોઈએ. જો ચંદ્રગુપ્ત મૌર્ય ગ્રીકોને પાછા ધકેલી શક્યો હતો, તો એમની જ ચાલોનો પ્રયોગ કરીને, જો ગાંધીજી અંગ્રેજોને ભારત છોડવા પર વિવશ

પ્રામાણિક માણસ સફળ વિજેતા કેવી રીતે બને ————————————

કરી શક્યા હતા, તો એમના જ વિચારકો-યથા બેકન દ્વારા પ્રદત્ત રાષ્ટ્રપિતાની ભાવના સમસ્ત દેશમાં ફેલાવીને. જે પ્રકારે એક રાગને મધુરતમ બનાવવા માટે એકાદ વિવાદી સ્વરનો ઉપયોગ જરૂરી છે. એ જ પ્રકારે ગુણોના વર્ચસ્વવર્ધન માટે અવગુણોની થોડી છટાનો સમાવેશ જરૂરી છે.

પોતાના વિચાર અને યોજનાઓને બચાવીને રાખો

કોઈ પણ કાર્યમાં સફળતા પ્રાપ્ત કરવા માટે યોજનાઓ બનાવવી ખૂબ જ જરૂરી છે. પરંતુ યોજનાઓ બનાવવાથી જ સફળતા પ્રાપ્ત નથી થતી, આપણે તે યોજના કોની સાથે શેર કરવાની છે તથા એમાં કોને સામેલ કરવાના છે, એ વાતનું જ્ઞાન પણ ખૂબ જ જરૂરી છે. તમારા વિચાર તેમજ ઉદ્દેશ્ય કેટલા પણ સારા કેમ ન હોય, ઉતાવળપણાં પોતાના વિચાર તેમજ યોજનાઓને શેર કરવાથી પહેલાં વિચારી લો તથા એમનો ઉપયોગ સમય આવવા પર યોગ્ય દિશામાં જ કરો. જે કોઈ કાર્યને શરૂ કરવામાં લાંબો સમય લાગી રહ્યો છે, તો એની યોજનાઓ તેમજ પોતાના વિચારોને બચાવીને રાખો.

★ ★ ★

પોતાના ઉદ્દેશ્યોને મેળવવા માટે આપણે સમય અને તકની માંગને સમજવી જોઈએ તથા ખુદને એ જ રૂપમાં ઢાળવા જોઈએ. જે પ્રકારે એક રાગને મધુરતમ બનાવવા માટે એકાદ વિવાદી સ્વરનો ઉપયોગ જરૂરી છે. એ જ પ્રકારે ગુણોના વર્ચસ્વવર્ધન માટે અવગુણોની થોડી છટાનો સમાવેશ જરૂરી છે.

સફળ વિજેતા બનવા માટે
સારો માણસ શું ના કરે

કશું કરવું જ હંમેશાં સફળતાનું પરિચાયક નથી હોતું, ક્યારેક-ક્યારેક કશું ન કરવું પણ સફળતામાં સહાયક સાબિત થાય છે. કશું ન કરીને પણ આપણે તે બધું મેળવી લઈએ છીએ, જે આપણે મોટી-મોટી સાધના પછી પણ નથી કરી શકતા, બસ શરત છે કે, પોતાને ખબર હોવી જોઈએ કે, શું ન કરવામાં આપણી ભલાઈ છે તથા કોના ત્યાગથી સફળતાના આસાર છે.

ખુદને જ બધું જ ન સમજો

એ સત્ય છે કે, સારો માણસ સમજદાર હોય છે પણ એનો અર્થ એ નથી કે, તે પોતાની આગળ કોઈને કશું પણ ન સમજે. કેમ કે કેટલીય વાર મોટાભાગના સારા માણસની સાથે એ સમસ્યા પણ થઈ જાય છે કે, તે ખુદના વિચારો તેમજ અનુભવોને જ ના ફક્ત યોગ્ય સમજે છે બલ્કે સૌથી ઉપર સમજે છે, જેના ચાલતા તે ના ફક્ત કશું નવું શીખવાથી ચૂકી જાય છે બલ્કે પોતાનાઆ વ્યવહારને કારણે તે પોતાના સંપર્કમાં આવેલા નવા લોકો તેમજ નવા પ્રોજેક્ટથી પણ હાથ ધોઈ બેસે છે. સારા માણસને જોઈએ કે તે સામેવાળાના અનુભવ તેમજ યોજનાઓનું સન્માન કરે. એની વાતો તેમજ નિર્દેશનને પણ મહત્ત્વ આપે. એટલું જ નહીં, સારો માણસ મોટાભાગના બધા કાર્ય ખુદ કરવાનું જ નક્કી કરી લે છે. એને લાગે છે કે, આ કાર્યને એનાથી બહેતર કોઈ અન્ય નહીં કરી શકે અથવા જેટલું સારું તે કોઈ વાતને સમજી શકે છે, બીજો માણસ એ વાતને નથી સમજી શકતો. સારા માણસને જોઈએ કે, તે ના ફક્ત બીજા માણસમાં છુપાયેલી પ્રતિભાને ઉભારે, બલ્કે એના પર વિશ્વાસ પણ કરે.

સારા માણસે એ વાત સ્વીકારવી જોઈએ કે, સમય હંમેશાં બદલાતો રહે છે. સમયની સાથે આપણું ભણતર, કોર્સ તેમજ કાર્યપ્રણાલી પણ બદલાતી રહે છે આથી નવા લોકો ખાસ કરીને જે પોતાના ફીલ્ડમાં એક્સપર્ટ હોય છે તે આપણાંથી બહેતર હોય છે. એમની પાસે દષ્ટિકોણ જ નહીં, કાર્યને કરવાની ઊર્જા પણ આપણાથી કેટલાય

ગણી સારી હોય છે. તે ટ્રેન્ડ તેમજ જરૂરિયાત અનુસાર આપણાંથી આગળ હોય છે આથી આપણે પોતાના સિવાય સામેવાળાને પણ કશું સમજવા જોઈએ.

કોઈપણ કાર્યને સામૂહિક રૂપથી કરવામાં ઘણું બધું શીખવા મળે છે. એકલા કાર્યમાં તો આપણે ખુદના માલિક હોઈએ છીએ પરંતુ જ્યારે આપણે કોઈ કાર્ય સમૂહમાં કરીએ છીએ, ત્યારે આપણાં વ્યક્તિત્વમાં અલગ જ નિખાર આવે છે. ટીમમાં કામ કરવું આપણને નવી વિચારસરણી તેમજ દષ્ટિકોણથી ભરે છે. આપણને નવી ટેકનીક તેમજ કાર્ય કરવાના ઢંગની જાણ ચાલે છે. આપણે વિભિન્ન પ્રકારના માણસો તેમજ એમના મનોવિજ્ઞાનથી પરિચિત હોઈએ છીએ. જે કાર્યને કરવામાં આપણે બમણો સમય લગાવીએ છીએ, તે ટીમની સાથે ઓછા સમયમાં સારા પરિણામોની સાથે શક્ય થઈ શકે છે. આથી હમંશાં ખુદને જ બધું ના સમજો. જ્યાં બીજાઓની મદદ લેવાઈ શકાતી હોય, ત્યા મદદ જરૂર લો. કોઈપણ કાર્યને કરવાથી પહેલાં કોઈ વિશેષજ્ઞ કે અનુભવ સંપન્ન માણસથી વિચાર-વિમર્શ અવશ્ય કરી લો જેથી ભવિષ્યમાં થવાવાળા કોઈપણ નુકસાનથી બચી શકાય.

કોઈપણ કાર્યને સામૂહિક રૂપથી કરવામાં ઘણું બધું શીખવા મળે છે. એકલા કાર્યમાં તો આપણે ખુદના માલિક હોઈએ છીએ, પરંતુ જ્યારે આપણે કોઈ કાર્ય સમૂહમાં કરીએ છીએ, ત્યારે આપણા વ્યક્તિત્વમાં અલગ જ નિખાર આવે છે.

જરૂર કરતાં વધારે પ્રામાણિક બનીને ન બતાવો

તમે સારા છો, તો સારા છો એ વાતમાં વિશ્વાસ રાખો. સારા-પ્રામાણિક માણસને જોઈએ કે, એ વાતને સાબિત કરવા માટે કે પ્રદર્શિત કરવા માટે જરૂર રતાં વધારે સારા બનીને બતાવવું ના ફક્ત સામેવાળામાં ખીજ પેદા કરે છે, બલ્કે સમય પણ બરબાદ કરે છે. મોટાભાગના સારા માણસ ઇચ્છે છે કે, લોકો એમની ભલાઈઓને સમજે, પરંતુ એનો અર્થ એ નથી કે, તે ત્યારે જ દમ લેશે, જ્યાંસુધી સામેવાળા એમને સારા નથી સમજી લેતા. જેને જે સમજવાનું હશે, તે સમજશે આથી અકારણે લોકોને પોતાની સમજદારીના નમૂના પ્રસ્તુત ન કરે. જેમ કે માંગ્યા વગર સલાહ આપવી, કોઈને પણ ઉધાર આપી દેવું, કલાકો-કલાકો પોતાની સફાઈ આપતા રહેવું, મૂર્ખ તેમજ જિદ્દી લોકોને મનાવતા રહેવું, પોતાના આત્મ-સન્માનની પરવાહ કર્યા વગર ક્યાંય પણ ચાલ્યા જવું વગેરે.

જરૂર કરતાં વધારે સારા બનવાને કારણેજ સારો માણસ ક્યારેય સફળ વિજેતા નથી બની શકતો, કેમ કે લોકો ના ફક્ત એનો ગેરલાભ ઉઠાવે છે, બલ્કે કામ નિકળી ગયા પછી એમને લાત મારી દે છે. સત્ય તો એ છે કે, એમનાથી જ શીખીને એમને જ

 — પ્રામાણિક માણસ સફળ વિજેતા કેવી રીતે બને

આગળ નથી નિકળવા દેતા. આથી જરૂર કરતાં વધારે સારો બનવું સફળ વિજેતા બનવામાં અડચણ બની જાય છે.

અતિ ભાવુકતાથી બચો

આમ તો ભાવુકતા સારા માણસની ઓળખ છે, પરંતુ જો ભાવુકતાની અતિ થઈ જાય, તો આ સફળતામાં અડચણનું કામ કરવા લાગે છે. જેમ કે બીજાઓની મદદ કરવી, એમની મજબૂરીઓ પર જલ્દી દયા કરી દેવી, ખુદથી વધારે બીજાઓની પરેશાનીઓને સમજવી, પોતાના સ્વાસ્થ્યને નજરઅંદાજ કરવું, સગાં-સંબંધીઓથી જરૂર કરતાં વધારે જોડાયેલા રહેવું વગેરે. સત્ય તો એ છે કે, કોઈ પણ કાર્યમાં સફળતા મેળવવા માટે મન-મસ્તિષ્કનું વિશેષ યોગદાન હોય છે અને જો આપણી સંવેદનશીલતા તેમજ ભાવુકતા જ એના પર અધિકાર કરી લેશે, તો તે આપણને પોતાના લક્ષ્ય સુધી પહોંચવા નહીં દે. આ જ કારણ છે કે, જે લોકો સફળ થાય છે, તે લોકો દરેક વસ્તુને સંવેદનાની દૃષ્ટિથી ઓછી વ્યવાહરિકતાની દૃષ્ટિથી અધિક જોઈએ છીએ. નાની-નાની વાતો પર હેરાન તેમજ પરેશાન થઈ જવું, બીજાઓની ચિંતામાં પોતાના કાર્ય તેમજ જવાબદારીને છોડીને એમના કાર્યોમાં લાગી રહેવું, સમય તેમજ ઊર્જને બરબાદ તો કરે જ છે, આપણને આપણાં લક્ષ્યથી પણ ભટકાવે છે.

તમે સારા છો, તો સારા છો એ વાતમાં વિશ્વાસ રાખો. સારા માણસને જોઈએ કે, આ વાતને સાબિત કરવા માટે અથવા પ્રદર્શિત કરવા માટે જરૂર કરતાં વધારે સારા બનાવીને બતાવવું ના ફક્ત સામેવાળામાં ખીજ પેદા કરે છે, બલ્કે સમય પણ બરબાદ કરે છે.

ઈર્ષ્યા તેમજ અહંકાર ન કરો

માન્યું, સારો માણસ ઈર્ષ્યા તેમજ અહંકારથી દૂર રહે છે, પરંતુ સમય તેમજ પરિસ્થિતિઓ એક જેવી નથી રહેતી, તે એનામાં ક્યારેય પણ પરિવર્તન કરી શકે છે. જેનું જીવતું-જાગતું ઉદાહરણ હતો રાવણ. રાવણ ના ફક્ત શક્તિ સંપન્ન તેમજ મહાન વિદ્વાન હતો, બલ્કે ધાર્મિક હોવાની સાથે-સાથે પોતાની પ્રજા માટે નેક માણસ પણ હતો, પરંતુ પરિસ્થિતિઓ કંઈક એવી બની કે, એની ભલાઈઓ તેમજ સિદ્ધિઓ પર ઈર્ષ્યા તેમજ અહંકારે કબ્જો કરી લીધો, જેના ચાલતા તે ના ફક્ત અસફળ થયો બલ્કે વિનાશને પણ પ્રાપ્ત થયો. આથી સારા માણસને જોઈએ કે, એને જે પણ મળ્યું છે, જે કંઈ પણ પ્રાપ્ત છે, એના પર અહંકાર ન કરે અને જો એનાથી વધારે કોઈની પાસે છે, તો એનાથી ઈર્ષ્યા ન કરો. ઈર્ષ્યા તેમજ અહંકારથી ના ફક્ત મન-મસ્તિષ્ક પ્રભાવિત

થાય છે, બલ્કે આપણી ઊર્જા પણ નકારાત્મક થઈ જાય છે અને આ બધું આપણી સફળતામાં બાધક છે. એટલું જ નહીં, આપણો આ સ્વભાવ આપણા સહયોગીઓ અને મિત્રોને પણ શત્રુઓમાં બદલી દે છે. આ એક એવો અવગુણ છે, જેની આગળ બાકી સારી ભલાઈઓ તેમજ પૂર્વના કર્મ બધું શૂન્ય થઈ જાય છે, આથી જેટલું થઈ શકે, સારા માણસે આ બંનેથી બચવું જોઈએ.

વ્યસનોનો શિકાર ન બનો

નાના-મોટા શોખ દરેક માણસને હોય છે. શોખ કરવો કોઈ ખોટી વાત નથી, પરંતુ કોઈ પણ શોખને ધૈર્ય તેમજ સતર્કતાની સાથે અપનાવવો જોઈએ, કેમ કે કોઈ નાનો શોખ ક્યારે લતમાં બદલાઈ જાય છે, એની ખબર જ નથી ચાલતી અને પછી ધીમે-ધીમે તે લત એટલી ઘેરી થઈ જાય છે કે, આપણાં જીવન તેમજ વ્યક્તિત્વને પણ પ્રભાવિત કરવા લાગે છે. પછી લત બડી-સિગારટે કે દારૂ પીવાની હોય અથવા પછી જુગાર કે સટ્ટાબાજીની હોય. ત્યાં સુધી કે લૉટરી તેમજ શેરોને ખરીદવાની આદત પણ સારા-એવા માણસને બરબાદ કરી દે છે. આથી કોઈ શોખ કરવો ખોટો નથી, પણ એને પોતાની લત ન બનવા દો. કોઈ પણ પ્રકારની ખરાબ લત ના ફક્ત તન તેમજ ધનનું નુકસાન કરાવે છે, બલ્કે સમાજમાં આપણી છબિ તેમજ પ્રતિષ્ઠાને પણ ધૂમિલ કરે છે.

માન્યું, કેટલીક વસ્તુઓને આપણે પોતાની મહેનત તેમજ પ્રયત્નથી બદલી શકીશું, પરંતુ દરેક ક્ષેત્રમાં એ શક્ય નથી. એવામાં જો આપણે એ વસ્તુઓને બદલવામાં પોતાની ઊર્જા ગુમાવતા રહીશે, તો આપણને સિવાય નિરાશા કે ફસ્ટ્રેશનના કશું હાથ નહીં લાગે.

શૉર્ટકટ ન અપનાવો

આમ તો સારો માણસ ખૂબ જ સજાગ તેમજ ધૈર્યવાન હોય છે, પરંતુ ખૂબ સારા કાર્યો તેમજ જવાબદારીઓથી ભરેલો હોવાને કારણે એની પાસે સમયનો અભાવ હોય છે, જેના ચાલતા તે પોતાના કાર્યોની જલ્દીથી અતિજલ્દી પૂરાં કરવામાં લાગી જાય છે. પોતાના ઉદેશ્યને ઓછા સમયમાં કરવા માટે તે શૉર્ટકટનો સહારો લે છે. પ્રારંભિક કાળમાં ભલે જ શૉર્ટકટની નીતિ કામ કરતી નજરે પડે છે, પરંતુ આગળ ચાલીને શૉર્ટકટ અપનાવવો સફળતાના પાયાને કમજોર બનાવે છે. સારો માણસ પોતાના વ્યક્તિત્વથી ભલે જ કેટલો સારો કેમ ન હોય, પરંતુ એનું કૃતિત્વ પણ એની સફળતા-અસફળતામાં ખૂબ મહત્ત્વ રાખે છે. આથી કોઈપણ પ્રકારના ઉતાવળાપણા

કે જલ્દબાજીથી બચવું જોઈએ, કેમ કે એનાથી કોઈપણ પ્રકારની લાપરવાહી થવાની સંભાવના વધી જાય છે, જે આગળ ચાલીને આપણી સફળથાને પ્રભાવિત કરે છે.

અનિયંત્રિત વસ્તુઓને નિયંત્રિત ન કરો

આપણાં જીવનમાં ઘણી બધી વસ્તુઓ હોય છે, જેના પર આપણું કોઈ નિયંત્રણ, પહોંચ કે વશ નથી હોતો. એવામાં આપણે એમને પોતાના નિયંત્રણમાં કરવાનો અસફળ પ્રયાસ ના કરવો જોઈએ. પરંતુ આપણે એ જ વિચારીએ છીએ કે, આપણે આ બધી વસ્તુઓને બદલી શકીએ છીએ અને લાગી જઈએ છીએ એમને બદલવામાં. આપણને એવું જ લાગે છે કે, જીવનમાં કશું એવું પણ નથી, જે આપણાં હાથમાં ના હોય, આપણે ઇચ્છીએ, તો આપણા પ્રયત્નોથી એમને રોકી શકીએ છીએ કે, બદલી શકીએ છીએ. માન્યું કેટલીક વસ્તુઓને આપણે પોતાની મહેનત તેમજ પ્રયત્નથી બદલી શકીએ છીએ, પરંતુ દરેક ક્ષેત્રમાં એ શક્ય નથી. એવામાં જો આપણે એ વસ્તુઓને બદલવામાં પોતાની ઊર્જા ગુમાવતા રહીશું, તો આપણને સિવાય નિરાશા તેમજ ફ્રસ્ટ્રેશનના કશું હાથ નહીં લાગે. એનાથી આપણે ધીમે-ધીમે ચિડચિડીયા અને અસંતુષ્ટ થતાં ચાલ્યા જઈશું. એનાથી આપણી ઊર્જા જે કોઈ સારા કામમાં લાગી શકતી હતી, તે એમાં ના લાગીને બેકારની વસ્તુઓમાં વ્યર્થ થઈ જશે અને આપણે પોતાના લક્ષ્યની તરફ પોતાનું ધ્યાન નહીં આપી શકીએ અને જ્યારે આપણું ધ્યાન આપણાં લક્ષ્યની તરફ હશે જ નહીં, તો સફળતા મેળવવી તો દૂર આપણે એની પાસે પણ નહીં પહોંચી શકીએ.

આદર્શ પ્રણેતા ના બનો

ધ્યાન રાખો, આ જીવનમાં આપણે બધું શીખવા જ આવ્યા છીએ, શીખવાડવા નહીં. હા, એવું થઈ શકે છે કે, કોઈ આપણાંથી વધારે શીખેલો હોય, જેનાથી આપણે ઘણું બધું શીખી શકીએ છીએ અથવા પ્રેરણા મેળવી શકીએ છીએ, પરંતુ જો એનાથી પણ આપણે પૂછીએ તો તે એ જ કહેશે કે હું હજું પણ શીખી રહ્યો છું, આથી ખુદને જબરદસ્તી ક્યારેય કોઈના ગુરુ, આદર્શ, આઇડલ વગેરે બનાવવાનો પ્રયત્ન ન કરો. ગુરુ, આદર્શ કે પ્રણેતા તમે આપોઆપ બની જશો, જ્યારે તમે ફક્ત પોતાનું ધ્યાન શીખવામાં અથવા કશું બનવામાં લગાવશો. જબરદસ્તી ખુદને લોકોના પ્રણેતા કહેવડાવવાનો પ્રયાસ ન કરો, ના તો ખુદને આદર્શ ઘોષિત કરો.

અહેસાન ન ગણાવા

અથવા તો કોઈની મદદ ન કરો અને જો કરો છો, તો ક્યારેય પણ પોતાના કરેલા

સહયોગને ગણાવો નહીં, ના તો ચાર લોકોમાં એની ચર્ચા કરો કે તમે ક્યારે, શું, કોના માટે કેટલું કર્યું છે? ગણાવવાથી ના ફક્ત તમારું બધું કરેલું બેકાર થઈ જાય છે, બલ્કે તમે બીજાઓની નજરોમાંથી પણ ઉતરી જાઓ છો. પછી લોકો એવા માણસથી બચે છે, ખાસ કરીને જ્યારે એમને તમારાથી કોઈ મદદ જોઈતી હોય છે. એટલું જ નહીં, લોકો તમને સામાજિક ગતિવિધિઓથી દૂર રાખવા લાગે છે.

પોતાની તાકાત તેમજ સંગઠનને જાહેર ન થવા દો

માણસની અસફળતાનું કારણ કેટલીય વાર એની પોતાની એ તાકાતનો ખુલાસો પણ છે, જેને એને છુપાવવો જોઈએ એટલે એની પાસે કેટલા પૈસા છે, કેટલા સહયોગી લોકો છે, એમની કેટલી કાબેલિયત છે, ભવિષ્યમાં એને ક્યાં-ક્યાંથી મદદ મળવાની છે, કયા પ્રકારની સુરક્ષાની વ્યવસ્થા છે, કટોકટીની પરિસ્થિતિઓ માટેશું યોજનાઓ બનાવી રાખી છે, કેટલા તેમજ કયા નેતાઓ તેમજ ઑફિસરો વગેરેથી એના સંબંધ છે વગેરે વાતોની જાણ કોઈને ન ચાલવા દો. ત્યાં સુધી કે પોતાની તાકાત તેમજ સંગઠનને પણ જાહેર ન થવા દો.

કમજોર તેમજ મજબૂર લોકોની મદદ કરવી સારી વાત છે, પરંતુ જો સફળ થવું છે, તો સશક્ત, સક્ષમ તેમજ સમૃદ્ધ લોકોની ટીમ બનાવો, કેમ કે જે પહેલાંથી જ આશ્રિત, કમજોર તેમજ મજબૂર છે, તે મહેનત ઓછી કરશે, પોતાની સ્થિતિ-પરિસ્થિતિઓના રોદણાં વધારે રોતા રહેશે.

કમજોર તેમજ મજબૂર લોકોની ટીમ ના બનાવો

કમજોર તેમજ મજબૂર લોકોની મદદ કરવી સારી વાત છે, પરંતુ મદદના આ સ્વભાવને પોતાની વ્યવસાયિક જિંદગીમાં સામેલ ન કરો. જો સફળ થવું છે, તો સશક્ત, સક્ષમ તેમજ સમૃદ્ધ લોકોની ટીમ બનાવો, કેમ કે જે પહેલાંથી જ આશ્રિત, કમજોર તેમજ મજબૂર છે, તે મહેનત ઓછી કરશે, પોતાની સ્થિતિ-પરિસ્થિતિઓના રોદણાં વધારે રોતા રહેશે. એના કાર્ય કે ટીમની સફળતાથી વધારે પોતાની સફળતાની ચિંતા અધિક રહેશે. તે પોતાની જવાબદારીઓ પ્રતિ લાપરવાહ રહેશે અને કર્તવ્ય પ્રતિ પણ. દરેક કાર્યમાં મોઢું કરવાની પાછળ કોઈને કોઈ એક્સક્યૂઝ ઊભો કરી દેશે અને વધારે થયું તો તે રોવા કે મરવાની ધમકી આપીને પોતાની લાચારીને બતાવશે. આથી જો તમે સફળ વિજેતા બનવા ઇચ્છો છો, તો પોતાની ટીમમાં કમજોર તેમજ મજબૂર લોકોને સામેલ કરવાથી બચો.

દરેક સાંભળેલી વાતો પર વિશ્વાસ ન કરો

વાત સંબંધ બગડવાની હોય કે ઘર બગડવાની હોય, મોટાભાગે આપણાં કાનોનું સાચું હોવું જ એનો આધાર હોય છે. આથી કોઈ પણ મુખ્ય નિર્ણય લેવાથી પહેલાં દરેકની વાત પર વિશ્વાસ ન કરી લો, અથવા તો ખુદ પોતાના કાનોથી સાંભળો અથવા પછી પોતાના વફાદારોનું જ કહેવાનું માનો, પરંતુ એ વાતનું વિશેષ ધ્યાન રાખો વારંવાર સાંભળેલી એક વાત જૂઠી કે ખોટી હોઈ શકે છે. આથી કોઈની સંભળાવેલી વાત પર આથી પણ નિર્ણય ન લો, કેમ કે તે તમે બે-ત્રણ વાર સાંભળી લીધી છે. બની શકે છે, તમારા વિરોધી તમારા સ્વભાવથી સારી રીતે પરિચિત હોય, આથી તે બધું જાણીજોઈને તમારાથી એક જ વાત વારંવાર કહી રહ્યાં હોય, જેથી તમને લાગે કે બધા લોકો એક જ વાત તો નહીં કહે, કશું તો એમાં સત્ય તો હશે, આથી જો સફળ વિજેતા બનવું છે, તો દરેક સાંભળેલી વાતો પર વિશ્વાસ ન કરો.

જો તમે સફળ વિજેતા બનવા ઇચ્છો છો તો, ઓછાથી ઓછું પોતાના પ્રતિસ્પર્ધીઓની આગળ તો પોતાની સફળતાના વખાણ ન કરો બલ્કે એમને એ જ દર્શાવો કે, હજુ તો કશું પણ પ્રાપ્ત નથી થયું.

પોતાની સફળતાની ચર્ચા પોતાના પ્રતિસ્પર્ધીઓથી ના કરો

પોતાની સિદ્ધિઓને કોણ બતાવવા નથી ઇચ્છતું. સત્ય તો એ છે કે, આપણે પોતાની નાનામાં નાની સિદ્ધિ તેમજ જીતને પણ ખૂબ ગાઈ-ગાઈને બતાવીએ છીએ, જે કોઈ હદ સુધી ઠીક પણ છે. પરંતુ એ જરૂરી નથી કે, આપણી ખુશીમાં બીજા પણ સામેલ થાય. સત્ય તો એ છે કે, જ્યારે કોઈ સફળ થાય છે, તો સારા-સારા મિત્ર તેમજ સગાં-સંબંધી પણ શત્રુ બની જાય છે અને એવામાં જે પહેલાંથી આપણાં શત્રુ કે પ્રતિસ્પર્ધી છે, તે તો ક્યારેય ખુશ નહીં થાય. બલ્કે આપણી સફળતાને સાંભળીને હેરાન તેમજ સચેત થઈ જશે અને બમણાં પ્રયાસ તેમજ ઊર્જાની સાથે આપણને હરાવવામાં લાગી જશે. આથી જો તમે સફળ વિજેતા બનવા ઇચ્છો છો, તો ઓછાથી ઓછું પોતાના પ્રતિસ્પર્ધીઓની આગળ તો પોતાની સફળતાના વખાણ ન કરો, બલ્કે એમને એ જદર્શાવો, હજું તો કશું પણ પ્રાપ્ત નથી થયું.

દરેક કોઈની સલાહ ન માનો

સારો માણસ ખૂબ જ નેક દિલ તેમજ પ્રામાણિક હોય છે. પછી તે ઘર હોય કે વેપાર, તે પોતાનાઓની સલાહ વગર એક ડગલું આગળ નથી વધતો. વ્યક્તિગત જીવનમાં, ભાવુકતાના સ્તર પર આ સ્વભાવ સારો હોઈ શકે છે, પરંતુ વ્યવસાયિકતાની

દૃષ્ટિથી દરેકની સલાહ માની લેવી કેટલીય વાર આપણને નુકસાન તરફ લઈ જાય છે. આથી કોઈથી સલાહ પોતાના સંબંધો કે એમની નિકટતાને નજરમાં રાખીને ના લો, બલ્કે જેમને તમે મહત્ત્વ આપો છો, એમની જ સલાહ માનો. ધ્યાન રાખો કે, એક માણસ ઇચ્છીને પણ દરેક કોઈની સલાહ નથી માની શકતો, તે બધાને એક સાથે ખુશ નથી રાખી શકતો. કેમ કે આપણે એકને ખુશ કરીશું, તો બીજો નાખુશ થઈ જશે. એકને સુખ આપવાનો પ્રયત્ન કરીશું, તો બીજો દુઃખી થઈ જશે આથી સફળ વિજેતા બનવું છે, તો પોતાના વરિષ્ઠ તેમજ અનુભવી લોકોની જ સલાહ લો.

નાની-નાની બચતમાં, મોટું નુકસાન ન કરો

માન્યું, એ કહેવત સાચી છે કે, 'ટીપે-ટીપે સરોવર ભરાય છે', પરંતુ ટીપાં-ટીપાંને બચાવવાના ચક્કરમાં કેટલીય વાર આપણે હાથ આવેલા ઘડાના પાણીને પણ વ્યર્થ કરી બેસીએ છીએ. આથી જો સફળ વિજેતા બનવું છે, પોતાના ઉદેશ્યને મેળવવો છે, તો આપણે માર્ગમાં આવેલા નાના-મોટા નુકસાનને નજરઅંદાજ કરવાની આદત હોવી જોઈએ. પોતાની ઊર્જાને આપણે સારી યોજનાઓ બનાવવામાં તેમજ એમને પૂરી કરવામાં લગાવવી જોઈએ. ના કે નાના-નાના ખર્ચાઓની તપાસ તેમજ જાસૂસી કરવામાં વ્યર્થ કરવી જોઈએ. ધ્યાન રાખો, જો તમે કોઈ કાર્યમાં લાખો-કરોડોનું રોકાણ કરી રહ્યાં છો, તો સો-પચાસના ખર્ચાઓ પરજરૂર કરતાં વધારે સમય ન આપો.

બીજાઓને આકર્ષિત આકર્ષિત અવશ્ય કરો, પરંતુ એમના પર હાવી થવાનો પ્રયત્ન ન કરો, કેમ કે જેના પર પણ તમે હાવી થવાનો પ્રયત્ન કરશો, તે તમારાથી દૂર ભાગશે અને ભવિષ્યમાં એ પણ થઈ શકે છે કે, ખીજને કારણે તે તમારા કાર્યમાં ટાંગ અડાવવાનું પણ શરૂ કરી દે.

દરેક કોઈ પર હાવીના થવાનો પ્રયત્ન ના કરો

દરેક માણસ સામેવાળા પર પોતાનો પ્રભાવ જમાવવા ઇચ્છે છે, પરંતુ પ્રભાવ જમાવવા અને હાવી થવામાં અંતર છે. તમે બીજાઓને આકર્ષિત અવશ્ય કરો, પરંતુ એમના પર હાવી થવાનો પ્રયત્ન ન કરો, કેમ કે જેના પર પણ તમે હાવી થવાનો પ્રયત્ન કરશો, તે તમારાથી દૂર ભાગશે અને ભવિષ્યમાં એ પણ થઈ શકે છે કે, ખીજને કારણે તે તમારા કાર્યમાં ટાંગ અડાવવાનું પણ શરૂ કરી દે. કેમ કે દરેક માણસને પોતાનું આત્મ-સન્માન તેમજ અસ્તિત્વ હોય છે. જ્યારે પણ એના પર કોઈ આક્રમણ કરે છે, તો તે આકર્ષિત થવાને બદલે પલટવરા કરવાની ભાવનાથી ભરાઈ

 પ્રામાણિક માણસ સફળ વિજેતા કેવી રીતે બને

જાય છે અને પછી તે પણ તમારા આત્મ-સન્માનને ઠેસ પહોંચાડવાની તક શોધે છે. આથી જો તમે સફળ વિજેતા બનવા ઇચ્છો છો, તો કોઈના પર હાવીના થવાનો પ્રયત્ન ના કરો, બલ્કે એમનું સન્માન કરીને એમની આવડતને પણ મહત્ત્વ આપો.

દરેક કાર્યમાં આનંદ તેમજ આરામ ના શોધો

માન્યું, દરેક માણસ પોતાની જિંદગીમાં આનંદ તેમજ આરામ ઇચ્છે છે અને કદાચ એના જ માટે તે કાર્ય કરે છે, પરંતુ એનો અર્થ એ પણ નથી કે, તે પોતાના વર્તમાનની દરેક સ્થિતિ તેમજ કાર્યમાં આનંદ તેમજ આરામ શોધે. સત્ય તો એ છે કે, સફળતા મળે જ એમને છે, જે સંઘર્ષોમાં પોતાના આનંદ તેમજ આરામને દાવ પર લગાવી દે છે. જે પ્રકારે સોનું આગમાંથી પસાર થઈને કુંદન બને છે, એ જ પ્રકારે સફળતા પણ આનંદ તેમજ આરામના ઢગલાં પર બેસીને નહીં, પડકારોના તાપમાંથી પસાર થઈને પ્રાપ્ત થાય છે. સારો માણસ મોટાભાગે આરામ પસંદ હોય છે, તે કોઈપણ પ્રકારના પચડામાં પડવાથી બચે છે. તે ઇચ્છે છે, બધી વસ્તુઓ આરામથી, કોઈ મુશ્કેલી વગર મળી જાય અથવા પછી તે એવા કાર્યોને જ પસંદ કરે છે, જેને તે જલ્દી કરીને હટી જાય અને આરામથી બેઠો રહે. આથી જો મનમાં સફળ વિજેતા બનવાની ઇચ્છા છે, તો આપણે પોતાના 'કમ્ફર્ટ ઝોન'થી બહાર નિકળવું પડશે.

જો આપણે સફળ થવું છે, તો આપણે ઘણી બધી સ્થિતિઓ અને લોકો તેમજ એમના વ્યવહારની સાથે સમાધાન કરવું પડશે. આપણે હંમેશાં ખુદને વિશિષ્ટ બનાવીને આગળ નથી વધારી શકતા. આપણે કેટલાંક કાર્ય પોતાની બનાવેલી વિશિષ્ટ છબિના વિપરીત જઈને પણ કરવા પડી શકે છે.

જરૂર કરતાં વધારે વિશિષ્ટ બનીને ના રહો

સારા-પ્રામાણિક માણસનું સફળ વિજેતા ન બનવાનું કારણ ખુદને જરૂર કરતાં વધારે વિશિષ્ટ બનાવીને રાખવાનું પમ હોય છે. તે ખુદને એક વિશિષ્ટ છબિમાં કેદ કરી લે છે, જેનાથી નીચે ઉતરવું એને યોગ્ય નથી લાગતું. એવી સ્થિતિમાં તે જરૂર કરતાં વધારે ચૂઝી થઈ જાય છે તથા દરેક વસ્તુને પોતાના માન-સન્માનની સાથે જોડીને જોવા લાગે છે. વિશિષ્ટ બની રહેવાનો સ્વભાવ જ એને ઉપર નથી ઉઠવા દેતો. એને હંમેશાં એ વાતનું ધ્યાન રાખવું જોઈએ કે દરેક પરિસ્થિતિ તેમજ માણસ એના અનુરૂપ નથી હોતો. પછી તે શું ખાય છે, શું પીવે છે, કેવી ગાડીમાં સફર કરે છે, કેવા કપડાં પહેરે છે, કેવા ક્ષેત્રમાં રહે છે, કઈ હોટલો વગેરેમાં રોકાય છે...આ બધી વાતોને લઈને એને દરેક કોઈથી આશા ના કરવી જોઈએ, ના તો એવો કોઈ નિયમ

બનાવવો જોઈએ કે, હું પોતાના ફલાણાં સિદ્ધાંત તેમજ છબિથી નીચે ક્યારેય નહીં ઉતરું. ધ્યાન રહે, જો તમારે સફળ થવું છે, તો આપણે ઘણી બધી સ્થિતિઓ અને લોકો તેમજ એમના વ્યવહારની સાથે સમાધાન કરવું પડશે. આપણે હંમેશાં ખુદને વિશિષ્ટ બનાવીને આગળ નથી વધારી શકતા. આપણે કેટલાંક કાર્ય પોતાની બનાવેલી વિશિષ્ટ છબિના વિપરીત જઈને પણ ક રવી પડે છે.

નાની-મોટી સફળતાઓ તેમજ સિદ્ધિઓને મેળવીને રોકાઓ નહીં

જીવન રોકાવાનું નહીં, ચાલતા રહેવાનું નામ છે. જો આપણે નાની-મોટી સફળતા મેળવવી છે ત્યારે તો ઠીક છે, પરંતુ જો આપણે સફળ વિજેતા બનવા ઈચ્છીએ, તો આપણે નાની-મોટી સફળતાઓને પ્રાપ્ત કરીને પોતાને વધારે શ્રેષ્ઠ ના સમજવા જોઈએ બલ્કે નાની સફળતાઓને સીડી સમજને એમનાથી વધારેઉપર ઊઠવા માટે તત્પર રહેવું જોઈએ. પરંતુ હંમેશાં એ થાય છે કે, કેટલાંક લોકો પોતાના જીવનની નાની-નાની સફળતાઓથી જ ખુશ થઈ જાય છે અને એને જ બધું જ સમજને આગળ માટે દ્વાર બંધ કરી લે છે. એમને એ જ પોતાના સ્તરમાં વધારે લાગે છે, આથી તે એટલાથી જ સંતુષ્ટ થઈને બેસી જાય છે.

જિંદગીમાં કઠોર નિર્ણય લેવા સરળ નથી હોતા, પરંતુ કેટલીય વાર કઠોર નિર્ણય વગર વગર કામ નથી ચાલતું, એક મજબૂત વ્યક્તિ જ કઠોર નિર્ણય લઈ શકે છે, કમજોર લોકો તો ફક્ત પોતાની કિસ્મતને જ દોષ આપતા રહી જાય છે.

હંમેશાં ભગવાન ભરોસે ના રહો

એ સત્ય છે કે, ભગવાનની મરજી વગર એક પત્તું પણ નથી હલતું, પરંતુ એનો અર્થ એ નથી કે, આપણે હંમેશાં ભગવાનના જ ભરોસે બેઠા રહીએ. સારા માણસના સારા માણસના સફળ વિજેતા બનાવામાં એની એ જ વિચારધારા સૌથી મોટી બાધા બની જાય છે. કેમ કે તે પોતાના દરેક કૃત્ય તેમજ કાર્યને ભગવાનથી જોડીને જુએ છે. તે વિચારે છે કે, જે ભગવાન કરશે તે જ થશે, આથી તે દરેક વસ્તુ ભગવાનના ભરોસે છોડી દે છે અથવા પછી ભગવાનની ઈચ્છા અનુસાર કરવાનો પ્રયત્ન કરે છે. કોઈ કાર્યને કરવા માટે કોઈ તિથિ નિર્ધારિત કરવી હોય કે કોઈ કર્મચારીને નિયુક્ત કરવાનો હોય, તો તે એનું વ્યાવહારિક મૂલ્યાંકન નથી કરતો. એને લાગે છે કે, જ્યારે ભગવાનની ઈચ્છા હશે, તો ટેન્ડર પાસ થઈ જશે. જ્યારે ભગવાનની કૃપા થશે, તો સારા લોકો આપમેળે સહયોગી થઈ જશે. ઉપર બેઠા ભગવાન બધું જ જોઈ રહ્યાં છે,

 પ્રામાણિક માણસ સફળ વિજેતા કેવી રીતે બને

તે એની સાથે કોઈ નાઇન્સાફી નહીં થવા દે વગેરે-વગેરે આ પ્રકારની ભગવાન પર નિર્ભરતા માણસને ફક્ત સફળ વિજેતા તો દૂર બલ્કે સફળ પણ નથી બનવા દેતી. ઉલ્ટુ લોકો એમને વધારે લૂંટીને લઈ જાય છે અને સારા સમયની રાહ જોવી એમને વધારે પણ ખરાબ દિવસ બતાવી દે છે.

દરેક વખતે સલાહ ન આપો

સારા લોકોની એ ખરાબી સમજી લો કે આદત, એમને સલાહ આપવની તક મળવી જોઈએ, તે નાની વાત કે કમી પર પણ લાંબું-પહોળું ભાષણ આપી દે છે, આથી જો તમે ભાષણ આપી રહ્યાં છો તો ભાષણ જ આપો. લોકોને સલાહ ન આપવા લાગો. લોકો દરેક સમયે સલાહ પસંદ નથી કરતાં. જો જરૂરી જ છે, તો ઉદાહરણ રજૂ કરો. ઉદાહરણમાં કોઈ કાલ્પનિક પાત્રને પણ તમે સલાહ આપી શકો છો. એનાથી તમારો ઉદ્દેશ્ય પણ પૂરો થઈ જશે અને શ્રોતાઓને કંટાળો પણ નહીં આવે, સાથે જ એમને તમારો જરૂરી સંદેશ પણ મળી જશે. વાત એ જ વિષય પર કરો, જેમાં શ્રોતાની રુચિ હોય અથવા જે સંદર્ભ કે વિષયના શ્રોતા તમારી સામે હોય. શ્રોતાઓની રુચિ તેમજ પસંદને વિશેષ મહત્ત્વ આપો, ના કે પોતાની પસંદ અને રુચિની વાત કરો. સફળ વક્તા એ જ છે, જે લોકોની પસંદ અને રુચિની વાત કરીને એમનું દિલ જીતી લે. સંક્ષેપમાં પોતાની વાત કહો, પરંતુ સરળતાથી સમજમાં આવવાવાળી ભાષાનો પ્રયોગ કરો. ગૂઢ એટલે કઠિન શબ્દોનો પ્રયોગ ના કરો. ફક્ત મુદ્દાની વાત કરો અને પછી અન્યને વાત કહેવાનો અવસર આપો.

કોઈની આલોચના ત્યારે જ કરો, જ્યારે તમને ભૂલ સુધારનો યોગ્ય રસ્તો પણ ખબર હોય. નહીંતર સામેવાળાના મનમાં તમારા માટે ઘૃણા અને શત્રુતા પેદા થઈ જશે અને ઘાયલ વ્યક્તિ તમને ક્યારેક ને ક્યારેક ઘાતક ઠેસ પણ પહોંચાડી શકે છે.

વારંવાર આલોચના ના કરો

ઉપર્યુક્ત શ્રૃંખલામાં એ વાત પણ આવે છે, ખાસ કરીને સીનિયર લેવલના અધિકારી કે વેપારિક પ્રતિષ્ઠાનના માલિક આ વાતનું ધ્યાન રાખે કે, તમે કોઈ પણ વ્યક્તિના કાર્યની આલોચના વારંવાર ના કરો અને એને ચાર લોકોની વચ્ચે ઉપહાસને પાત્ર ના બનાવો. જો તમે એવું કરશો, તો સામેવાળાના મનમાં તમારા માટે ઘૃણા અને શત્રુતા પેદા થઈ જશે અને આહત વ્યક્તિ તમને ક્યારેક ને ક્યારેક ઘાતક ઠેસ પણ પહોંચાડી શકે છે.

કોઈ પણની વ્યક્તિગત આલોચના ના કરો. આલોચના હંમેશાં કામની જ થવી જોઈએ. કામની આડ લઈને જો કોઈની વ્યક્તિગત આલોચના કરશો, તો એનાથી સામેવાળા સુધી એ જ સંદેશ જશે કે, તમારા મનમા એ વ્યક્તિ પ્રતિ દ્વેષ છે અને કામની આડમાં તમે એને પ્રતાડિત કરી રહ્યાં છો.

આલોચના ત્યારે કરો, જ્યારે તમને ભૂલ સુધારનો યોગ્ય રસ્તાનું પણ જ્ઞાન હોય. તમે જે કામની આલોચના કરી રહ્યાં છો, એને યોગ્ય ઢંગથી કરવાનો માર્ગ પણ તમારે બતાવવો જોઈએ. જો તમે ખુદ કોઈ કાર્યને નથી જાણતા અથવા તમને એ કાર્યના વિષયમાં કોઈ અનુભવ નથી, તો તમે સામેવાળાની આલોચના કરવામાં ઉતાવળ ના કરો.

જેની આલોચના કરવી અત્યંત જરૂરી હોય, એને એકાંતમાં લઈ જઈને સમજાવો અથવા તો ક્યાંક ખુલ્લામાં અથવા પછી પોતાના વ્યક્તિગત રૂમમાં. આની વચ્ચે તમારો અવાજ પણ ધીમો હોય, ના કે એટલો ઊંચો કે દૂર ઊભેલાં લોકો પણ સાંભળે અથવા દરવાજો બંધ થયા પછી પણ તમારો અવાજ બહાર સુધી જઈ રહ્યો હોય.

બેવડો વ્યવહાર ન રાખો

હંમેશાં એ જોવામાં આવ્યું છે કે, કેટલાંક લોકો જેમને આપણે સારા લોકોની શ્રેણીમાં ગણીએ છીએ, તે બહારના લોકોથી તો ઘણો સારો વ્યવહાર કરે છે, પરંતુ પોતાના પરિવારવાળાઓની સાથે એમનો વ્યવહાર ઠીક નથી હોતો. બાહ્ય દુનિયામાં તો એમના હોઠીં પર સ્મિત સજેલું રહે છે. તેઓ સૌથી ખૂબ જ આત્મીયતાથી મળે પણ છે, મીઠું બોલે પણ છે, પરંતુ ઘરમાં ઘુસતાં જ એમનું સ્મિત ગાયબ થઈ જાય છે. ઘરમાં તેઓ ગંભીરતા અને ક્રોધનું આવરણ ધારણ કરી લે છે. પત્ની-બાળકોથી પણ તેઓ ખોટી રીતે વર્તન કરે છે. આવો બેવડો વ્યવહાર ઠીક નથી હોતો. સવાલ એ ઊઠે છે કે, આવા ઘટિયા લોકોનો અસલી ચહેરો કયો હોય છે? આવા લોકો વિશે કહી શકાય છે કે, આ વ્યક્તિ જૂઠો છે અથવા તો ઘરમાં જૂઠો છે અથવા તો પછી બહારની દુનિયામાં.

હકીકત તો એ છે કે, આવા લોકો સમાજ માટે તો સારા થઈ જ નથી શકતા, જે પરિવાર પ્રતિ સંવેદનહીન કે જરૂર કરતાં વધારે કઠોર હોય અથવા જે સારો વ્યવહાર ન કરતાં હોય. આથી યોગ્ય એ જ છે કે, જો તમારે જીવનમાં આગળ વધવું છે, તો સૌથી પહેલાં તમે પોતાના ઘરવાળાઓથી સંયત વ્યવહાર કર વાનું શીખો અને એમની સાથે સારું વર્તન, સારો વ્યવહાર કરો.

મર્યાદિત લોકો પર નિર્ભર ના રહો

સારા-પ્રામાણિક લોકોના અસફળ થવાનું એક કારણ એ પણ હોય છે કે, તે પોતાના

કાર્ય માટે મર્યાદિત લોકો પર અથવા જેમનાથી એમની બને છે, એમના પર જ નિર્ભર રહે છે. એમના પોતાના એમને કેટલો પણ દગો આપી દે અથવા એમના કાર્યમાં કેટલું પણ મોડું કેમ ના થઈ રહ્યું હોય, ત્યારે પણ તે એ જ લોકોને પસંદ કરે છે તથા એમને તક આપવામાં લાગ્યા રહે છે, જેમના વગર તે રહી નથી શકતા. સારા લોકો પોતાના સમૂહમાં નવા લોકોને જોડવાથી કતરાય છે, જેના ચાલતા એમને પોતાનાલોકોની સામે સમય-સમય પર હાથ જોડવા પડે છે. એવા લોકો કેટલીય વાર મન બનાવી પણ લે પોતાનાઓના વગર કાર્ય કરવાનું તો તે એ કાર્યને એમના વગર નથી કરી શકતા તેમજ ભાવનાત્મક રૂપથી એમાં ફસાઈને રહી જાય છે. એમના આ જ સ્વભાવને કારણે જ્યારે એમના પોતાના લોકો એ જાણી લે છે કે, આપણા સિવાય કોઈની પાસે નથી જતાં, તો તે જાણીજોઈને એમના કાર્યમાં વિલંબ કરે છે. સારા માણસોએ જોઈએ કે, જો તેઓ જાણી જાય કે, એમના પોતાના જ એમના કાર્યમાં અવરોધ નાંખી રહ્યાં છે અથવા બહાના બનાવી રહ્યાં છે, તો તેઓ એમના પર આશ્રિત ન રહે.

પોતાનું કાર્ય ખુદ કરવું સારી વાત છે, પરંતુ દરેક ક્ષેત્રમાં ખુદના અનુભવ અને દક્ષતાને ઉપર રાખવી ખોટી છે, આથી પોતાના કાર્યો તેમજ જવાબદારીઓને વર્ગીકૃત કરીને એમને ભિન્ન-ભિન્ન લોકોમાં વિભાજિત કરો.

બધા કામ ખુદ જ ના કરો

ખુદ પર તેમજ પોતાની કાબેલિયત પર વિશ્વાસ કરવો સારી વાત છે, પણ એનો અર્થ એ નથી કે, બીજાઓ પર વિશ્વાસ ન કરવામાં આવે. આ જ કારણ છે, સારો માણસ અધિકથી અધિક પોતાનું બધું કાર્ય ખુદ જ કરવામાં વિશ્વાસ કરે છે. પોતાનું કાર્ય ખુદ કરવું સારી વાત છે, પરંતુ દરેક ક્ષેત્રમાં ખુદના અનુભવ અને દક્ષતાને ઉપર રાખવી ખોડી છે. બધા કાર્ય ખુદ કરવાથી ના ફક્ત સમયનું નુકસાન થાય છે બલ્કે ઊર્જાનો વપરાશ પણ વધારે થાય છે. જે ઊર્જા તેમજ સમયને આપણે કોઈ અન્ય કાર્યમાં લગાવી શકતા હતા, એને આપણે એવા કાર્યોમાં ખર્ચ કરી નાંખીએ છીએ, જેમને આપણાં સિવાય કોઈ અન્ય પણ કરી શકતું હતું. આથી સારા માણસને જોઈએ કે, તે પોતાના કાર્યો તેમજ જવાબદારીઓને વર્ગીકૃત કરી એમને ભિન્ન-ભિન્ન લોકોમાં વિભાજિત કરે અને પોતાના કિંમતી અનુભવ તેમજ કાબેલિયતને યોગ્ય દિશામાં લાગવા દે, જેથી સમય રહેતાં યોગ્ય ક્ષેત્રમાં સફળતા પ્રાપ્ત થઈ શકે. સાથે-સાથે આપણે બીજાઓ પર વિશ્વાસ કરવાનું પણ શીખવું પડશે, કેમ કે જ્યારે પણ આપણે કોઈ કામથી જોડાઈએ છીએ, તો ત્યાં આપણે પોતાનાથી જૂનિયર, સીનિયર કે પોતાના સ્તર પર કેટલાય લોકો મળે છે. એવામાં આપણે પ્રત્યેકની ક્ષમતાનુસાર એમનામાં

કામ વહેંચી દેવું જોઈએ. જો આપણે બધાનું કામ ખુદ જ કરવા લાગી જઈશું, તો આપણે પોતાનું કામ યોગ્ય ઢંગથી નહી કરી શકીએ. જો આપણે સફળ થવું છે, તો બધા કામ ખુદ કરવાની જવાબદારીથી મુક્ત થવું પડશે અને બીજાઓ પર પણ ભરોસો કરવો પડશે. એવું ના થવું જોઈએ કે, આપણે કોઈને કહીએ કે, આ કામ તમારાથી નહીં થાય અથવા કરેલા કામને આપણે ફરીથી કરીએ છીએ. જો આપણે પોતાની ઊર્જા તેમજ સમય બચાવવો છે અથવા પોતાના સ્વાસ્થ્યને યોગ્ય રાખવું છે, તો એ જરૂરી છે કે, આપણે પોતાના બધા કામ ખુદ ના કરીએ. કેટલીક જવાબદારીઓ બીજાને પણ સોંપીએ.

અસફળ લોકોની સંગતિ ના કરો

જે પ્રકારે સ્વસ્થ શરીર માટે સારા ભોજનની જરૂર હોય છે, એ જ પ્રકારે સ્વસ્થ દિમાગ માટે સારા સાહિત્ય તેમજ સારા વિચારોની જરૂર હોય છે. સારા વિચારો માટે તમારે સારા લોકોની સંગતિમાં જવું પડશે. જે પ્રકારની સંગતિમાં આપણે રહીએ છીએ, એ જ પ્રકારના આપણે બની જઈએ છીએ. કેરીનું બીજ આગળ ચાલીને કેરીનું જ ફળ આપે છે, એ જ પ્રકારે જે માણસ જેવો હોય છે, એવું જ પરિણામ આપે છે, આથી અસફળ લોકોની સંગતિથી બચો, કેમ કે આ જ્યારે-જ્યારે તમારા સંપર્કમાં આવશે અથવા રહેશે તો તમારા કાર્ય તેમજ ઊર્જાને નકારાત્મકતા જ પ્રદાન કરશે. ભલે જ આ તમને સફળ થવાની સારી ટિપ્સ આપે, પરંતુ આ વાતનું વિશેષ ધ્યાન રાખો, કેમ કે તે ખુદ અસફળ રહ્યાં છે આથી એ તમને પણ સફળ થતાં નહીં જોવા ઇચ્છે. એમનો દરેક પ્રયાસ તમારા કાર્યમાં અવરોધ ઉત્પન્ન કરવાનો જ હશે અને જો તમે સફળ પણ થશો, તો એ એનાથી ક્યારેય ખુશ નહીં થાય.

જો આપણે જૂના ઇતિહાસ, મહાભારતના બીજા ચરિત્રો પર નજર નાખીએ, તો કૌરવોના અસફળ થવાનું સૌથી મોટું કારણ અસફળ લોકોનો સંગ જ હતો. આ જ કારણે એકમાત્ર સફળ વ્યક્તિ ભીષ્મ પણ અસફળ થઈ ગયા. ધૃતરાષ્ટ્રના વિચાર નીચ હતા. તે એક અસફળ વ્યક્તિ હતો. જન્મથી તો અંધ હતો જ, કર્મથી પણ પુત્ર-મોહમાં અંધ હતો. ગાંધારી આંખો હોવા છતાં પણ અંધ હતી, કર્ણએ દુર્યોધનની સંગતિ કરી, બંને જ અસફળ હતા. રામચરિત માનસમાં અયોધ્યામાં નીચ મંથરાની સંગતિથી કૈકેયીને જીવનભરનું વૈધવ્ય અને કલંક સહન કરવું પડ્યું. ત્યાં લંકામાં યુદ્ધ પછી ફક્ત વિભીષણ બચ્યો, જે શ્રીરામની તરફ આવી ગયો હતો. ઇન્દ્ર હંમેશાં જ પોતાની ચાલોમાં વિફળ રહ્યો, એની સાથે ચંદ્રમા પર પણ દાગ લાગી ગયો. આથી પ્રામાણિક માણસો અને ભલા માણસોને જોઈએ કે, તેઓ અસફળ લોકોનો ત્યાગ કરે અને સફળ લોકોની સંગતિ કરે, જેથી તેઓ પણ સફળ થઈ શકે. વિજેતા થઈ શકે, સફળ વિજેતા થઈ શકે.

 પ્રામાણિક માણસ સફળ વિજેતા કેવી રીતે બને

તેથી, ધ્યાન રાખો કે, જો કોઈ વષય પર કોઈથી સલાહ પણ લેવી છે, તો એ સુનિશ્ચિત કરી લો કે તે વ્યક્તિ એ ક્ષેત્રનો સફળ વ્યક્તિ છે. સફળ લોકોની સંગતિમાં રહેવાથી તમને તમારું અને એમનું અંતર સ્પષ્ટ નજર આવી જાય છે. સાથે જ તમને એ પણ ખબર ચાલી જાય છે કે, જો તમારે સફળ થવું છે, તો તમારામાં શું-શું સુધારાઓની જરૂર છે.

સફળ લોકોની સંગતિનો સૌથી મોટો લાભ એ છે કે, તેઓ ક્યારેય પણ તમને નિરુત્સાહિત નથી કરતાં. મોટા લોકો ક્યારેય પણ મોટા વિચારો પર હસતા નથી, મજાક નથી ઉડાવતાં, બલ્કે તે કાર્ય કરવામાં તમારી મદદ કરે છે. ઉદાહરણ માટે તમે એક એવા મિત્રની પાસે જાઓ, જેની પાસે કાર નથી. એને બતાવો કે, તમે પાંચ લાખની કાર ખરીદવા જઈ રહ્યાં છો. તે ના ફક્ત તમને બુદ્ધિહીન બતાવશે, તમારા અપવ્યય અને આર્થિક મંદીથી લઈને સંસારની નશ્વરતા અને કાર એક ફાલતૂ ખર્ચ છે, જેવાં વિષયો પર પોતાની મજબૂત પકડને સાબિત કરી દેશે. બની શકે છે કે, તમારા ગ યા પછી તે બે-ચાર મિત્રોનીસાથે મળીને તમારી મજાક ઉડાવે, પરંતુ બીજી તરફ તમે એક એવા મિત્રની પાસે જાઓ, જેની પાસે પહેલાંથી પાંચ લાખ રૂપિયાની ગાડી હોય, તો તે તમને ના ફક્ત ગાડી ખરીદવા માટે પ્રેરિત કરશે, પરંતુ ગાડી રાખવાના લાભ બતાવશે અને સારી ગાડી ખરીદવા માટે પ્રેરિત કરશે અને સારી ગાડીની પસંદગી કરવામાં પણ તમારી મદદ કરશે. જે લોકો કહે છે કે, તમે સફળ થઈ શકો છો, ધ્યાન રાખો, તે સફળ લોકો છે. એમની સલાહ માનીને ચાલવું શ્રેયસ્કર છે અનેજે લોકો નકારાત્મક વિચારસરણીવાળા છે, એમની સલાહને પડકાર માનીને ચાલો. સફળ લોકોની સંગતિમાં રહેવાનો એક મોટો લાભ એ છે કે, તેઓ તમારી સફળતાથી ના તો ઈર્ષા કરે છે, ના એમને ગતિસ્પર્ધાનો ડર હોય છે, કેમ કે તેઓ એ ક્ષેત્રના પહેલાંથી જ સફળ લોકો છે.

★ ★ ★

શું છે સફળતા, એને કેવી રીતે મેળવશો?

સફળતા મેળવવા માટે એ જાણવું ખૂબ જ જરૂરી છે કે, સફળતા શું છે? કેમ કે દરેક માણસની નજરમાં સફળતાના એના પોતાના અર્થ અને માપદંડ છે. કોઈ માટે અધિક પૈસા કમાવવા સફળતા છે, તો કોઈના માટે બધાનું દિલ જીતવું સફળતા છે. આથી પહેલાં પોતાની સફળતાની પરિભાષા નક્કી કરો, એમાં જ તમારી સફળતાનો અડધો માર્ગ નક્કી થઈ જશે.

કોણ છે, જે સફળ નથી થવા ઇચ્છતું? કોને આગળ વધવા કે ઊંચા ઊઠવાની ઇચ્છા નથી હોતી? કદાચ જ કોઈ હશે, જેનેઆ બધાથી પરહેજ હશે એટલે દરેક કોઈ પ્રગતિ કરવા ઇચ્છે છે, જીવનમાં કશું મેળવવા ઇચ્છે છે, સફળ થવા ઇચ્છે છે પણ કેવી રીતે થાય સફળ? શું છે સફળતાની સીડી કે રહસ્ય? વગેરેને જાણવાથી પહેલાં એ અત્યંત જરૂરી છે કે, આપણે જાણીએ કે સફળતા આખરે છે શું? કેમ કે દરેક માણસ માટે સફળતાના અર્થ અલગ-અલગ છે. મોટાભાગના લોકો જીવમાં આવેલી વૃદ્ધિ, સિદ્ધિ કે રૂપિયા-રુતબા વગેરેમાં વૃદ્ધિને જ સફળતાની નિશાની સમજે છે એટલે પહેલાંથી થોડું વધારે અધિક અને ઉત્તમ. ખાસ કરીને બીજાથી, સામેવાળાથી કશું અલગ, સારું અને વધારે આપણને બતાવે છે કે, આપણે સફળ છીએ કે સામેવાળા સફળ છે.

શું સફળતાની આ પરિભાષા, એ અર્થ સાચો છે? એક અર્થમાં 'હા' પણ અને 'ના' પણ. કેમ? કેમ કે સફળતાનો ફક્ત એક અર્થ નથી, એના બે અર્થ તેમજ રૂપ છે. આ જ કારણ છે કે, લોકો સફળ થઈને પણ સફળ નથી. એમણે પ્રગતિ તો કરી છે, તેમ છતાં દુ:ખી છે. પરિવર્તન તો ઘણું બધું થયું છે, આત્મરૂપાંતરણ નથી થયું.

સત્ય તો એ જ છે કે, સાચી સફળતા સુકૂન અને સુફળ બંને લાવે છે. માત્ર વસ્તુઓ તેમજ પરિસ્થિતિઓમાં ફેરબદલ નથી કરતી. તે માણસના પૂરા વ્યક્તિત્વ તેમજ વ્યવહારથી પરિલક્ષિતહોય છે અથવા હોવી જોઈએ, પરંતુ આપણે કોઈ ગાડી-બંગલા, બેંક બેલેન્સ કે સમાજમાં રુતબા વગેરેને જોઈને જ એને સફળ કહી દઈએ છીએ અથવા પછી જે વસ્તુ આપણે મેળવવા ઇચ્છીએ છીએ, તે જો કોઈ અન્યની પાસે હોય છે, તો

આપણે એવા વ્યક્તિને સફળ કહી દઈએ છીએ. પરંતુ કોઈની પાસે આપણેથી અધિક હોવું સફળતાની પરિભાષા નથી, કેમ કે જે આપણી નજરમાં સફળ છે, જો તમે એનાથી પૂછો, તો તે પોતાને ક્યારેય સફળ નહીં કહે. એની નજરમાં સફળ તે છે, જે એનાથી આગળ છે અથવા જેની પાસે એ બધું છે, જેને તે મેળવવા ઇચ્છે છે.

સામાન્ય રીતે જોવામાં આવે, તો લોકો આ જ ઢંગથી સફળતાને આંકે તેમજ પરિભાષિત કરે છે. પણ શું આ જ સફળતા છે? કેમ કે આવી રીતે તો દરેક માણસ એક અર્થમાં પોતાની નજરમાં અસફળ છે અને બીજાઓની સામે સફળ. કોઈ કળા કે ક્ષેત્રમાં સફળ છે, તો કોઈ વેપારના ક્ષેત્રમાં. કોઈ ખેલના ક્ષેત્રમાં શિખર પર છે, તો કોઈ રાજનીતિના ક્ષેત્રમાં આકાશને સ્પર્શી રહ્યો છે. કોઈ ખૂબ મોટો રહીશ છે, તો કોઈ ખૂબ નાનો માફિયા. કોઈ ધનથી આગળ છે, તો કોઈ મનથી. કોઈનું કાર્ય બોલે છે, તો કોઈનો વ્યવહાર. કોઈ સંપત્તિ પર રાજ કરી રહ્યો છે, તો કોઈ દિલો પર. એવામાં સફળતાને અથવા એની પરિભાષાને બે ભાગોમાં વહેંચી તેમજ પરિભાષિત કરી શકાય છે. ભૌતિક અને આધ્યાત્મિક કે બાહ્ય તેમજ ભીતરી.

● સફળતા બે પ્રકારની હોય છે

આમ તો યોગ્ય અને સાચી સફળતા એક જ હોય છે, પરંતુ યોગ્ય સફળતા પરિભાષિત કરવા માટે જરૂરી છે કે, એનું બીજું પાસું પણ સમજવામાં આવે, બીજા પક્ષને પણ જોવામાં આવે, જેના કારણે સફળતા બે પ્રકારની થઈ જાય છે. જેને આપણે ભૌતિક તેમજ આધ્યાત્મિક સફળતામાં વિભાજિત કરી શકીએ છીએ. પરંતુ વાસ્તવિક અને સાચી સફળતામાં બંને સફળતાઓનો સમાવેશ થાય છે અથવા એમ કહો કે, સફળતાની સાચી પરિભાષા બંનેથી મળીને બને છે. આવો, જાણીએ કે બંને સફળતાઓના અર્થ અને એમનામાં આપસી અંતર.

● પ્રથમ- ભૌતિક કે સાંસારિક સફળતા

જેમ કે નામથી જ સ્પષ્ટ છે કે, આ સફળતાનો સંબંધ બાહ્ય એલે સાંસારિક જગતથી છે. એવી સફળતામાં માણસ જે કશું મેળવે છે, તે દેખાય છે અથવા એમ કહો એનું પ્રદર્શન કરી શકાય છે. આ સફળતા જીવનમાં આવેલા રૂપાંતરણને નહીં, પરિવર્તનને દર્શાવે છે. એવી સ્થિતિમાં માણસ જ્યાંસુધી ભૌતિક સુખોને પ્રાપ્ત નથી કરી લેતો, ખુદને પોતાના એશો-આરામથી પ્રદર્શન કરવાને લાયક નથી બનાવી લેતો, પોતાના સામ્રાજ્યને ફેલાવી નથી લેતો, પોતાના શોખ તેમજ જરૂરિયાતોને પૂરી નથી કરી લેતો, ત્યાં સુધી ખુદને સફળ નથી સમજતો. જેવો જ તે એવું કરવામાં સક્ષમ થઈ જાય છે, એના ખભા શાનથી પહોળા તેમજ માથું ગર્વથી ઊંચું થઈ જાય છે.

બાહ્ય એટલે ભૌતિક સફળતા વસ્તુઓ તેમજ પરિસ્થિતિઓ પર નિર્ભર હોય છે ત્યારે જ તો સ્થિર નથી રહેતી. સમય-સમય પર બદલાતી રહે છે. એવી સફળતામાં માણસને ના ફક્ત સફળ થવાનું ઝનૂન હોય્છે બલ્કે પોતાની મેળવેલી સફળતાને જાળવી રાખવા માટે એડી-ચોટીનું જોર પણ લગાવવું પડે છે. બની શકે છે કે, એની પાસે ધન-દોલત, પદ-પ્રતિષ્ઠા હોય, પરંતુ એમાં સંયમ, ધૈર્ય, દયા-કરુણા, પ્રેમ-માધુર્ય, ત્યાગ-સંતુષ્ટિ વગેરે જેવાં ગુણ પણ હોય એ જરૂરી નથી.

ભૌતિક સફળતામાં માણસ બધું જ મેળવી શકે છે પણ કદાચ ખુદને ગુમાવી દે છે. એની પાસે દરેક વસ્તુ હોય છે પણ શાંતિ નથી હોતી. એવા માણસનું જીવન એક દોડ, એક પ્રતિસ્પર્ધા, એક ઈર્ષ્યા, અહંકાર અને હોડ બનીને જ રહી જાય છે. એને સફળતા તો હાથ લાગે છે, પણ એનો સ્વાદ નથી હાથ લાગતો અથવા એમ કહો કે અંદર 'વધારે'ની ઇચ્છા, માંગ તેમજ જરૂર એટલી હોય છે કે, તે સફળતાના સ્વાદથી બેખબર રહી જાય છે.

તમે જે વસ્તુ પ્રાપ્ત કરવા ઇચ્છશો છો, એના અને તમારા વચ્ચે કોઈને કોઈ અડચણ કે મર્યાદિત કરવાવાળું તત્ત્વ જરૂર ઉપસ્થિત હોય છે. આ તત્ત્વ નક્કી કરે છે કે, તમે કેટલી તેજીથી પડાવ પર પહોંચશો. આ તત્ત્વ ને સમય પર ઓળખવા અને એનું નિરાકરણ શોધી લેવામાં જ તમારી સફળતા છુપાયેલી છે.

માણસની આ હાલતનો જવાબદાર કોઈ બીજો નહીં, બલ્કે એની એ પરિભાષા છે, જે એણે જીવનમાં સફળતાને આપી રાખી છે. ત્યારે જ તો દરેક માણસ આટલો દુ:ખી છે. સત્ય તો એ છે કે, ભૌતિક સફળતાની કોઈ પરિભાષા નથી, જો હોયતો બધા માણસ આ પરિભાષાથી સંતુષ્ટ હોત તેમજ જીવનમાં સફળ પણ થાય છે. પરંતુ એવું નથી, જે વસ્તુ આપણા માટે જરૂરી તેમજ મહત્ત્વપૂર્ણ હોય, તે જરૂરી નથીકે બીજા માટે પણ એટલી જ જરૂરી કે મહત્ત્વપૂર્ણ હોય? એવામાં કેવી રીતે નક્કી કરશો કે કોને મેળવીને આપણને સફળતા મળશે અથવા આપણે ખુદને સફળ સમજશું?

માની લો, એક માણસનું સપનું ડૉક્ટર બનવાનું છે, જે બનીને જ તે ખુદને સફળ સમજશે, તો જે માણસ પહેલાંથી જ ડૉક્ટર છે, એણે તો ખુશ અને સંતુષ્ટ હોવું જોઈએ? તમે એનાથી પૂછો કે, શું તમે સફળ છો? તો કદાચ તે જલ્દીથી કહી દેશે, 'ના'. જો ગાડી, બંગલો, નોકરી, લગ્ન, પત્ની-બાળકો વગેરે સફળતાના લક્ષણ અથવા પરિણઆમ છે, તો જેની પાસે આ બધું છે પછી તો એણે સૌથી સફળતમ વ્યક્તિ હોવું જોઈએ? પરંતુ અફસોસ એવું નથી થઈ શકતું. કોઈના માટે એન્જિનિયર બનવું

સફળતાની નિશાની છે, તો કોઈ માટે સંગીતજ્ઞ બની જવું કોઈ ખુદને ઈલેક્શન જીતીને સફળ માને છે, તો કોઈ એવોર્ડ જીતીને. દરેક માટે સફળતાના પોતાના અલગ-અલગ અર્થ હોય છે, આથી બધાના સફળ થવાના માર્ગ પણ અલગ છે અને એ જ માર્ગ એમની પરિભાષા છે.

બહારના માર્ગ, બહારના ઉપાય, માત્ર બાહ્ય જગતમાં જ આપણને સફળ બનાવી શકે છે તથા આપણે બાહ્ય રીતે જ ખુશ નજર આવી શકીએ છીએ, આંતરિક, વાસ્તવિક રીતે નહીં. સાચી, યોગ્ય, શાંતિદાયક સફળતા માટે જરૂરી છે આધ્યાત્મિક સફળતા.

● બીજી - વ્યક્તિગત કે આધ્યાત્મિક સફળતા

સફળતાની જો આ પરિભાષાને સમજવામાં આવે, તો આ ભૌતિક સફળતાથી બિલ્કુલ વિપરીત બેસશે, કેમ કે એનો સંબંધ બાહ્ય જગતથી નહીં, અંતર્મનના અંતર્જગતથી છે, જ્યાં પરિવર્તન નહીં, ત્યાં આત્મ-રૂપાંતરણ ઘટે છે. સફળતા-અસફળતા, હાર-જીત જેવાં કોઈ દ્વંદ્વ નથી ઘટતા. એવી સ્થિતિને ઉપલબ્ધ થવું જ સાચા અર્થમાં સફળતા કહી શકાય છે. આ સફળતા અનુભવ, પ્રયાસ અને બોધની સાથે ઉપલબ્ધ થાય છે. આથી આ સ્થિર હોય છે.

એવા માણસની પાસે ભલે જ ભૌતિક સુખ હોય ના હોય, પણ સુખનો, શાંતિનો કોઈ અભાવ નથી હોતો, કેમ કે એવો માણસ સંતુષ્ટ પ્રવૃત્તિનો હોય છે. બીજાની પાસે શું છે? કેમ છે? કેટલું છે? વગેરેથી એમને કોઈ ફરક નથી પડતો. કોઈ ઈર્ષ્યા કે પ્રતિસ્પર્ધા કે હોડનો ભાવ એમને નથી ઘેરતો. એવું નથી કે, એમના જીવનમાં ઉતાર-ચઢાવ કે હાર-તકલીફ નથી આવતી, આવે છે, પરંતુ એક ધૈર્ય હોય છે, ભીતર એક આરામ તેમજ શાંતિ હોય છે.

સફળતા જલ્દી મળે કે મોડેથી મળે એ મહત્ત્વપૂર્ણ નથી હોતું
બલ્કે મહત્ત્વપૂર્ણ હોય છે કે, સફળતા જળવાયેલી રહે
છે કે નહીં.

આધ્યાત્મિક સફળતાનો અર્થ જ છે ખુદ પર નિયંત્રણ હોવું, મનની કામનાઓ અને વાસનાઓ પર નિયંત્રણ હોવું. કેમ કે મન જ બધી સમસ્યાઓ અને સફળતાઓનું મૂળ છે. ત્યારે જ તો કહે છે કે, 'મનના જીત્યા જીત છે, મનના હાર્યા હાર'. મનને જીતવું જ સફળતા છે અને આધ્યાત્મિક સફળતા મનને જીતવાનું જ નામ છે. જ્યારે ભીતર ઊંડી શાંતિ અને સંતુષ્ટિનો ભાવ પેદા થાય છે, તો માણસ દરેક હાલમાં ખુશ હોય છે, એવા માણસની વિચારસરણી સકારાત્મક હોય છે. દરેક પરિસ્થિતિને

સ્વીકારવાની હિંમત હોય છે. સેવા, ક્ષમા, કરુણા એમના વ્યવહારનો મહત્ત્વનો હિસ્સો હોય છે તથા સહન કરવાની શક્તિ એમને ડગલે-પગલે સફળતા અપાવે છે. આ ગુણોથી જે જાતક લબરેજ હોય છે અથવા જે જીવનમાં આ ગુણોને અપનાવે છે, તે સાચા અર્થમાં દરેક પરિસ્થિતિમાં સફળ હોય છે.

આવી સફળતામાં ભૌતિક સુખ-સંસાધન, એશો-આરામ હાથ લાગે ના લાગે, પણ પ્રયત્ન, આશા અને ધૈર્યના ગુણ એક દિવસ માણસને મોડેથી પણ સફળ બનાવી જ દે છે. માન્યું કે, જીવન જીવવા માટે વ્યાવહારિક થવું જરૂરી છે. આ જ મસયની માંગ છે. એના માટે ખુદને આજના વાતાવરણના રંગ-રૂપમાં ઢાળવા અત્યંત જરૂરી છે. આથી ખુદને આ હુનરથી આજના પરિવેશમાં ઢાળી લો કે, ભીતરની વાસ્તવિકતા વિચલિત ના થાય. ખુદને દરેક સ્થિતિમાં ઢાળી લેવાનો ગુણ પણ સફળતાનો એક ગુણ છે. જે સફળતા માટે ખૂબ જરૂરી છે.

આથી સફળ થવાનો એક માર્ગ એ પણ છે, જે વાસ્તવિક રૂપથી સફળ થવામાં સહાયક છે. જો સફળતાના આ રહસ્યને જાણી લેવામાં આવે, તો જીવનમાં એક ક્રાંતિ ઘટી શકે છે. કેમ કે સફળતાનું આ રહસ્ય ક્યાંય બહાર નહીં, ખુદની ભીતર છે.

સફળતા ક્યારેય એકલી નથી આવતી, પોતાની સાથે કેટલાયસવાલ તો કેટલીય ચિંતા પણ લાવે છે. કેમ કે વસ્તુઓ મેળવ્યા પછી આપણે ના ફક્ત એની વૃદ્ધિમાં લાગી જઈએ છીએ બલ્કે, એના ગુમાવવા તેમજ ઓછું થઈ જવાના ભયથી સચેત તેમજ ભયભીત પણ રહીએ છીએ.

● ખરાબ લોકો સફળ લાગે છે પણ હોતા નથી

સફળતાથી આપણો અર્થ ભૌતિક સફળતાથી રહે છે, ત્યારે જ તો આપણા મનમાં હંમેશાં એ ફરિયાદ રહે છે અથવા એમ કહો કે, જે આપણી વિચારસરણી છે કે, 'ખરાબ માણસ સામાન્ય માણસની તુલનામાં સુખી અને સફળ રહે છે' આ જ કારણી બને છે. કેમ કે આપણે માણસના કદનો અંદાજો એની ઉપરી ચટક-મટક કે બાહ્ય સિદ્ધિઓથી લગાવીએ છીએ, એના આંતરિક રૂપાંતરણથી નહીં.

સફળતાને ઠીક ઢંગથી સમજવા માટે એક પ્રયોગ કરો. પોતાની આસપાસના વિસ્તારમાં કોઈ એક એવા શખ્સથી મળો, જેને તમે સફળ સમજો છો, વાત કરો તેમજ એનાથી એની સફળતાનું રહસ્ય પૂછો. તમારા પૂછવા પર તમને જ્ઞાત થશે કે, તે માણસ ખુદને સફળ માનતો જ નથી, તે કહે છે 'હજું હું સફળ ક્યાં થયો છું, સફળતાથી તો કોસો દૂર છું.' તમને એની વાતોમાં કોઈ શાંતિ, કોઈ આનંદ નજર નહીં આવે, બલ્કે કેટલીય ફરિયાદ સાંભળવા અવશ્ય મળી જશે.

ત્યારે તમે જોશો કે, તમારા જીવન, રહેન-સહેન, ઉપલબ્ધિ વગેરેમાં ભલે જ ઘણું અંતર છે, પરંતુ સામેવાળાને પણ એની જ શોધ છે, જેની આપણને છે. તે પણ સફળ થવા ઇચ્છે છે અને આપણે પણ. આપણી નજરમાં પોતાનાથી ઉપરવાળા પર છે, તો એની નજર પણ પોતાનાથી ઉપરવાળા પર. એ તો એ તમે એની જિંદગીમાં વધારે ઊંડાઈથી જોશો, તો તમે જોશો કે એની બધી પરેશાનીઓ, ચિંતાઓ, દોડ-ભાગ વગેરે આપણાં જેવું જ છે, બલ્કે એની બેચેનીઓ તેમજ તણાવ આપણાથી પણ અધિક ઘેરા છે.

કેમ કે બાહ્ય, ભૌતિક સફળતાઓ ક્યારેય એકલી નથી આવતી. પોતાની સાથે જ કેટલાય સવાલ તો કેટલીય ચિંતા પણ લાવે છે. જેટલો માણસ સફળ થશે, એનું જીવન તેમજ સુખ-સુવિધાઓનું સામ્રાજ્ય એટલું જ મોટું થશે. પરંતુ આ આખું સામ્રાજ્ય દુઃખ પણ લાવે છે. જીવનને વિસ્તાર પ્રદાન કરવો તો સરળ છે, પરંતુ એ વિસ્તારને સંભાળવો મુશ્કેલ છે. કેમ કે વસ્તુઓ મેળવ્યા પછી આપણે ના ફક્ત એની વૃદ્ધિમાં લાગી જાય છે. બલ્કે, એને ગુમાવવા તેમજ ઓછું થઈ જવાના ભયથી સચેત તેમજ ભયભીત પણ રહીએ છીએ અને ડરેલાં પણ, બેચેન માણસ સફળ થઈને પણ કેટલો સુખી રહે છે આ વાતનો અંદાજો તમે ખુદ જ લગાવી શકો છો.

ભૌતિક સફળતાની સાથે કોઈ લાંબા સમય સુધી સુખી નથી રહી શકતો, પરંતુ દૂરથી સુખી માલૂમ અવશ્ય પડી શકે છે અને રહ્યો સવાલ 'ખરાબ લોકો વધારે સફળ છે' આ વિચારસરણી તેમજ માનસિકતા આથી બની જાય છે, કેમ કે આપણે એમના કર્મોનું તત્ક્ષણ પરિણામ જોવા લાગીએ છીએ, પછીના દુષ્પરિણામથી અનભિજ્ઞ રહીએ છીએ.

વાસ્તવિક અને સાચી સફળતામાં ભૌતિક અને આધ્યાત્મિક બંને સફળતાઓનો સમાવેશ થાય છે અથવા એમ કહો કે, સફળતાની સાચી પરિભાષા બંનેથી મળીને જ બને છે.

● ખુદ પસંદ કરો પોતાની સફળતાનો પ્રકાર

સારા ઢંગથી સમજ-વિચાર કર્યા બાદ, બંને સફળતામાં અંતર સમજ્યા પછી પોતાની સફળતાનો અર્થ ખુદ નક્કી કરો અનેવિચારો કે આપણને કઈ વસ્તુ શાંતિ આપે છે તેમજ કઈ વસ્તુ એવી છે કે, જેને મેળવીને આપણે ખુદને સફળ સમજીએ છીએ. આપણી સમસ્યાઓ તેમજ ફિરયાદો કયા પ્રકારની છે? આપણી હોડ તેમજ પ્રતિસ્પર્ધા કોનાથી તેમજ કેમ છે? વગેરે આ વિશે ઊંડું ચિંતન-મનન કરો અને કોઈ એવા નિષ્કર્ષ પર પહોંચો, જેને લીધા પછી તમને કોઈ અફસોસ કે ગ્લાનિનો ભાવ ન થાય. જરૂર પડે તો પુનઃ વિચાર કરો અને પસંદગી કરો. પસંદ કરી લેવું જ સફળ

થવાનું રહસ્ય છે. કેમ કે જે વસ્તુની આપણે પસંદગી કરી લઈએ છીએ, પછી એ જ વસ્તુને એકઠી કરવામાં લાગી જાય છે. આપણી ઊર્જા, આપણાં પ્રયત્નો એ જ તરફ વહેવા લાગે છે. આથી આપણો શ્રમ, આપણી ઊર્જા ફક્ત સફળ જ નહીં, સુફળ પણ હોય. એના માટે જરૂરી છે કે, સાચી પસંદગી. આથી પસંદ કરો કે તમારે કયા પ્રકારની સફળતા જોઈએ છે.

● જરૂરી છે બંનેનું મિશ્રણ તેમજ સંતુલન

એ સત્ય છે કે, માણસ ખાલી હાથ આવ્યો છે અને ખાલી હાથ જાય છે, પરંતુ એનો અર્થ એ નથી કે, તે જીવનભર કશું મેળવવાનો પ્રયત્ન ન કરે. માણસ માનવ શરીર લીધા પછી, મૃત્યુ સુધી એક માત્રામાં હોય છે, જેમાં તે ઘણું બધું મેળવે પણ છે અને ગુમાવે પણ છે. એને મેળવવા-ખોવાના ખેલમાં તે કેટલીય વાર સફળ-અસફળ પણ થાય છે. પરંતુ આ ભયની સાથે કે, કશું પણ નથી જતું, માર્ગમાં દુઃખ તેમજ અસફળતાઓ પણ છે વગેરે. તે આગળ વધવા કે ઊંચો ઊઠવાનો પ્રયત્ન નથી છોડી શકતો.

સાથે જ માણસ એક સામાજિક પ્રાણી છે અને લોકોની વચ્ચે, એમની જ સાથે રહેવાનું છે. એવામાં તે ભૌતિક સફળતાના મહત્ત્વને મૂળથી ઉખાડી નથી શકતો. જો સંસારમાં રહેવું છે, સંસારમાં સંસાધનોથી જ ખુદની જરૂરિયાતોને પૂરી કરવી છે, તો માણસે વ્યાવહારિક થવું જ પડશે એટલે ભૌતિક રૂપથી ખુદને સફળ કરવો જ પડશે. હા, એની સાથે-સાથે આધ્યાત્મિક સફળતાનો સાથ ના છોડો. કેમ કે બંનેનો મેળ-મિશ્રણ તેમજ સંતુલન જ માણસને યોગ્ય અર્થમાં સફળ બનાવી શકે છે. મહાત્મા કબીરની આ વાણી એ જ સફળતાની તરફ ઈશારો કરે છે. કબીર કહે છે -

કબીરા જબ હમ પૈદા હુએ, જગ હંસા હમ રોએ ।
કુછ એસી કરની કર ચલો, હમ હસે જગ રોએ ॥

એવી જ સ્થિતિમાં, આ સંસારથી જવું જ સાચી અને યોગ્ય સફળતાની ઓળખ છે, જેના માટે જરૂરી છે, પૂર્ણ સફળતા એટલે ભૌતિક તેમજ આધ્યાત્મિક બંને સફળતાઓ અને એવી સફળતા મેળવવા માટે જરૂરી છે નિમ્ન વાતો.

● સફળ થવાના નુસખાં

દરેક માણસના જીવન જીવવાની પોતાની રીત હોય છે તથા વસ્તુઓને મેળવવાનો એનું પોતાનું જ રહસ્ય, ફોર્મ્યૂલા કે નુસખાં હોય છે. આથી જ્યારે પણ કોઈ સફળ માણસથી મળશો, તો એની સફળતાના પણ નવા રહસ્ય હશે, ત્યાં સુધી કે એક સફળ ચોર બનવા માટે પણ કેટલાય ગુણ કે ઉપાયો વગેરેની જરૂર હોય છે. સફળતા કોઈ પણ ક્ષેત્રમાં હોય, માણસને એને મેળવવા માટે મહેનત કરવી પડે છે, સફળ થવાના

ગુણ શીખવા પડે છે. ખેર, સફળ થવા માટે કેટલાય ગુણોની જરૂર હોય છે. કયા છે તે ગુણ આવો એના પર એક નજર નાખીએ.

● ઉદ્દેશ્ય નક્કી કરો

સફળ થવા માટે ઉદ્દેશ્યનું હોવું ખૂબ જ જરૂરી છે. ઉદ્દેશ્ય વગરના માણસફક્ત ભટકતા તેમજ ગુમરાહ હોય છે. એની ઊર્જા તેમજ શ્રમ બંને વ્યર્થ જાય છે. એને ના માર્ગની જાણ હોય છે, ના પડાવની. એવો માણસ સફળતા તો દૂર, એની આસપાસ સુધી પણ નથી ફરકી શકતો, કેમ કે જે માણસને પોતાના પડાવની ખબર નથી, એને માર્ગ કે દિશાની શું ખબર હશે. આથી જીવન જીવવાનો એક ઉદ્દેશ્ય નિર્ધારિત કરો. એના અનુસાર પોતાની યોજના બનાવો તથા એના અનુસાર પોતાની દિનચર્યાની કાર્યપ્રણાલી નક્કી કરો.

તમે એ નથી કહી શકતા કે, તમારી પાસે સમય નથી કેમ કે તમને પણ દિવસમાં એટલો જ સમય (૨૪ કલાક) મળે છે, જેટલો સમય મહાન તેમજ સફળ લોકોને મળે છે.

● સમયનો સદુપયોગ કરો

ઉદ્દેશ્યને ફક્ત નામ માટે નક્કી ના કરો. એના પર સંજીદગીથી કાર્ય પણ ક રો એટલે એને મેળવવા માટે મહેનત કરો. એને પૂરો સમય આપો. સારાથી સારો ક્વૉલિટી ટાઇમ આપો. એ કાર્યક્રમો તેમજ ક્રિયાઓને ઓછી કરો, જેમનાથી તમારા સમય તેમજ ઊર્જાનું નુકસાન થાય છે. શું જરૂરી છે, શું મહત્ત્વપૂર્ણ એના અર્થ તેમજ ભેદને સમજો તથા એના જ અનુસાર પોતાની પ્રાથમિકતાઓ નક્કી કરો. ટાઇમ ટેબલ બનાવો. એના પર અમલ કરો તથા અધિકથી અધિક સમય પોતાના સપના કે ઉદ્દેશ્યને આપો.

● સમસ્યાઓને અલગ રાખો

સમસ્યાઓ કોના જીવનમાં નથી આવતી? તકલીફોમાંથી કોણ પસાર નથી થતું? પરંતુ એનો અર્થ એ નથી કે, તમે એના જ રોદણાં રોતા રહો. પ્રયત્ન કરો કે ઑફિસ કે બહારની સમસ્યાઓ બહાર જ રાખો, ઘર પર ન લાવો અને ઘરની સમસ્યાઓને ઑફિસના કાર્યોમાં દખલઅંદાજી કરવા ના દો. જેટલી પણ વ્યક્તિગત, અંગત સમસ્યાઓ હોય, એમને પોતાના મન, મસ્તિષ્ક તેમજ કાર્ય પર પ્રભાવિત ન થવા દો. અડચણોને ઉદ્દેશ્યથી ન મિલાવો, એમને અલગ જ રાખો.

● પડકારોથી ડરો નહીં

સંઘર્ષ જીવનનું બીજું નામ છે. આથી જ્યાં સપનાં છે, ત્યાં પડકારો પણ છે. જ્યાં પડકારો છે, ત્યાં રિસ્ક પણ છે. જોખમ ઉઠાવ્યા વગર ના તો સફળતાનો કોઈ અર્થ છે, ના તો કોઈ સ્વાદ. આથી જો તમને આગળ વધવાનું પ્રણ કરી લીધું છે, તો માર્ગના કાંટાઓથી ગભરાઓ નહીં, બલ્કે ડટીને સામનો કરો. એ તો નિશ્ચિત છે કે, ભલાઈના માર્ગમાં પરીક્ષાઓ અને બાધાઓનો સામનો તો કરવો જ પડે છે. સોનું જ્યાં સુધી આગમાંથી પસાર નથી થતું, ત્યાં સુધી નિખાર પણ આવતો નથી. આથી પડકારોને સ્વીકારો.

● વ્યાવહારિક બનો

જીવનમાં વ્યાવહારિકતાને અપનાવો, કાર્ય તેમજ જવાબદારીઓ પ્રતિ સતર્ક રહો. લાપરવાહીથી બચો. બચકાની હરકતો ના કરો. જે યોગ્ય છે, સમય, સ્થાન તેમજ પરિસ્થિતિ અનુસાર ઉચિત છે, એનો સ્વીકાર કરો. ખયાલી પુલાવ ઓછા બનાવો. લાંબી-લાંબી ઓછી હાંકો. કલ્પનાઓમાં ભ્રમણ ઓછું કરો. જે સત્ય છે, વાસ્તવિક છે, જરૂરી છે એના પર ધ્યાન આપો અને વ્યાવહારિક બનો. બહાના ઓછા બનાવો, કામ વધારે કરો.

શૉર્ટકટથી બચવું જોઈએ. કેમ કે શૉર્ટકટ એટલે અડધો અનુભવ, અડધી મહેનત, અડધું જ્ઞાન. જ્યારે આપણો ખર્ચ જ અડધો-અધૂરો હશે, તો પરિણામ પણ અડધાં-અધૂરાં જ હશે.

● ધૈર્ય રાખો

ધૈર્ય સૌથી મોટો ગુણ છે. જો માણસને ધૈર્ય રાખવાનું આવડી જાય, તો તે સુખી થઈ જાય. કેમ કે મોટાભાગના લોકો આથી માત ખાય છે, કેમ કે તે જલ્દીમાં હોય છે. મહેનતથી બચીને જે લોકો ઓછા સમયમાં જરૂરી પરિણામની કામના કરે છે, તે હંમેશાં હારે છે અથવા પછી નુકસાન ઉઠાવે છે. શૉર્ટકટથી બચવું જોઈએ. કેમ કે શૉર્ટકટ એટલે અડધો અનુભવ, અડધી મહેનત, અડધું જ્ઞાન. જ્યારે આપણો ખર્ચ જ અડધો-અધૂરો હશે, તો પરિણામ પણ અડધાં-અધૂરાં જ હશે. એટલું જ નહીં, જરૂર કરતાં વધારે ઉતાવળાપણું તેમજ બેચેની પણ કેટલીય વાર એમાં આપણાં પરિણામ સુધી પહોંચવા નથી દેતા અથવા પછી બન્યાં-બનાવેલાં કાર્યને બગાડી દે છે. આથી કોઈપણ ક્ષેત્રમાં સફળ થવા માટે ધૈર્યતાના ગુણને અપનાવો.

● કાર્યને પૂરું કરો

કોઈ કાર્યને વચ્ચે ના છોડો, કેમ કે દરેક કાર્ય આપણા આગલા કાર્યમાં આપણી

 ————————— પ્રામાણિક માણસ સફળ વિજેતા કેવી રીતે બને

હિંમતને મજબૂત કરે છે. જ્યારે પણ આપણે કોઈ કાર્યને પૂરું કરી લઈએ છીએ, તો આપણી ભીતર એક આત્મવિશ્વાસ જાગે છે કે, હું કરી શકું છું, મારાથી થઈ જાય છે અને જો આપણે કોઈ કાર્ય અધૂરું છોડી દઈએ છીએ, તો પરિણામ ઠીક એનાથી વિપરીત પડે છે. એના આગલા કાર્યને પણ પૂરું કરવાથી પહેલાં દમ તોડી નાખીએ છીએ. આથી હાથમાં જે પણ કાર્ય કે જવાબદારી લઈએ, એને અંજામ સુધી અવશ્ય પહોંચાડો, વચ્ચે ના છોડો. કેમ કે જ્યારે કેટલાય કાર્ય વચ્ચે અધરમાં જ છોડી દેવામાં આવે છે, તો માણસને પોતાના ઉદ્દેશ્ય સુધી પહોંચવામાં અડચણો આવે છે.

● શીખવા માટે તત્પર રહો

સફળ માણસથી જ્યારે પણ તમે પૂછશો, તો તમે એના ઉત્તરો તેમજ વ્યવહારોમાં એક વસ્તુ અવશ્ય મેળવશો કે, 'હજું મને કશું નથી આવડતું, હજુ તો હું શીખી રહ્યો છું.' શીખવાની આ લલક, આ ઝનૂન સફળ થવાનું લક્ષણ છે. શીખ, જ્ઞાન, અનુભવ ક્યાંયથી પણ, કોઈથી પણ મળે અવશ્ય ગ્રહણ કરો. ઝૂકવામાં અચકાઓ નહીં. એક સારા શ્રોતા બનો. પોતાનાથી વરિષ્ઠ લોકોની સાંભળો, વિવાદ ના કરો. સલાહ લો. પોતાના સંદેહોનું સમાધાન કરો. અહમને પોતાનાથી દૂર રાખો અને શીખવા માટે હંમેશાં તત્પર રહો.

● ખુદમાં કમી શોધો

કાર્યની ઉદ્દેશ્ય પૂર્તિ દરમિયાન અથવા પછી જીવનમાં સફળ થવા માટે પોતાની કમીઓ પર પણ ધ્યાન આપો, તમે ક્યાં ખોટા છો અથવા હતા એ કમીને જુઓ, સુધારો તથા પુનઃ કરવાથી બચો. એટલું જ નહીં, જો કોઈ તમારામાં સુધાર માટે કોઈ સલાહ આપે, તો એને માનો. પોતાની કમીઓને સ્વીકારો.

સફળ થવા માટે મનમાં સ્વસ્થ પ્રતિસ્પર્ધાનો ભાવ હોવો જરૂરી છે જેથી આપણે પોતાની તાકાત તેમજ પોતાના અભ્યાસને પરખી શકીએ. જ્યારે પણ આપણે કોઈથી પ્રતિસ્પર્ધા રાખીએ છીએ, તો આપણે વધારે સચેત તેમજ હોંશિયાર થઈ જઈએ છીએ.

● સ્વસ્થ પ્રતિસ્પર્ધા રાખો

સફળ થવા માટે મનમાં સ્વસ્થ પ્રતિસ્પર્ધાનો ભાવ હોવો જરૂરી છે, જેથી આપણે પોતાની તાકાત તેમજ પોતાના અભ્યાસને પરખી શકીએ. જોઈ શકીએ કે, આપણે કેટલા પાણીમાં છીએ અને જો આપણે સામેવાળાથી આગળ છીએ, તો હજુ બીજું શું-

પ્રામાણિક માણસ સફળ વિજેતા કેવી રીતે બને ——————

શું બન્યું છે. સાથે જ જ્યારે પણ કોઈથી પ્રતિસ્પર્ધા રાખીએ છીએ, તો આપણે વધારે સચેત તેમજ હોંશિયાર થઈ જઈએ છીએ. આપણી તૈયારી આપણા પ્રતિ વધારે દૃઢ થઈ જાય છે. જેમ-જેમ આપણે જીતતા જઈએ છીએ, તેમ-તેમ આપણી ભીતરનો આત્મવિશ્વાસ વધારે મજબૂત થવા લાગે છે અને સફળ થવા માટે આત્મવિશ્વાસનું હોવું જરૂરી છે.

● સકારાત્મક રહો

પોતાની આસપાસ એક સકારાત્મક વાતાવરણનું નિર્માણ કરો તથા એવા જ લોકોની સંગત કરો, જેમની વિચારસરણી સકારાત્મક અને દૃષ્ટિકોણ આશાવાદી હોય. કેમ કે જેવાં માહોલ અને લોકોની વચ્ચે આપણે રહીએ છીએ, આપણાં વ્યક્તિત્વ-વ્યવહારમાં તેવાં જ લક્ષણ તેમજ પરિણામ ઉભરાઈને આવે છે. એટલું જ નહીં કેટલું પણ ખરાબ પરિણામ અથવા કોઈ હાર હાથ લાગે, એનાથી ગભરાઓ નહીં. એ ટનાની પાછળ થવાવાળા સકારાત્મક કારણને શોધો. લોકો ભલે કશું પણ કહે, તમને એમની બુરાઈમાં પણ ભલાઈ શોધવાનું હુનર આવડવું જોઈએ. એ નહીં કે તમે સાંભળીને હતાશ તેમજ નિરાશ થઈ જાઓ.

સફળતા મેળવવા માટે માણસે પોતાની પસંદગીની વસ્તુઓનો ત્યાગ કરવો પડે છે પછી તે પોતાની વ્હાલી નિંદર હોય કે રજાનો દિવસ. રોજના આરામનો ત્યાગ કરીને મહેનત તેમજ લગનમાં બદલવું પડે છે, ત્યારે જ સફળતા મળે છે.

● ત્યાગ કરતાં શીખો

સફળતાના ક્ષેત્રમાં માણસનું ત્યાગી હોવું ખૂબ જરૂરી છે, કેમ કે સફળતાના માર્ગમાં માણસનું મન કેટલીયવાર મોહ-માયા તેમજ અનેક પ્રકારની વાસનાઓમાં અટકે છે. ક્યારેક ભાવુકતા વચ્ચે આવે છે, તો ક્યારેક પોતાની જૂની છબિ કે આબરૂ. બધાએ ત્યાગ કરવાનું તેમજ મોહ રહિત થવું જરૂરી છે. એ તો એ સફળતા મેળવવા માટે માણસે પોતાની પસંદગીની વસ્તુઓનો ત્યાગ કરવો પડે છે, પછી તે પોતાની વ્હાલી નિંદર હોય કે રજાનો દિવસ. સગવડભર્યું જીવન હોય અથવા પોતાનાઓની સુરક્ષા. શોખ હોય કે કોઈ આકર્ષણ. રોજના આરામનો ત્યાગ કરીને એને મહેનત તેમજ લગનમાં બદલવો પડે છે, ત્યારે જ સફળતા મળે છે.

● આત્મવિશ્વાસ જગાવો

કોઈપણ કાર્ય કે ક્ષેત્રમાં સફળ થવા માટે અત્યંત જરૂરી છે આત્મવિશ્વાસ એટલે

 પ્રામાણિક માણસ સફળ વિજેતા કેવી રીતે બને

ખુદ પર, પોતાની મહેનત પર, પોતાના કાર્ય તેમજ માર્ગ પર વિશ્વાસ કે, 'હું જે કરી રહ્યો છું, તે યોગ્ય જ કરી રહ્યો છું. એને હું પૂર્ણ કરીને જ રહીશ. કેમ કે હું કરી શકું છું. ભલે જ કામમાં સમય લાગી શકે છે, પરંતુ માર્ગમાં ભટકીશ નહીં, કાર્યને વચ્ચે નહીં છોડું, પૂરું કરીને જ દમ લઈશ. મુસીબત બધાના જીવનમાં આવે છે, મારા કામમાં પણ આવશે, પરંતુ મને એ મુસીબતોની પાર જઈને પોતાના પડાવને મેળવવાનો છે. કોઈ કેટલું પણ ભડકાવે, કોઈ કેટલું પણ પ્રલોભન આપે, કોઈ મારા માર્ગથી, સંકલ્પ, ઝનૂનથી હટાવી નથી શકતું.' જે દિવસે અંદર આવો વિશ્વાસ હશે, એ દિવસે આપણી જીત નિશ્ચિત છે, ત્યારે આપણને સફળ થવાથી કોઈ રોકી નથી શકતું.

ખુદને પડકાર આપતા રહો, જેનાથી તમારામાં જોશ અને ઝનૂન પેદા થાય. કેટલાંક એવાં કાર્ય અવશ્ય કરો, જે તમારા માટે નવા હોય, જેમાં તમે પોતાની ક્ષમતા તેમજ છુપાયેલી પ્રતિભાને ઉભારી શકો. જેને કરીને લાગે, તમે ખુદને ભવિષ્ય માટે વધારે દૃઢ તેમજ મજબૂત કરી રહ્યાં છો.

● ખુદથી કરો પ્રતિસ્પર્ધા

સફળતાના માર્ગમાં પ્રતિસ્પર્ધીઓથી પ્રતિસ્પર્ધા થાય ના થાય, ખુદથી પ્રતિસ્પર્ધા અવશ્ય થવી જોઈએ. ત્યારે જ તમે સાચા અર્થમાં સફળ થઈ શકશો. એટલે ક્યારેય પણ અથવા સ રળતાથી ખુદથી સંતુષ્ટ ના થાઓ. ખુદને પડકાર આપતા રહો, એક એવું કાર્ય આપો, જેનાથી તમારામાં જોશ અને ઝનૂન પેદા થાય. જેને કરીને લાગે, તમે ખુદને ભવિષ્ય માટે વધારે દૃઢ તેમજ મજબૂત કરી રહ્યાં છો. ખુદને ના તો હળવા હાથોથી લો, ના તો સરળતાથી સ્વીકાર કરો. દરેક આગલા, નવા કાર્ય જોખમ તેમજ પડકારપૂર્ણ બનાવો તેમજ એને સમય પર પૂરું કરીને બતાવો. કેટલાંક એવા કાર્ય અવશ્ય કરો, જે તમારા માટે નવા હોય, જેમાં તમે પોતાની ક્ષમતા તેમજ છુપાયેલી પ્રતિભાને ઉભારી શકે. ધ્યાન રાખો, તમારે ખુદને જવાબ આપવાનો છે કે, જે તમે વિચાર્યું હતું તે તમે કરી બતાવ્યું. મારે ખુદને પાછળ છોડવાનો છે. રોજ કંઈક નવું-અલગ પ્રાપ્ત કરવાનું છે. થોડું આગળ વધીને યાત્રા કરવી છે. બેઠા જ નથી રહેવાનું. ખુદમાં કાટ નથી લાગવા દેવાનો. નદીની જેમ વહેવાનું છે. પ્રવાહમાન રહીને સાગર સુધી પહોંચવાનું છે એટલે સફળ થવાનું છે, જેવાં સંકલ્પ લો.

● પ્રશંસાને હાવી ન થવા દો

પ્રશંસા કોને સારી નથી લાગતી? બલ્કે પ્રશંસા જ તો છે, જે માણસની હિંમત વધારે છે. એને આગળ વધવાનું અને કશું નવું કરવાનું સાહસ આપે છે. પરંતુ જો આ

જ પ્રશંસા માણસ પર હાવી થવા લાગે છે, તો સફળતાના માર્ગમાં અડચણનું કારણ પણ બની જાય છે. એવામાં બધાને સાંભળો, ખુશ થાઓ, આભાર માનો પરંતુ ભાવુક ના થાઓ. ધ્યાન રાખો, મનની અંદર એ ભાવ પેદા ના થાય કે, તમે બધાથી અલગ તેમજ સૌથી સારું કામ કરી રહ્યાં છો. પ્રશંસા કે તારીફ એકઠી કરવી જ તમારો એકમાત્ર ધ્યેય ના હોય એ વાતનું વિશેષ ધ્યાન રાખો, ત્યારે જ તમે સાચા અર્થમાં સફળ થઈ શકશો.

● કર્મ કરો, ફળની ઇચ્છા ના કરો

ગીતાના આ જ્ઞાનમાં સફળતાનું જ નહીં, જીવનનું પણ રહસ્ય છુપાયેલું છે. જો માણસ કોઈ લાલચ-લોભની ઇચ્છા વગર કર્મ કરશે, તો કદાચ તે જીવનના દરેક કાર્ય તેમજ ક્ષેત્રમાં સફળ થઈ શકે છે. સાધકનો, પ્રતિસ્પર્ધીનો, માણસનો ધ્યેય ફક્ત કર્મ કરવાનો જ હોવો જોઈએ. કોઈ વિશેષ વસ્તુ જ નહીં, પૂરું જીવન એનો ઉદ્દેશ્ય હોવો જોઈએ. કર્મ જ એનો પડાવ થઈ જવો જોઈએ. આ ભાવનાથી જ્યારે કોઈ માણસ જીવને જીવે છે અથવા કર્મ કરે છે, તો નિશ્ચિત જ તે દરેક ક્ષેત્રમાં સફળતા પ્રાપ્ત કરે છે. કર્મનું પરિણામ ક્યારે મળશે? કેવું મળશે? વગેરે પ્રશ્નોનું ઊઠવું સ્વાભાવિક છે, પરંતુ માત્ર આ જ પ્રશ્નોના ઉત્તરો પર ટકવાથી કશું નથી થવાનું. આપણે કર્મ અવશ્ય કરવાનું છે. ફળની ઇચ્છા આપણને ના ફક્ત કેટલીયવાર માર્ગમાં હતાશ કરી શકે છે, બલ્કે આપણને અસફળ પણ બનાવી શકે છે.

સફળતાનો મતલબ માત્ર ખુદના સુખ, જીત કે ઉપલબ્ધિથી જ નથી, બલ્કે એ સુખથી પણ છે, જે તમે બીજાઓને પ્રદાન કરો છો અર્થાત્ તમે જે કશું પણ મેળવ્યું છે એને આપો, પાછું આપો અને અન્યોને પણ ભાગીદાર બનાવો.

● જે મેળવ્યું છે, તેને વહેંચો પણ

સફળતાનો અર્થ માત્ર પડાવ કે જીતને મેળવી લેવો જ નહીં બલ્કે ખૂબ જ વ્યાપક છે, કેમ કે સફળતા અર્જન નહીં, સર્જન છે અર્થાત્ સફળતાનો મતલબ માત્ર ખુદના સુખ, જીત કે ઉપલબ્ધિથી જ નથી, બલ્કે એ સુખથી પણ છે, જે તમે બીજાઓને પ્રદાન કરો છો અર્થાત્ તમે જે કશું પણ મેળવ્યું છે એને આપો, પાછું આપો અને અન્યોને પણ ભાગીદાર બનાવો, પોતાની પાસે જોડીને ના રાખો. ત્યારે તમને આનંદ અને સફળતાનો અન્ય એક અર્થ હાથ લાગશે. કેમ કે જો તમને કર્મ કે કિસ્મતે કશું આપ્યું છે, તો એને વહેંચો. સ્વાર્થી તેમજ કંજૂસ જ ના બનો, એ જ્ઞાનને, એ સિદ્ધિને, પ્રાપ્ત લાભને અન્યો સુધી પણ પહોંચાડો. પોતાના સુધી મર્યાદિત કે કેદ કરીને ના રાખો. સફળ એ જ છે,

 ————————— પ્રામાણિક માણસ સફળ વિજેતા કેવી રીતે બને

જે બધામાં છે, બધાનો છે, બધા માટે છે. અને આમ પણ કહે છેને કે, જ્ઞાન વહેંચવાથી વધારે વધે છે. પણ સત્ય તો એ છે કે, તમે કશું પણ વહેંચો, જીવમાં એની વૃદ્ધિ સુફળના રૂપમાં ક્યાંક ને ક્યાંક અવશ્ય થાય છે અને તમને ત્યારે સફળ સમજવામાં આવો છો.

● ક્રોધ અને અહંકારથી બચો

તમે સફળતાના માર્ગ પર હો, કે સફળ થઈ ચુક્યો હો, જો તમારા સ્વભાવમાં ક્રોધ અને વ્યવહારમાં અહંકાર છે, તો તમે ક્યારેય પણ સફળ નહીં થઈ શકો. વ્યાવહારિક દૃષ્ટિથી, ઉપરી રીતે તમે સફળ પણ થઈ જાઓ, પરંતુ વ્યક્તિત્વમાં એવા દોષ તમને ભારે જ પડશે. એવી સફળતા કોઈ કામની નથી, જે તમને ઉગ્ર તેમજ અહંકારી બનાવે. સફળ થવાનો અર્થ એ નથી કે, તમે સામાન્ય માણસથી અલગ થોડા વિશેષ થઈ ગયા છો. સફળતા પછી પણ તમારા સ્વભાવ તેમજ જીભમાં કોમળતા હોવી જોઈએ. વ્યવહારમાં માધુર્ય હોવું જોઈએ. આચરણમાં 'હું'નો નહીં, પ્રેમ, દયા, કરુણાનો ભાવ હોવો જોઈએ. સફળતા માણસના પૂરા વ્યક્તિત્વથી ઝલકવી જોઈએ. ના કે કોઈ વિશેષ ઉપલબ્ધિ માત્રથી. સફળતા માણસના સંપૂર્ણ વિકાસનું નામ છે, અન્યથા નાની-મોટી સફળતા તો દરેક કોઈ પ્રાપ્ત કરી જ લે છે. ત્યારે જ તો એવી સફળતાનું તે મહત્ત્વ નથી, જે વાસ્તવિક સફળતાનું છે.

જે લોકો અનુશાસનમાં રહેવાનું નથી જાણતા, તે ખુલ્લા બળદની જેમ હોય છે, જે ખેતરને ખેડવાને બદલે, કોઈપણ હર્યા-ભર્યા ખેતરના પાકને બરબાદ કરી શકે છે.

● અનુશાસન તેમજ મર્યાદામાં રહો

સફળ થવા માટે અનુશાસનમાં રહેવું ખૂબ જરૂરી છે. જે લોકો અનુશાસનમાં રહેવાનું નથી જાણતા, તે ખુલ્લા બળદની જેમ હોય છે, જે ખેતરને ખેડવાને બદલે, કોઈપણ હર્યા-ભર્યા ખેતરના પાકને બરબાદ કરી શકે છે. નિયમ, કાયદા-કાનૂન તેમજ સિદ્ધાંતોને અપનાવો, એનું પાલન કરો. પોતાના સુખ-ચેન માટે બીજાનું સુખ-ચેન ના છીનવો. મર્યાદાઓમાં રહેવાનો પ્રયત્ન કરો. અનુશાસનનું પાલન કરવાથી માણસનું મન નિયંત્રણમાં રહે છે. સમય વ્યર્થ ઓછો થાય છે, એનો સદુપયોગ થાય છે. વ્યક્તિત્વમાં શાલીનતા આવે છે. વ્યવહારમાં નિયમબદ્ધતા આવે છે. આપણે સમય પ્રતિ પાબંદ તેમજ જાગૃત થઈએ છીએ. જીવના મહત્ત્વને સમજીએ છીએ. ઊર્જાને સંગ્રહિત કરીને લક્ષ્ય પર કેન્દ્રિત કરવાનું હુનર આવડી જાય છે. આથી સફળતાના માર્ગમાં અનુશાસનનું એક મોટું યોગદાન છે. અનુશાસન છે, તો સફળતા છે.

● પ્રયત્ન કરો, પ્રયાસરત રહો

સફળતાના તમામ રહસ્યોમાંથી જે એક ખાસ વાત સફળ વ્યક્તિઓના અનુભવોથી શીખવામાં આવે છે, તે છે પ્રયત્ન અને અભ્યાસ. તેઓ કહે છે, 'પ્રયત્ન કરવાવાળાઓની ક્યારેય હાર નથી થતી.' આથી માણસે હંમેશાં પ્રયત્ન એટલે કોશિષ કરતાં રહેવી જોઈએ. કેમ કે પ્રયત્ન કરવાવાળાઓ જ એક દિવસ સફળ થાય છે, તે નહીં જે પ્રયત્ન જ નથી કરતાં. ત્યારે જ તો કહેવાયું છે કે -

ગિરતે હૈ સહ સવાર મૈદાન-એ-જંગ મેં
વહ તિફ્લ ક્યા ગિરે, જો ઘુટનોં કે બલ ચલે ।

અર્થાત્ યુદ્ધના મેદાનમાં ઘોડાઓ પરથી એ જ યોદ્ધા પડે છે, જે ઘોડા પર ચઢવાનું હુનર જાણે છે, એટલે ઘોડાઓ પરથી પડવાથી પહેલાં તે ઘોડા પર હોય છે. જે યોદ્ધા પહેલાંથી જ ઘુંટણોના બળે રગડી રહ્યો હોય, એને પડવાનો ભય કેવો? પડવા માટે ઘોડા પર સવાર થવું જરૂરી છે. આથી સફળ થવા માટે પ્રયત્ન જરૂરી છે. અને જો એક વારથી વાત ન બને, તો માણસે પ્રયત્નનું દામન ના છોડવું જોઈએ, કેમ કે આજે નહીં તો કાલે, કાલે નહીં તો પરમદિવસે મહેનત અવશ્ય રંગ લાવે છે. પ્રયત્નોની અસર દેખાય છે. આથી પ્રયત્નરતની સાથે-સાથે માણસે પ્રયાસરત પણ રહેવું જોઈએ.

અંગ્રેજીમાં એક કહેવત છે, 'પ્રેક્ટિસ મેક્સ અ મેન પરફેક્ટ' અર્થાત્ કરતાં રહેવાથી જ નિપુણતા કે કુશળતા આવે છે. આપણે જેટલો રિયાઝ કરીશું એટલા જ પરિપક્વ થતાં જઈશું અને સફળ થવા માટે જરૂરી છે પરિપક્વતા. આથી, જો સફળતા મેળવવી છે, તો અભ્યાસરત રહો અને પ્રયત્ન કરતાં રહો.

ચિંતા એક શ્રૃંખલાબદ્ધ સમસ્યાઓની નિરંતરતાનું નામ છે. વિચાર, જ્યારે ચિંતાથી પસાર થાય છે, તો જીવન ચિંતાતુલ્ય થઈ જાય છે અને વિચાર જ્યારે ચિંતનથી થઈને પસાર થાય છે, તો માણસના ચિંતામુક્ત જીવનનો પાયો રાખે છે.

● ક્ષમા અને દયા

જીવનને યોગ્ય ઢંગથી જીવવા માટે આ બંને જ ગુણ જરૂરી છે, કેમ કે ભૂલ કોનાથી નથી થતી? ગુનો કોણ નથી કરતું? ભૂલ કોઈ પણ કરી શકે છે પણ એનો અર્થ એ નથી કે, એની ભૂલોને છાતીથી લગાવી રાખો. ભેદ-ભાવ, શત્રુતા વગેરેને ભૂલવી જ જરૂરી છે, ત્યારે જ જીવનમાં સદ્‌ભાવના અને સૌહાર્દ જેવી ભાવનાનો

 ——————————— પ્રામાણિક માણસ સફળ વિજેતા કેવી રીતે બને

જન્મ થઈ શકશે. જો કોઈ કોઈના પર દયા નહીં કરે, કોઈ કોઈને ક્ષમા નહીં કરે, તો ધરતી રણભૂમિ બની જશે અને ચારે તરફ પ્રલય છવાઈ જશે અને જીવન નરક બની જશે.

● ચિંતા નહીં, ચિંતન કરો

ચિંતા ચિતાનો માર્ગ છે, તો ચિંતન મુક્તિનો માર્ગ છે. ચિંતાને માણસ ખુદ પેદા કરે છે, ત્યારે જ તો જેટલા લોકો છે, એટલી ચિંતાઓ છે. દરેક માણસની પોતાની અવધિ તેમજ વિષય છે. ચિંતા એક શ્રૃંખલાબદ્ધ સમસ્યાઓની નિરંતરતાનું નામ છે. વિચાર, જ્યારે ચિંતામાંથી પસાર થાય છે, તો જીવન ચિંતાતુલ્ય થઈ જાય અને વિચાર જ્યારે ચિંતનમાંથી પસાર થાય છે, તો માણસના ચિંતામુક્ત જીવનનો પાયો રાખે છે. આથી કોઈપણ વિચારને ઉછેરોનહીં, કેમ કે વિચારઉછરતાં જ ચિંતા બનવા લાગે છે. વિષય પર એટલી ઊંડાણતાથી વિચારો, મનન કરો અને ત્યાં સુધી કરો, જ્યાં સુધી એ વિષયથી મુક્ત નથી થઈ જતા. ચિંતનના માધ્યમથી તમે જોશો કે, જીવનમાં ચિંતા જેવું કશું પણ નથી. બધી ખરાબી આપણા વિચારો અને વિચારવાની ઢંગમાં છે.

જે સમયે તમે કોઈ ખરાબ વ્યક્તિની ભલાઈ કરો છો, એ જ સમયે કોઈ સારા વ્યક્તિની સાથે ખરાબ કરી દો છો. કેમ કે તમારી પાસે ધન, સમય કે કોઈ પણ વસ્તુ એક નિશ્ચિત માત્રામાં હોય છે, જ્યારે તમે એમાંથી કોઈ પણ વસ્તુ કોઈ ખરાબ વ્યક્તિને આપો છો, તો તમે એક સારા વ્યક્તિના હિસ્સાની વસ્તુ ખરાબ વ્યક્તિને આપી રહ્યાં હો છો.

સફળતાનો મતલબ
બધું જ મેળવી લેવાનો નથી

બધું જ કોઈને નથી મળતું, ના તો ક્યારેય મળી શકે છે. ગુલાબની પાસે સુગંધ છે,તો ચમક નથી, સોનાની પાસે ચમક છે, તો સુગંધ નથી, શેરડીની પાસે મિઠાશ છે, તો ઘનત્વ નથી, કપાસની પાસે ઘનત્વ છે, તો મિઠાશ નથી, કોયલની પાસે કંઠ છે, તો સૌંદર્ય નથી, મોરની પાસે સૌંદર્ય છે પણ કંઠ નથી, કશું ને કશું ઓછું કે અધૂરું રહી જ જાય છે.

મોટાભાગના લોકો સફળતાનો અર્થ એ સમજે છે કે, જેને બધું જ મળ્યું હોય. એટલે સારું ઘર, સારી જીવનસાથી, સારી જોબ, સારા બાળકો, સારું સ્વાસ્થ્ય વગેરે. ના, બધું જ મેળવી લેવાનું નામ સફળતા નથી. સત્ય તો એ છે કે, જે માણસ બધું જ મેળવવામાં લાગશે, તે બધું જ તો દૂર, કોઈ એક વસ્તુને પણ નથી મેળવી શકતો, વિજેતા બનવું તો ખૂબ દૂરની વાત છે. પરંતુ દરેક કોઈ બધું જ મેળવવાની દોડમાં લાગેલો છે, કદાચ આ જ કારણ છે કે દરેક કોઈ સફળ ઓછો, દુ:ખી વધારે છે અથવા એમ કહો કે, લોકો સફળ તો થઈ રહ્યાં છે પણ સુખી તેમજ સંતુષ્ટ નજર નથી આવતા. કેમ કે તેઓ બધું જ મેળવવા ઇચ્છે છે. લોકોની નજરમાં દસમાંથી દસની ઇચ્છા તેમજ પ્રાપ્તિ જ સફળતાની પરિભાષા છે. પરંતુ જો આપણે સાચા અર્થોમાં સફળ થવું છે, તો આપણે દસમાંથી દસ એટલે કે બધું જ મેળવવાની જિદ છોડવી પડશે.

કહે છે કે, મનુષ્યના દુ:ખનું કારણ એની ઇચ્છાઓ છે, પરંતુ વાત ફક્ત અહીં જ સમાપ્ત નથી થતી, કેમ કે જો ઇચ્છાઓ જ દુ:ખનં કારણ હોત, તો માણસ ક્યારનોય સુખી થઈ ગયો હતો. ઇચ્છાઓ સિવાય પણ કશું છે, જે માણસને ચેનથી જીવવા નથી દેતું, અને તે છે, એની દસમાંથી દસ મેળવવાની ઇચ્છા. એક-બે કે પાંચ-છ વસ્તુઓ માણસની પૂરી થઈ જશે, તો પણ તે દુ:ખી જ નજરે આવે છે. કેમ કે એની નજર એના પર નથી રહેતી, જે એને મળી ગયું છે, એની નજર એના પર રહે છે, જે એને નથી મળતી.

માણસ ખૂબ અજીબ છે, તે દરેક વસ્તુને પૂરેપૂરી જ ઇચ્છે છે, એમાં રત્તીભર પણ કમી સહન નથી કરતો. કોઈને મનગમતું ઘર જોઈએ, તો કોઈને મનગમતો સાથી. કોઈને જૉબ જોઈએ, તો કોઈને ગાડી. હેરાનીની વાત તો એ છે કે, આમાંથી કોઈને એક પણ વસ્તુ જોઈએ, તો તે પણ પૂરી જોઈએ. એટલે કે પોતાનું ઘર હોવું પર્યાપ્ત નથી, પોતાની ઇચ્છાઓ અને કલ્પનાઓવાળું ઘર જોઈએ. સાથી હોવો પર્યાપ્ત નથી, સૌથી વધારે પ્રેમ કરવાવાળો, વફાદાર, સુંદર અને સમજદાર સાથી હોવો જોઈએ. વગેરે. વગેરે. એવી તમામ ઇચ્છાઓ છે, જેમને માણસ પૂરી કરવા ઇચ્છે છે. પૂરાની ચાહત ખોટી નથી, પણ પૂરાથી ઓછાનો સ્વીકાર ખોટો છે. આપણે તો ઇચ્છીએ છીએ કે, બધું જ આપણા માટે આપણા અનુસાર થાય. આપણે કશું સહન કરવાનું, સ્વીકાર કરવાનું અથવા સમજવા કેમ નથી ઇચ્છતા? આપણને હંમેશાં બીજા સુખી લાગે છે અને આપણે દુઃખી, પણ સત્ય તો એ છે કે, બીજા પણ એ જ ભાવથી ગ્રસિત છે, તે પણ ખુદને દુઃખી અને બીજાને સુખી સમજે છે.

જેવું આપણે ઇચ્છીએ છીએ કે, જેટલું આપણી કરી શકી રહ્યા છીએ, લોકો એને જુએ, એને યાદ રાખે, એવી જ રીતે આપણે બીજાઓનું તે યાદ રાખવું જોઈએ, જે એમણે તેમજ જેટલું આપણાં માટે કર્યું છે. તે નહીં, જે તેઓ આપણા માટે નથી કરી શક્યા.

આપણે બધું જ જાણીએ છીએ જીવન સુખ-દુઃખનું નામ છે, છતાં પણ આપણે દુઃખના આવતાં જ ફરિયાદોથી ભરાઈ જઈએ છીએ. કિસ્મતને, પરિસ્થિતિ તેમજ પરિસ્થિતિથી જોડાયેલા લોકોને કોસીએ છીએ, કેમ?

કોના જીવનમાં દુઃખ નથી આવતું? તકલીફોનો સામનો કોને નથી કરવો પડતો? શું આપણે પહેલાં છીએ, જેણે જીવનમાં દુઃખ ભોગવ્યું છે? ના. પછી તે રામ, કૃષ્ણ, જિસસ જેવા દેવતા હોય કે ટાટા-બિરલા, સચિન તેંદુલકરથી લઈને અમિતાભ બચ્ચન સુધી જેવા સફળ, સમૃદ્ધ લોકો. દરે કોઈને ક્યારેક ને ક્યારેક દુઃખ ભોગવવું પડ્યું છે. કોઈ પણ મહાપુરુષનું જીવનચરિત્ર ઉઠાવીને જોઈ લો, દુઃખ બધાએ સહન કર્યા છે દરેક યુગમાં. જ્યારથી મનુષ્યએ જન્મ લીધો છે, એણે કોઈને કોઈ પ્રકારનું દુઃખ સહન કર્યું છે. કોઈને સ્વાસ્થ્યની ચિંતા, તો કોઈને રૂપની, કોઈને આવકની, તો કોઈને સંતાનની. કોઈને સાધનની તો કોઈને સાથીની, બધું જ કોઈને નથી મળતું, ના તો ક્યારેય મળી શકે છે. ગુલાબની પાસે સુગંધ છે, તો ચમક નથી, સોનાની પાસે ચમક છે, તો સુગંધ નથી, શેરડીની પાસે મિઠાશ છે, તો ઘનત્વ નથી, કપાસની પાસે ઘનત્વ છે, તો મિઠાશ નથી, કોયલની પાસે કંઠ છે, તો સૌંદર્ય નથી, મોરની પાસે

સૌંદર્ય છે પણ કંઠ નથી, કશું ને કશું ઓછું કે અધૂરું રહી જ જાય છે.

આપણે કોઈ અલગ નથી. આપણે બ્પણ બધાના જેવા જ છીએ પછી આપણે કોઈ સાધારણ મનુષ્ય હોઈએ કે, કોઈ વિશિષ્ટ, ક્યારેક ને ક્યારેક તો દુ:ખ આપણને પણ મળશે. પરંતુ આપણે છીએ કે ફરિયાદોથી ભરાયેલા રહીએ છીએ, હેરાનીની વાત તો એ છે કે જો આપણે કોઈ આઠ કે નવ કારણોથી દુ:ખી છીએ, તો આપણે એ નથી જોતાં કે આપણે અન્ય સ્તરો પર કેટલા સુખી પણ તો છીએ. આપણે બચેલા એક-બે કારણોને એટલા મોટા તેમજ આગળ કરીને જોઈએ છીએ કે, બધા આઠ સુખ, એના કારણ ફીક્કા પડી જાય છે અને આપણે એ જ પ્રયત્નમાં લાગ્યા રહીએ છીએ કે, જ્યાં સુધી આપણે શેષ બે કારણો કે વિષયોને સુખમાં રૂપાંતરિત નહીં કરી દઈએ, ત્યાં સુધી આપણે ખુશ નહીં થઈએ. એવી જિદ, એવી વિચારસરણી તેમજ દષ્ટિકોણ આપણને ક્યારેય સુખી નહીં થવા દે. કેમ કે દસમાંથી દસ ના ક્યારેય કોઈને મળ્યાં છે, ના મળી શકે છે. એવી વિચારસરણી તેમજ જિદથી, બે દુ:ખ, દસ સુખમાં ક્યારે રૂપાંતરિત થશે, એ કહેવું મુશ્કેલ છે, પરંતુ એ તો નક્કી છે કે, માણસ પોતાને મળેલા આઠ સુખને એવી વિચારસરણીને કારણે ગુમાવી શકે છે, એટલે એમને પણ દુ:ખમાં પરિવર્તિત કરી શકે છે અને એ જ થઈ રહ્યું છે.

ખૂબ સરળ છે દસમાંથી દસની આશા રાખવી. પણ શું ક્યારેય તમે વિચાર્યું છે, જેવી રીતે તમને બીજાઓથી દસમાંથી દસની આશા છે, એવી જ રીતે બીજાઓને પણ તમારાથી દસમાંથી દસની આશા હશે?

માણસની દસમાંથી દસ મેળવવાની ઇચ્છાનું જ પરિણામ છે કે, આજે એના સંબંધ દાવ પર લાગ્યા છે. જેટલો દુ:ખી આજે તે પોતાના સંબંધોને કારણે છે, એટલો દુ:ખી તે કોઈ અન્ય કારણથી નથી. તે સંબંધ ઘર-પરિવારમાં પોતાનાઓની વચ્ચેના હોય કે ઑફિસમાં પોતાના બૉસ કે સહકર્મીઓની સાથે. જેને જુઓ એને, એક-બીજાથી ફરિયાદ છે. આપણે દરેક વસ્તુઓમાં પરફેક્શન શોધી રહ્યાં છીએ પછી તે પતિથી હોય કે પત્નીથી, બાળકોથી હોય કે માતા-પિતાથી, ઑફિસમાં પણ આપણે દરેક નાના-મોટા દસમાંથી દસની આશા લઈને ચાલીએ છીએ.

ખૂબ સરળ છે દસમાંથી દસની આશા રાખવી. પણ શું ક્યારેય તમે વિચાર્યું છે, જેવી રીતે તમને બીજાઓથી દસમાંથી દસની આશા છે, એવી જ રીતે બીજાઓને પણ તમારાથી દસમાંથી દસની આશા હશે? તમે ખુદથી પૂછો, શું તમે સામેવાળાને દસમાંથી દસ આપી રહ્યાં છો? ના. તમે શું, કોઈ પણ ક્યારેય કોઈને દસમાંથી દસ નથી આપી શકતો. હા, કોઈ એક ક્ષેત્રમાં તમે કોઈ માટે દસમાંથી દસ હોઈ શકો છો. પણ કોઈ

અન્ય માટે તમે દસમાંથી દસ થવા કે આપવાથી ચૂકી જશો.

ક્યારેય કોઈને દસમાંથી દસ નથી આપી શક્યા. ઓછાથી ઓછું હંમેશાં માટે તો નહીં. પૂરો પ્રયત્ન કરીને પણ આપણે બધાને હંમેશાં સો ટકા નથી આપી શકતા, તેવી જ રીતે બીજાઓની સાથે પણ આ જ સમસ્યા હોઈ શકે છે. જેમ આપણે ઇચ્છીએ છીએ કે, જેટલું આપણે કરી શકી રહ્યાં છીએ, લોકો એને યાદ રાખે, તેવી જ રીતે બીજાઓનું પણ એ યાદ રાખવું જોઈએ, જે એમણે જેટલું આપણાં માટે કર્યું છે, એ નહીં , જે આપણા માટે નથી કરી શક્યા. આપણને જે મળ્યું છે, એનો આભાર વ્યક્ત કરવો જોઈએ, નાકે ફરિયાદોથી ભરાઈને રહેવું જોઈએ. જે દિવસે આપણે આ સત્યને ઊંડાણતાથી સમજ જઈશું કે, જ્યારે આપણે બધાને બધી પ્રકારથી પોતાના સો ટકા આપીને પણ સંતુષ્ટ નથી કરી શકતા, એ દિવસે આપણે એ પણ સમજ જઈએ છીએ કે, કોઈથી ફરિયાદનો કોઈ ફાયદો નથી. આપણને જે મળ્યું છે, એના પ્રતિ આભાર વ્યક્ત કરવો જોઈએ ત્યારે જ આપણે એનો આનંદ મનાવી શકીશું, જે આપણને મળેલું છે. નહીંતર રોવાના બહાના તો અંતહીન છે, જેને આપણે શોધવા બેસીશું તો એમને દસમાંથી વીસ જ મેળવીશું. આથી જે મળી રહ્યું છે, એના પર નજર રાખો, જે નથી મળી રહ્યું એના ચક્કરમાં તે બધું ના ગુમાવો, જે તમને મળ્યું છે. હંમેશાં ધ્યાન રાખો 'દસમાંથી દસ ક્યારેય કોઈને નથી મળતાં'.

પ્રથમ નિર્ણય કરી લો, તમે કયા પ્રકારના વ્યક્તિ બનવા ઇચ્છો છો? સુધારક, ધની, બહાદુર કે જ્ઞાની? પછી એ જ પ્રકારના સફળ વ્યક્તિઓથી પ્રેમ કરવાનું શીખો! એ જ પ્રકારની પુસ્તકોનો અભ્યાસ કરો અને સફળ વ્યક્તિઓના જીવનચરિત્રોને પોતાના વ્યવહારમાં લાવવાનો પ્રયત્ન કરો! સફળ થઈ જશો!

સફળતા માટે ભાગ્ય અને કર્મ બંને જરૂરી છે

આપણું ભાગ્ય આપણાં કર્મોથી નિર્મિત થાય છે. આથી જે લોકો સફળ થવા ઈચ્છે છે એમને જોઈએ કે, તે ભાગ્યના જ નહીં, ખુદની મહેનતના પણ ભરોસે રહે.

મોટાભાગના લોકોની એ જ વિચારસરણી હોય છે કે, 'આપણને એ જ મળે છે, જે આપણાં ભાગ્યમાં લખેલું હોય છે, ભાગ્યનું લખેલું કોઈ ટાળી નથી શકતું...' પરંતુ એક સત્ય એ પણ છે કે, આપણું ભાગ્ય આપણાં કર્મોથી નિર્મિત થાય છે. આથી જે લોકો સફળ થવા ઈચ્છે છે, એમને જોઈએ કે, તે ભાગ્યના નહીં, ખુદની મહેનતના ભરોસે રહે. જે એમને જીવનમાં મળેલું છે, જેને તે પોતાનું ભાગ્ય સમજે છે, એને પોતાના દષ્ટિકોણ, વ્યાવહારિકતા તેમજ કાર્યથી બદલવાનો પ્રયત્ન કરે. ભાગ્યનું લખેલું સમજીને દુઃખી ના થાઓ, ધૈર્ય અને વિવેકથી કામ લો.

આજકાલ દરેક કોઈ પોતાના દુર્ભાગ્યના રોદણાં રોતા રહે છે. બધા પોતાના જીવનમાં કોઈને કોઈ વસ્તુની કમી મહેસૂસ કરે છે અને એમના ના મળવા પર પોતાના ભાગ્યને કોસે છે. પણ શું તમે જાણો છો કે, પોતાની આદતોમાં થોડું પરિવર્તન કરીને તમે પણ સૌભાગ્યશાળી બની શકો છો. એમાં બધાથી મહત્ત્વપૂર્ણ હોય છે તમારો વ્યવહાર, જેનાથી તમે દુશ્મનથી પણ પોતાના માટે સોનેરી અવસરો પ્રાપ્ત કરી શકો છો. જાણો કેવી રીતે તમે પોતાના હાથથી પોતાનું ભાગ્ય લખી શકો છો.

હંમેશાં કશું નવું કરો

વિભિન્ન પરિણામ પ્રાપ્ત કરવાની આશાની સાથે, એક જ કામને વારંવાર કરવું એના પ્રતિ પાગલપણું કે ઝનૂન કહેવાય છે. જો તમે પોતાન ભાગ્ય સુધારવા ઈચ્છો છો, તો તમારે પોતાના જીવનમાં નવા-નવા પ્રયત્નો કરવા પડશે અને જોવું પડશે કે, શેમાં સફળતા મળી રહી છે અને શેમાં નહીં. દુર્ભાગ્યશાળી મનુષ્ય એક જ પ્રકારના કામ કરવાના આદી હોય છે. પ્રતિદિવસ તે પોતાના કામ માટે એક જ રસ્તો અપનાવે

છે, એક જ પ્રકારના લોકોથી વાત કરે છે અને એક જ પ્રકારની રીતની જ જીવનશૈલી અપનાવીને જીવનયાપન કરે છે. એમની તુલનામાં ભાગ્યશાળી લોકો પોતાના જીવનને કેટલીય વિભિન્ન રીતોથી જીવે છે. તેઓ હંમેશાં કશું ને કશું નવું કરતાં રહે છે. આ પ્રકારનો વ્યવહાર તમને જીવનમાં કેટલાય નવા અવસર અપાવી શકે છે, જે તમારી પ્રગતિમાં સહાયક થઈ શકે છે.

પાણીનો એક ગ્લાસ એક વ્યક્તિ માટે અડધો ખાલી હોઈ શકે છે, તો ત્યાં જ તે ગ્લાસ બીજા વ્યક્તિ માટે અડધો ભરેલો પણ હોય છે. ફરક હોય છે, તો બસ એમના દષ્ટિકોણમાં. આપણો જ દષ્ટિકોણ આપને દુર્ભાગ્યશાળી કે ભાગ્યશાળી બનાવે છે.

પોતાના ભાગ્યની પ્રશંસા કરો

ભાગ્યશાળી લોકો પોતાની દુર્ભાગ્યપૂર્ણ ક્ષણોમાં પણ સકારાત્મક દષ્ટિકોણથી વિચારે છે. તેઓ હંમેશાં એ વિશે વિચારે છે કે, કશું એનાથી પણ ખરાબ હોઈ શકતું હતું, પણ આભાર છે કે એવું કશું ના થયું. આ વાતને આ પ્રકારેથી સમજી શકાય છે. જો કોઈ દુર્ઘટનામાં કોઈ વ્યક્તિ વિકલાંગ થઈ જાય છે, તો દુર્ભાગ્યશાળી મનુષ્ય પોતાની આ સ્થિતિ પર રોશે, જ્યારે કે ભાગ્યશાળી ખુશ થશે કે આટલી મોટી દુર્ઘટનામાં આખરે એનો જીવ તો બચી ગયો. કોઈ પણ વાતના બે પાસા હોય છે, એ આપણાં પર નિર્ભર કરે છે કે આપણે એને કયા રૂપમાં લઈએ છીએ. પાણીનો એક ગ્લાસ એક વ્યક્તિ માટે અડધો ખાલી હોઈ શકે છે, તો ત્યાં જ તે ગ્લાસ બીજા વ્યક્તિ માટે અડધો ભરેલો પણ હોય છે. ફરક હોય છે, તો બસ એમના દષ્ટિકોણમાં. આપણો જ દષ્ટિકોણ આપને દુર્ભાગ્યશાળી કે ભાગ્યશાળી બનાવે છે. આ વાતને તાજેતરમાં જ ઓલંપિકના પરિપ્રેક્ષ્યમાં પણ સમજી શકાય છે. ઓલંપિકમાં રજત પદક વિજેતાઓની વિચારસરણી હતી કે, જો તેઓ થોડું વધારે સારું રમતા તો સુવર્ણ પદક જીતી જતા. જ્યારે કે કાંસ્ય પદક વિજેતાઓનો દષ્ટિકોણ હતો કે, જો એમણે પોતાના પ્રદર્શનમાં થોડી વધારે કમી કરી દીધી હોત, તો કદાચ તે કશું પણ ના જીતી શકતા. આ પ્રકારે કાંસ્ય પદક વિજેતાઓની ખુશી તેમજ સૌભાગ્ય રજત પદક વિજેતાઓથી વધારે હતો. આથી જ્યારે પણ ખુદને દુર્ભાગ્યશાળી સમજો તો પોતાની આસપાસ એ લોકોને જોવા, જેમની પાસે કશું નથી, આપણને ખુદ અહેસાસ થઈ જશે, કે આપણે કેટલા ભાગ્યશાળી છીએ.

પહેલાં નાની સમસ્યાઓનું નિવારણ કરવાનો પ્રયત્ન કરો

એકવાર પોતાના મિત્રથી ચેટિંગ દરમિયાન એણે ફરિયાદ કરી કે, દુનિયામાં

બધી મોટી વસ્તુઓનો આવિષ્કાર થઈ ચુક્યો છે હવે આપણા માટે કશું મોટું કરવા માટે નથી. એનાથી વાત કરીને મને લાગ્યું કે, તે મોટી યોજનાઓ વિશે વાત કરી રહ્યો હતો, પણ જ્યારે મેં એ મોટા વિચારો વિશે વિચાર્યું, તો મેં અનુભવ કર્યો કે, મોટાભાગની મોટી શોધ કોઈ મોટી યોજનાની સાથે શરૂં થઈ ન હતી. એમની શરુઆત નાની-નાની સમસ્યાઓના નિરાકરણ કરવાના ઉદ્દેશ્યથી થઈ હતી. પછીથી એમનો વિસ્તાર કરવામાં આવ્યો. જ્યારે મેં મોટી કંપનીઓ વિશે વાંચ્યું, ત્યારે મેં એ જ જાણ્યું કે, પ્રારંભમાં એમના ઉદ્દેશ્ય પણ મર્યાદિત જ હદતા. ગૂગલ જેવી મોટી કંપનીના સંસ્થાપકે પણ વિશ્વની બધી સૂચનાઓ એકત્રિત કરવાના ઉદ્દેશ્યની સાથે કંપનીની શરુઆત નહીં કરી હોય. એમણે પહેલાં નાની-નાની સમસ્યાઓનું નિરાકરણ કરવાનો પ્રયત્ન કર્યો અને એના પછી ધીમે-ધીમે પોતાના ઉદ્દેશ્યોને વ્યાપક વિસ્તાર આપ્યો અને આજે આટલા સફળ થયા. જો તમે પણ ભાગ્યશાળી બનવા ઈચ્છો છો, તો પહેલાં કશું મોટું કરવાને બદલે નાની-નાની સમસ્યાઓનું નિરાકરણ કરવાનો પ્રયત્ન કરો. મોટું લક્ષ્ય આપમેળે જ પ્રાપ્ત થઈ જશે.

જો તમે પણ ભાગ્યશાળી બનવા ઈચ્છો છો, તો પહેલાં કશું મોટું કરવાને બદલે નાની-નાની સમસ્યાઓનું નિરાકરણ કરવાનો પ્રયત્ન કરો. મોટું લક્ષ્ય આપમેળે જ પ્રાપ્ત થઈ જશે.

લોકોની સાથે સંબંધ વધારો

જો તમે પોતાના કામ પ્રતિ ખરેખર ગંભીર છો, તો તમે એવા લોકોની શોધ કરો, જેમને તમે પોતાના વિચારો તેમજ કામ વિશે બતાવી શકો. એમને પોતાના વિચારો અને અનુભવોથી અવગત કરાવીને એમને પોતાના ઝનૂનમાં ભાગીદાર બનાવો. બની શકે છે કે, એમનામાંથી કોઈ કોઈપણ રૂપમાં તમારા માટે મદદરૂપ થાય. તમે એવા લોકોને શોધવાનો વધારેથી વધારે પ્રયત્ન કરો, જેમની સામે તમે પોતાની વાત રાખી શકો અને જ્યારે તમને એવા લોકો મળી જાય, તો એમનાથી સંકોચ ના કરો, અચકાયા વગર એમની સાથે વાત કરો. તમે જ્યાં આશા પણ નહીં કરી હોય, કે આ પ્રકારથી તમે એવી જગ્યાઓ પર પણ ખુદને સાબિત કરવાની તક મળી શકે છે. આથી લોકોની સાથે દિલ ખોલીને પોતાની દક્ષતા તેમજ અનુભવોને વહેંચો. જો તમે પહેલાંથી એવા લોકોનો સાથ મેળવી ચુક્યા છો, જે તમારા કામમાં તમારા સહયોગી થઈ શકે છે, તો નવા લોકોને શોધો. એમના કામ અને સંઘર્ષમાં એમનો ઉત્સાહ વધારો, એમની સાથે પણ પોતાના અનુભવ વહેંચો અને જ્યાં ક્યાંય પણ શક્ય હોય, એમની મદદ કરે, એમની સહાયતા કરવાથી પણ ના અચકાય.

સામર્થ્યાનુસાર બીજાઓની મદદ કરો

યાદ રાખો, જિંદગીમાં તમે જે બીજ વાવો છો, એ જ કાપો છો, એટલે જેવા તમે કર્મ કરશો, તમને એવા જ ફળ મળશે. જ્યારે તમે સંઘર્ષ કરી રહ્યાં હોવ છો, તો એવા સમયમાં ભાગ્ય કોઈની મદદના રૂપમાં જ તમારો સાથ આપે છે. આથી જો આપણે કોઈથી મદદની આશા કરીએ છીએ, તો આપણે પણ આ ચક્રને પૂરું કરતાં કોઈની મદદ કરવી જોઈએ. આથી જીવનમાં જ્યારે પણ શક્ય હો, તમે કોઈને કોઈ પ્રકારથી કોઈની મદદ જરૂર કરો. સાથે જ જ્યારે તમે કોઈની મદદ કરો, તો બદલામાં એનાથી કશું મેળવવાની આશા ના રાખો. બલ્કે કોઈની સહાયતા કરવાથી જે આનંદ મળે છે, એનો અનુભવ કરો અને એ વ્યક્તિની સાથે પોતાના સંબંધોને વધારે મજબૂત બનાવો. એ જ મજબૂત સંબંધ ભવિષ્યમાં કોઈપણ સહાયતા કે ભાગ્યના રૂપમાં તમારો સાથ નિભાવશે.

દુર્ભાગ્યશાળી લોકો હંમેશાં પોતાના અતીતમાં થયેલી ખરાબ ઘટનાઓ અને ભૂલો વિશે જ વિચારતા રહે છે, વર્તમાન પર ધ્યાન નથી આપતા. જ્યારે કે ભાગ્યશાળી લોકો પોતાની આજને ઉત્તમ બનાવવા વિશે વિચારે છે.

વિવેકપૂર્ણ જોખમ ઉઠાવો

ભાગ્યશાળી લોકો પોતાના જીવનમાં મોટાં-મોટાં જોખમ ઉઠાવે છે, પરંતુ એનો એ અર્થ બિલ્કુલ નથી કે તમે કોઈની ભૂલ કે સલાહ કે ખોટા વ્યવસાયથી જોડાઈને પોતાનું સર્વસ્વ લૂંટાવી દો. જોખમ ઉઠાવવાથી પહેલાં પોતાના વિવેકથી કામ લો, વિચારો કે, તમે કઈ હદ સુધી જોખમ ઉઠાવી શકો છો અને એના પછી આગળ વધો. જો આ તરકીબ કામ નથી આવતી, તો ફરીથી અને થોડા-એવા જોખમની સાથે આગળ વધો, પરંતુ એટલું જ જોખમ લો, જેટલું તમારામાં સામર્થ્ય હોય, એનાથી વધારે નહીં. જ્યારે તમે એવા જોખમ ઉઠાવશો, તો ભલે તમે સફળ થાઓ કે અસફળ, તમે જીવનમાં કશું નવું જરૂર શીખશો. પરંતુ જો તમે ક્યારેય પ્રયત્ન જ નહીં કરો, તો તમે ક્યારેય કશું પણ પ્રાપ્ત નહીં કરી શકો.

વર્તમાન પર ધ્યાન કેન્દ્રિત કરો

કહે છે કે, આપણું વર્તમાન જીવન અતીતના પ્રતિફળ તથા ભાવી જીવન વર્તમાનનું પરિણામ છે. આથી જરૂરી છે કે, તમે પહેલાં પોતાના વર્તમાન પર ધ્યાન કેન્દ્રિત કરો. દુર્ભાગ્યશાળી લોકો હંમેશાં પોતાના અતીતમાં થયેલી ખરાબ ઘટનાઓ અને ભૂલો વિશે જ વિચારતા રહે છે, વર્તમાન પર ધ્યાન નથી આપતા. જ્યારે કે ભાગ્યશાળી

લોકો પોતાની આજને ઉત્તમ બનાવવા વિશે વિચારે છે. જિંદગી આજ જ છે. જો તમે પોતાની અતીતની યાદોથી જ ઘેરાયેલા રહેશો, તો તમે કશું પણ નવું નહીં શીખી શકો, નવા અવસર નહીં પ્રાપ્ત કરી શકો. અવસર હંમેશાં તમારી આસપાસ હોય છે, બસ જરૂરી છે તો પોતાની આજ પર ધ્યાન આપવાની.

પોતાના લક્ષ્ય માટે સતત પ્રયત્નશીલ રહો

તમે જેટલાં વધારે પ્રયત્ન કરશો, એટલા જ વધારે ભાગ્યશાળી બનશો. કોઈ વસ્તુની રાહ જોયા વગર એને પોતાની બનાવવાના પ્રયત્નમાં લાગ્યા રહો. જો તમે પોતાના કામ પર ધ્યાન કેન્દ્રિત કરશો તો, એકને એક દિવસ તે તમને અવશ્ય મળી જશે. જ્યાં સુધી તમને પૂરી રીતે સફળતા ના મળી જાય, ત્યાં સુધી તમે પૂરી રીતથી સમર્પિત થઈને એને મેળવવા માટે પ્રયત્ન કરો. જો તમારે જિંદગીમાં ભાગ્યનો સાથ જોઈએ, તો તમારે પોતાના સો ટકા આપવા જ પડશે. મહેનત કરવામાં કોઈ પણ પ્રકારની આળસ વર્તવાથી બચવું પડશે. પોતાના લક્ષ્યને મેળવવા માટે તમારે ખૂબ જ મહેનત કરવાની છે, હંમેશાં એ જ માનસિકતા રાખો અને હંમેશાં મહેનત કરવા માટે તૈયાર રહો.

★ ★ ★

ઓલંપિકમાં રજત પદક વિજેતાઓની વિચારસરણી હતી કે, જો તેઓ થોડું વધારે સારું રમતા તો સુવર્ણ પદક જીતી જતા. જ્યારે કે કાંસ્ય પદક વિજેતાઓનો દષ્ટિકોણ હતો કે, જો એમણે પોતાના પ્રદર્શનમાં થોડી વધારે કમી કરી દીધી હોત, તો કદાચ તે કશું પણ ના જીતી શકતા.

 પ્રામાણિક માણસ સફળ વિજેતા કેવી રીતે બને

સફળ થવું છે
તો પોતાનું કામ કઢાવતાં શીખો

કોઈ વ્યક્તિ કેટલો પણ પ્રતિભાશાળી કે અનુભવી કેમ ના હોય, એને પણ પોતાના કેટલાંક કામો માટે બીજાઓની મદદ જરૂર કરવી પડે જ છે. એવામાં જરૂરી થઈ જાય છે કે, તમારે બીજાઓથી કામ કઢાવવાની કળા આવડવી જોઈએ અને એમાં તમારું પ્રભાવી વ્યક્તિત્વ તેમજ મિલનસાર સ્વભાવ જ તમારી મદદ કરી શકે છે.

ઘણાં બધાંની નજરમાં સારા માણસ થવાની એક પરિભાષા એ પણ છે કે, તે બધા કામ ખુદ કર છે. ક્યારેય કોઈની આગળ ઝૂકતાં નથી. હંમેશાં બીજાઓ માટે જ કાર્ય કરે છે. પોતાના માટે એની કોઈ માંગ નથી હોતી. તે ક્યારેય પણ પોતાના ફાયદા માટે નથી વિચારતો... વગેરે-વગેરે એવું નથી, સારો માણસ જો સફળતા પ્રાપ્ત કરવા ઇચ્છે, તો એને વ્યાવહારિક પણ થવું પડશે. પોતાની આ પરિભાષાથી બહાર આવવું પડશે, એને બીજાથી પોતાનું કામ કેવી રીતે કઢાવવાનું છે એ પણ શીખવું પડશે, પ્રત્યેક વ્યક્તિ સર્વગુણ સંપન્નન નથી હોઈ શકતો, આ સત્યથી તો તમે અને અમે બંને વાકેફ જ છીએ. આજના સમયમાં જ્યારે બેશક વિજ્ઞાન અને તકનીકના ક્ષેત્રમાં ખૂબ જ પ્રગતિ થઈ છે અને મનુષ્યના જ્ઞાન તેમજ શિક્ષાના સ્તરમાં પણ આશાતીત વૃદ્ધિ થઈ રહી છે, તેમ છતાં એ વાતથી ઇન્કાર નથી કરી શકાતો, કે આજે પણ મનુષ્યને પોતાના કેટલાંક કામો માટે બીજાઓ પર આશ્રિત રહેવું જ પડે છે. આજના સમયમાં પણ ભલે કોઈ વ્યક્તિ કેટલો પણ પ્રભાવશાળી કે કોઈ હુનરમાં પ્રવીણ કેમ ના હોય અથવા પછી કોઈ કેટલો પણ કાર્યકુશળ, વિશેષજ્ઞ કે કેટલો પણ અનુભવી કેમ ના હોય, એને પણ પોતાના કેટલાંક કામો માટે બીજાઓની મદદની જરૂર પડે છે. તે પણ પોતાના બધા કામ ખુદ નથી કરી શકતો. નાનાથી નાનું કામ ભલે તે જૂતા સિવવાનું જ કેમ ના હોય, એનાથી લઈને મોટામાં મોટા કામો માટે આપણને પોતાની આસપાસના લોકોની જરૂર પડે છે. આજના સમયમાં જ્યારે મનુષ્ય ખૂબ વધારે પ્રેક્ટિકલ, પોતાના સુધી જ મર્યાદિત રહેવાવાળો તથા પ્રતિસ્પર્ધાની ભાવનાથી ઓત-પ્રોત રહેવાવાળા

પ્રામાણિક માણસ સફળ વિજેતા કેવી રીતે બને ————————————

થઈ ગયા છે, તો એવામાં કોઈથી કામ કઢાવવું એક કળા છે. આજના સમયમાં દરેક કોઈ વ્યસ્ત છે, વ્યસ્તતા સિવાય એમનામાં એક અહંભાવ પણ છે, કે હું કોઈનું કામ કેમ કરું? એમાં મને શું ફાયદો થશે? મનુષ્યની આ સંકુચિત વિચારસરણીને કારણે આજના સમયમાં કોઈથી કામ કઢાવવું વધારે મુશ્કેલ થઈ ગયું છે. એવામાં જરૂરી થઈ જાય છે કે, તમને બીજા લોકો પાસેથી કામ કઢાવવાની કળા આવડવી જોઈએ અને એમાં તમારું પ્રભાવી વ્યક્તિત્વ તેમજ મિલનસાર સ્વભાવ જ તમારી મદદ કરે છે.

અહીંયા એક પ્રશ્ન, જે આપણાં બધાના દિમાગમાં ઊઠે છે, તે એ કે, શું કોઈથી પોતાનું કામ કઢાવવાની કળા શીખવી ક્યાંક આપણી સ્વાર્થી પ્રવૃત્તિને તો નથી દર્શાવતું. તો તમે એ જાણી લો કે, એમાં કોઈ સ્વાર્થ નથી, તમારે પોતાના કામ માટે કોઈ અન્યની જરૂર પડે છે, તો કોઈ અન્યને પોતાના કામ માટે તમારી જરૂર પણ પડી શકે છે. એને સ્વાર્થી નહીં, વ્યવહાર કુશળ હોવાનું કહે છે. એને સમજદાર કે અંગ્રેજીમાં પ્રેક્ટિકલ થવાનું પણ કહે છે. આજના સમયમાં વ્યવહાર કુશળ હોવું ખૂબ જ જરૂરી છે. જો કોઈ એને સ્વાર્થ પણ કહે, તો કોઈ વાત નહીં કેમ કે તમારા માટે પોતાનું કામ કઢાવવાનું સૌથી વધારે જરૂરી છે. અહીંયા અમે તમને પોતાનું કામ કઢાવવાની કળા શીખવાના કેટલીક સરળ રીતો બતાવી રહ્યાં છીએ, જેમને તમે ખૂબ જ વ્યવહાર કુશળતાથી સામેવાળાથી પોતાનું કામ કરાવી પણ લેશો અને એને ખચકાશે પણ નહીં.

સામેવાળાથી કામ કરાવવાથી પહેલાં આપણે સૌથી પહેલાં એનું મન જીતવું જોઈએ તથા એના માટે સહજ, પ્રસન્નતાદાયક તેમજ લાભપ્રદ પરિસ્થિતિઓ ઉત્પન્ન કરવી જોઈએ.

૧. લાભપ્રદ પરિસ્થિતિઓ બનાવો

આપણે ભલે પોતાના મિત્રથી કે પોતાના સહકર્મીથી કામ કઢાવવાનું હોય, એના પહેલાં આપણે એનો મૂડ માપી લેવો જોઈએ, કે શું આ કામને કરવામાં એને પ્રસન્નતા થશે કે પછી કામ સાંભળતા જ તે ખિજાઈ ઊઠશે. આપણે એ કામને સોંપવાથી પહેલાં એવું વાતાવરણ બનાવવું જોઈએ, જેનાથી એને એ કામ કરવામાં મજા આવી જાય, તે ખુશી-ખુશી તમારું કામ કરે. એના માટે તમે એનાથી થોડી વાર સુધી એના હિત કે એના પસંદગીના વિષયો પર વાત કરીને એને પોતાના વિશ્વાસમાં લઈ શકો છો. કોઈને કામ આપતાં સમયે આપણે હંમેશાં એ વાતનું ધ્યાન રાખવું જોઈએ કે, આપણે અથવા આપણું કામ એના માટે ભાર કે માથાનો દુઃખાવો ના બને. આપણે એ કામને સોંપવાથી પહેલાં જ એવી તરકીબો વિચારી

 ————————————— પ્રામાણિક માણસ સફળ વિજેતા કેવી રીતે બને

લેવી જોઈએ, જેનાથી તે તમારા કામને ખુશી-ખુશી કરે. જો તમે જાણો છો કે, આ કામ આપવા પર તે ના-નુકર કરશે, તો કામ આપવાથી પહેલાં જ ના-નુકરના કારણને સમાપ્ત કરીને એને કામ પ્રતિ સહજ બનાવો. જો આપણે ખુદને સામેવાળાની જગ્યાએ રાખીને જોઈએ કે, આપણને કોઈ કામ કર વામાં ત્યારે જ મજા આવે છે, જ્યારે આપણને એ કામના બદલામાં સામેવાળાથી કશું મળે. ભલેતે પ્રશંસાના રૂપમાં હોય કે પછી કોઈ ઉપહારના રૂપમાં હોય અથવા પછી એ કામથી આપણી કોઈ લિંક બને. આપણે પણ કોઈ કામ ત્યારે જ મનથી કરીએ છીએ, જ્યારે એનાથી આપણો કોઈ ફાયદો હોય. એવી જ રીતે સામેવાળાથી કામ કરાવવાથી પહેલાં આપણે પણ એના માટે સહજ, પ્રસન્નતાદાયક તેમજ લાભપ્રદ પરિસ્થિતિઓ ઉત્પન્ન કરવી પડશે. તમારે સૌથી પહેલાં એનું મન જીતવું પડશે.

લક્ષ્ય વગરનું જીવન સરનામું લખ્યા વગરના પત્ર સમાન છે, જે ક્યારેય પણ પોતાના પડાવ પર નથી પહોંચી શકતો. એવી જ રીતે પ્રયત્ન વગર તમે કેવી રીતે બતાવી શકો છો કે તમે આ કરી શકો છો કે નહીં?

૨. મિત્રતા વધારો

તમારે જે કોઈથી પણ કામ કઢાવવાનું છે, એનાથી સીધા એ કામ માટે ના કહો. પહેલાં ભૂમિકા બનાવો. એનાથી પહેલાં આત્મીયતા વધારો. એના માટે તમે ક્યારેક એના રાલચાલ પૂછી શકો છો, તો ક્યારેક એમાં રુચિ લઈ શકો છો. તમે એનાથી એના ચુપ રહેવાના અથવા સ્વભાવમાં બદલાવ આવવાનું કારણ પૂછો, એનાથી પૂછો કે ઘણાં દિવસો પછી દેખાઈ રહ્યા છો, ક્યાંય બહાર ગાય હતા, જિંદગીમાં શું નવું ચાલી રહ્યું છે, બધું ઠીક તો છેને, આજે તો તમે ખૂબ સારા લાગી રહ્યાં છો, એવી કેટલીક વાતો કરીને તમે પોતાની સામેવાળાના દિલમાં પહેલાં જ પોતાની થોડી જગ્યા બનાવી લો. આ બધી વાતો તમે એને કામ આપવાથી થોડાં દિવસ પહેલાં જ કરવાની શરૂ કરી દો. જો તમે કોઈથી સીધા જ બોલી દેશો કે, તમારે એમનાથી કશું કામ છે, તો બની શકે છે કે, જેમનાથી તમારો કોઈ સંબંધ નથી, ત્યાં સુધી કે વાતચીત સુધીનો નહીં, તો વધારે હદ સુધી શક્ય છે કે, તે તમારા કામને સીધા તેમજ સપાટ રીતે ના કહી દે. આથી કોઈને કામબતાવવાથી પહેલાં એનાથી દોસ્તી કે આત્મીયતા જરૂર વધારો, ભૂમિકા જરૂર તૈયાર કરો, ભલે તે ભૂમિકા સંબંધની હોય કે વાતચીતની હોય. તમે બંનેની વચ્ચે ભૂમિકા તૈયાર થયા પછી તમે પણ એને વિના સંકોચે કોઈ કામ કરવા માટે કહી શકો છો અને એના પછી તે પણ તમને મનાઈ નહીં કરી શકે.

૩. પ્રશંસા કરો

જેનાથી આપણે કામ કઢાવવાનું છે, એની પ્રશંસા જરૂર કરો. જાહેર વાત છે કે, આપણે કોઈની બુરાઈ કરીને તો એનાથી કામ નથી કઢાવી શકતા. ભલે તે માણસ આપણને કેટલો પણ ખરાબ કેમ ના લાગતો હોય, આપણે એની સામે પોતાની નફરત, પોતાનો ક્રોધ કે આક્રોશ જાહેર નથી કરવાનો. આપણે એનાથી પ્રેમથી જ વાત કરવાન છે અને વાતોની વચ્ચે એની પ્રશંસા કરવાનું ના ભૂલો. તમે એના શરીરના કોઈ અંગ જેમ કે એના વાળ, આંખ, નાક કે ત્વચાની અથવા પછી એના કપડાઓમાં કે ડ્રેસિંગ સેન્સની પણ પ્રશંસા કરી શકો છો. તમે એના સ્વભાવની પણ પ્રશંસા કરો, એના મહેસૂસ કરાવો કે, તમને એની વાત કરવાની રીત, અંદાજ ખૂબ વધારે પસંદ છે. જ્યારે આપણે એનાથી પોતાનું કામ કરાવવાનું છે, તો આપણે એની પ્રશંસા કરવી પણ શીખવી પડશે.

જો કોઈ વ્યક્તિ હંમેશાં મીઠી વાતો કરે છે, તો તમારે એ વાત પર જરૂર ધ્યાન આપવું જોઈએ કે, એની કથની અને કરણીમાં સમાનતા છે કે નહીં. જો કથની અને કરણીમાં અંતર હોય, તો એવા વ્યક્તિથી અંતર રાખવું જ સારું છે.

૪. અકારણે વિવાદ ના કરો

જ્યારે તમે કોઈની પાસે કોઈ કામ માટે જાઓ છો, તો બની શકે છે કે ત્યાં પર પહેલાંથી કોઈ વાત ચાલી રહી હોય અથવા તમારા ગયા પછી કોઈ વાત શરૂ થઈ જાય, એવામાં તમે એનાથી વિવાદ ન કરો તથા એની વાતોથી પૂરી રીતે પોતાની સંમતિ જતાવો. જો તમે એની વાતથી સંમત નથી પણ તો પણ તમે એના પક્ષમાં જ રહો. કેટલીય વાર જ્યારે તમે કોઈની પાસે કામ માટે આવો છો, તો ત્યાં એ કામ સિવાય અન્ય બેકારની વાતો પણ થઈ શકે છે, તો તમે એને પણ ધૈર્યથી સાંભળો. જો કોઈ તમારા વિચારોની વિરુદ્ધ વાત થઈ રહી હોય, તો પણ એ સમયે પોતાની પ્રતિક્રિયા ન આપો, બલ્કે એને જ યોગ્ય કહો. જો તમે પોતાની પ્રતિક્રિયા જાહેર કરીને પહેલાં જ એનો મૂડ ખરાબ કરી દીધો, તો તે ક્યારેય તમારા કામ માટે હામી નહીં ભરે. દરેક સ્થિતિમાં એના વિચારોથી સંમતિ જતાવો, ચર્ચા કે વિવાદ ના કરો, ત્યારે જ તમારું કામ થશે.

૫. સારા શ્રોતા બનો

જેનાથી તમે પોતાનું કામ કરાવવા ગયા છો, એની વાતને ધ્યાનથી સાંભળો. ભૂલથી પણ એની કોઈ વાતને કાપો નહીં. જ્યારે તમે એની પાસે કોઈ કામ લઈને

 —————————————— પ્રામાણિક માણસ સફળ વિજેતા કેવી રીતે બને

જાઓ, તો બની શકે છે કે, તે તમારાથી પોતાની કેટલીક વાતો કહે, પોતાના જીવનનું દુઃખ-દર્દ વહેંચે. એવામાં તમે સંયમ ના ગુમાવો અને ના તો એને જણાવો કે તમે આવ્યા તો હતા પોતાનું કામ કરાવવા પણ આ તો કોઈ અન્યની જ વાતો લઈને બેસી ગયો છે. તમારે એની દરેક વાતમાં રુચિ બતાવતાં - 'હા-હા', 'તમે ઠીક કહી રહ્યાં છો', આવા શબ્દ કહેતા રહેવાના છે, જેથી એને લાગે કે તમારે એનાથી કોઈ લેવાદેવા છે. ગરદન હલાવીને હામી ભરતાં-ભરતાં એની વાત એવી રીતે સાંભળો જેથી એને પણ લાગે કે તમે એની વાત ધ્યાનથી સાંભળી રહ્યાં છો. જો તે કોઈ વાત કરી રહ્યો છે, તો એની વાતને કાપીને ક્યારેય ન કહો કે, હું તો એ કહેવા આવ્યો/આવી હતી. એને સંતુષ્ટ કરવો ખૂબ જ જરૂરી છે કે, તમે તો એની પાસે એમ જ ગયા હતા, ત્યારે પણ તમે એની વાતોમાં રસ બતાવી રહ્યાં છો. એનાથી ક્યારેય એ ન કહો કે, હું તો અહીંયા કોઈ અન્ય કામથી આવ્યો/આવી હતી અને તમે આ શું લઈને બેસી ગયા. તમારે એની વાતો એના પ્રતિ હમદર્દીનો હાવભાવ રાખીને સાંભળવી પડશે. આથી કોઈથી કામ કઢાવવાથી પહેલાં તમે ખુદ એક સારા શ્રોતા બનો.

પોતાના માળામાં રાખેલા ઈંડાઓની રક્ષા માટે નાની ચકલી પણ નિરંતર એને સંવારતી અને બનાવતી રહે છે. પછી કેમ કેટલાંક મનુષ્ય પોતાના જીવનને ભાગ્યના ભરોસે છોડી દે છે? અને યોગ્ય સમય કે મુહૂર્તની રાહ જુએ છે.

૯. શિષ્ટાચારનું ધ્યાન રાખો

જ્યારે તમે કોઈની પાસે કોઈ કામ લઈને જાઓ અને જો તે પેહલાંથી જ કોઈ કામ કરી રહ્યો હોય, તો એનાથી સીધા જઈને ના કહી દો, કે તમારે એમનાથી કોઈ કામ છે. એનાથી વાત કરવાથી પહેલાં તમે 'કૃપા કરીને', 'મને માફ કરી દો', 'ક્ષમા ઇચ્છીશ કે હું તમને કષ્ટ આપી રહ્યો/રહી છું', 'હું તમને કષ્ટ આપી રહ્યો/રહી છું, એના માટે મને અફસોસ છે' અથવા તો પછી 'એક્સક્યૂઝ મી' જેવાં શબ્દ કહીને ભૂમિકા બનાવતા પોતાની વાત કહો. એને લાગવું જોઈએ કે, તમે એના અહેસાનમંદ રહેશો અથવા પહેલાં થી જ ઝુકેલા છો, તો તે પણ સહર્ષ તમારા કામમાં રસ લેશે. જો તમે અકડીને અથવા પછી કોઈ વિનમ્રતા કે શિષ્ટાચારનું ધ્યાન રાખ્યા વગર, એને કામ કરવા માટે કહો છો, તો તે ક્યારેય તમારું કામ નહીં કરશે. હંમેશાં એ યાદ રાખો કે, તમારે એનાથી પોતાનું કામ કરાવવાનું છે, આથી ઝૂકવું કે શિષ્ટાચારનું ધ્યાન પણ તમારે જ રાખવું પડશે. ભાષા તેમજ ઉચ્ચારણનું પણ ખાસ ધ્યાન રાખો, તમારી વાણીમાં વિનમ્રતા હોવી જોઈએ. સારી વાત અથવા સભ્ય શબ્દ પણ જો તમે ઊંચા સ્વરમાં કહો છો, તો તે મહત્ત્વહીન થઈ જાય છે.

૭. અંગત જીવનમાં રુચિ લો

કોઈથી કામ કરાવતાં પહેલાં થોડી એવી એની અંગત જિંદગીમાં રુચિ દાખવો. એના માટે તમે એમનાથી પૂછી શકો છો કે, ઘરમાં બધું કેવી ચાલી રહ્યું છે, તમારા પરિવારમાં કોણ-કોણ છે, તમારો જન્મદિવસ ક્યારે હોય છે, આ કોર્સ તમે ક્યાંથી કર્યો, આ ક્ષેત્રમાં તમે ક્યારથી છો, તમારા શોખ શું છે, એવી વાતોથી પહેલાં એના વિશે જાણો, જેથી એને લાગે કે તમે એને પણ મહત્ત્વ આપી રહ્યાં છો. એને મહત્ત્વપૂર્ણ મહેસૂસ કરાવ્યા પછી તમે પોતાની કામની વાત એની સામે રાખો. સામેવાળાનું દિલ જીતવા માટે ખૂબ જરૂરી છે કે, આપણે વાતો-વાતોમાં એના જીવનમાં રુચિ લઈએ. એનાથી અંગત પ્રશ્ન પૂછીને એના સંઘર્ષ તેમજ સફળતાભરી યાત્રાની પ્રશંસા જરૂર કરો. જો આપણે ખુદને એની જગ્યાએ રાખીને જોઈએ, તો આપણે જોઈશું કે, જો આપણાંથી પણ કોઈને પોતાનું કામ કરાવવાનું છે, તો આપણે પણ એ ઈચ્છીસું કે, કામ કરવાવાળો આપણી પરવાહ કરે. જો આપણને એ મહેસૂસ થઈ જશે કે, સામેવાળાને આપણી પરેશાનીથી કોઈ લેવા-દેવા નથી, આપણી કોઈ પરવાહ નથી, તે તો ફક્ત પોતાનું કામ કઢાવવા જ આવ્યો છે, તો આપણે પણ એનુંકામ કરવાથી બચવાનો પ્રયત્ન કરીશું. આથી જરૂરી છે કે, આપણે પોતાનું કામ કરાવવા માટે સામેવાળા વ્યક્તિની અંગત જિંદગી તેમજ એના ઘર-પરિવાર વિશે રસ દાખવીએ. જેટલું થઈ શકે સામેવાળાના વિષયમાં વાત કરો. સામેવાળો જો અચાકથી પોતાની પરેશઆનીની વાત લઈને શરૂ થઈ ગયો, તો તમે બિલ્કુલ પણ મ્હોં ના મચકોડો કે આ બધું શું લઈને શરૂ થઈ ગયો. જો એની વાત કલાકો સુધી ચાલે છે,તો પણ તમારે એને સાંભળવો પડશે. પોતાનું કામ કરાવવા માટે તમારે એના વિષયોમાં રસ લેવો જ પડશે.

જેટલું થઈ શકે સામેવાળાના વિષયમાં વાત કરો. સામેવાળો જો અચાકથી પોતાની પરેશઆનીની વાત લઈને શરૂ થઈ ગયો, તો તમે બિલ્કુલ પણ મ્હોં ના મચકોડો કે આ બધું શું લઈને શરૂ થઈ ગયો.

૮. હસતાં રહો

જીવનમાં ભલે તમે કેટલી પણ પરેશઆનીમાં કેમ ના હો, પરંતુ જો કોઈથી પોતાનું કામ કરાવવા ગયા છો, તો એની સામે હસતાં-હસતાં જ જાઓ. જ્યારે પણ તમારે કોઈથી કામ કઢાવવું છે, તો પોતાના ગમની પોટલી ખોલવાને બદલે એની સાથે હસમુખ બનીને રહો. જો તમારું કામ થોડા દિવસો સુધી ચાલવાવાળું છે, તો તમે એના માથા પર ઊભા ના રહો કે કામ થઈ ગયું શું? ક્યાં સુધી થઈ જશે? કામ જલ્દી કરવાને લઈને એના પર કોઈ દબાણ ન બનાવો. તમે કેટલા પણ દુઃખી કેમ ના હો,

 પ્રામાણિક માણસ સફળ વિજેતા કેવી રીતે બને

એની અસર સામેવાળા પર ના પડવી જોઈએ, તમે એનાથી હસીને જ વાત કરો. પોતાની પરેશાની બતાવવાને બદલે એની પરેશાની જાણો. એ સમજવાનો પ્રયત્ન કરો કે, આજે એનો કામ કરવાનો મૂડ છે કે નહીં અને જો નથી, તો કેમ નથી. જો તે કામ નથી કરી રહ્યો, તો વારંવાર કામ વિશે પૂછીને એનો મૂડ વધારે ખરાબ ના કરો. એના બદલે તમે એનાથી પ્રેમથી એની પરેશાની જાણવાનો પ્રયત્ન કરો. એને કહો કે, જો આજે મૂડ નથી તો કોઈ વાત નહીં, કાલે કરી દેજો, મને મારા કામની ચિંતા નથી, તે તો થતું રહેશે, મને તો તમારી ચિંતા છે. તમે બસ બતાવો, કે શું થયું છે? પોતાની પરેશાનીઓ એને ના બતાવો, બલ્કે એની સમસ્યા જાણવાનો પ્રયત્ન કરો. સામેવળાની સાથે ભાવુક રહો તથા એની પાસે હંમેશાં હસતો ચહેરો લઈને જ જાઓ.

તમે કેટલાં પણ દુઃખી કેમ ના હો, એની અસર સામેવાળા પર ના પડવી જોઈએ, તમે એનાથી હસીને જ વાત કરો. પોતાની પરેશાની બતાવવાને પદલે એની સમસ્યા જાણવાનો પ્રયત્ન કરો.

૯. સંબંધ જાળવી રાખો

જો આજે તમારું કામ થઈ ગયું અને તમને ખબર છે કે, તે માણસ આગળ પણ તમારા કામ આવી શકે છે અથવા ભવિષ્યમાં તમારે એની જરૂર પડવાની છે, તો તમે એની સાથે સંબંધ જાળવી રાખો. એના માટે તમે સમય-સમય પર એને ભેટ આપતા રહો. એમને ફોન કરતાં રહો, એના હાલ-ચાલ જાણતા રહો. તમારો પ્રયત્ન હોવો જોઈએ કે તમે કેટલીય વાર કોઈ મતલબ વગર પણ ફોન કરો, જેથી જ્યારે સામેવાળો પૂછે કે, આજે કેવી રીતે યાદ આવી ગઈ, શું કામ છે બતાવો? તો તમારી પાસે જવાબ હોવો જોઈએ કે, તમે કોઈ કામ વગર ફક્ત એમના વિશે જાણવા માટે કૉલ કર્યો છે. એમને આત્મીયતાનો અહેસાસ થવો જોઈએ. બેશક તમારા મનમાં એમનાથી કરાવવા માટે કામ છે, પરંતુ એનો ઉલ્લેખ તમે પાંચમી-છઠ્ઠી વારમાં કરો. પહેલાં સંબંધોને પ્રગાઢ બનાવો, એના પછી કામની વાત છેડો જેથી તે તમને 'ના' ના કહી શકે. તમારા કામ આવવાવાળા લોકોને સમય-સમય પર ફોન કરીને એમનાથી મિત્રતા વધારો. એવા લોકોનો જન્મદિવસ તેમજ લગ્નની વર્ષગાંઠ જરૂર યાદ રાખો અને એમને શુભકામનાઓ પણ મોકલો જેથી તમારો સંબંધ વધારે મજબૂત થાય. એમને લાગવું જોઈએ કે, તમે એમના દુઃખ તેમજ ખુશીઓના અવસર બંને પર જ એમની સાથે છો. કોઈએ યાદ રાખ્યું ના રાખ્યું, પણ તમને યાદ છે, એનાથી તમારો સામેવાળા પર સારો પ્રભાવ પડશે. એમને લાગશે કે, તમારો સ્વભાવ ખૂબ જ સારો તેમજ મિલનસાર છે. જો તમે રોજ મળો છો, તો એમના હાલ-ચાલ જાણતા રહો અને જો

ઉપહારની કોઈ તક હોય, તો એને ઉપહાર આપવાનું પણ ના ભૂલો. જેનાથી આપણે કામ લેવાનું છે, આપણે એને ખુશ રાખવાની ભરપૂર કોશિશ કરવી જોઈએ.

તમે સામેવાળાથી ચિઢાયેલા છો, એમનાથી ગુસ્સો છે અથવા એમને પસંદ નથી કરતાં, એ એના પર જાહેર ના કરો, કેમ કે હજુ તમારે એનાથી તમારું કામ કઢાવવાનું છે. તમે દરેક વાતને નજરઅંદાજ કરી દો, એમાં જ તમારી ભલાઈ છે.

૧૦. પોતાના વિચાર જાહેર ના કરો

અંદરથી ભલે જ નહીં, પણ ઉપરી રીતે તમે એને એની ભૂલ કે ભૂલનો અહેસાસ ના કરાવો. ભલે તમે એને કેટલો પણ નાપસંદ કરતાં હો, તેમ છતાં પણ પોતાની ભાવનાઓ એની સામે જાહેર ના કરો. કેટલીયવાર આપણને એનો વ્યવહાર, એના જોવાનો ઢંગ, સ્પર્શવાનો ઢંગ, બોલવાનો ઢંગ કે પછી તે ખૂબ ગુસ્સો કરતો હોય, તમને એના સ્વભાવની જાણ છે, તો તમને અંદરથી ભલેકેટલો પણ ગુસ્સો આવી રહ્યો હોય, એને એની સામે બિલ્કુલ પ્રગટ ના કરો. જો તમે એની ભૂલો અને નબળાઓ એને ગણાવી દીધી., તો જાહેર વાત છે, તે તમારું કામ ક્યારેય નહીં કરે. તમે પોતાનો ગુસ્સો ક્યારેય પણ જાહેર ના કરો. કોઈએ કેટલું પણ જૂઠું બોલ્યું અથવા હેરાફેરી કરી હોય, તમને જો જાણ પણ છે, તો પણ તમે એ વાતોથી અજાણ બની રહો. તમે સામેવાળાથી ચિઢાયેલા છો, એમનાથી ગુસ્સો છે અથવા એમને પસંદ નથી કરતાં, એ એના પર જાહેર ના કરો, કેમ કે હજુ તમારે એનાથી તમારું કામ કઢાવવાનું છે. તમે દરેક વાતને નજરઅંદાજ કરી દો, એમાં જ તામારી ભલાઈ છે.

૧૧. નજરઅંદાજ કરવાનું શીખો

જેનાથી તમારે કામ કરાવવાનું છે, એને તમારી સાથે કે કોઈ અન્યની સાથે કશું પણ ખોટું કર્યું હોય, તો થોડા સમય માટે એની ભૂલને ભૂલી જાઓ. એને એની ભૂલો ના ગણાવો. એની સામે જાહેર ના કરો કે, તમે એનાથી ચિઢાયેલા છો અથવા એનાથી ગુસ્સો છે. એને એની ભૂલ ના ગણાવો. તમે દરેક વાતને પચાવી જાઓ. વાળની ખાલ ના કાઢો. જો તમારે એનાથી કોઈ અણબનાવ પણ થઈ ગયો હોય, તો પણ એને ભૂલી જાઓ, કેમ કે હજુ તમારે એનાથી કામ કરાવવાનું છે. જો તમે એની ભૂલો નજરઅંદાજ કરવાને બદલે એને હમણાંથી જ ગણાવવાની શરું કરી દેશો, તો તે ક્યારેય પણ તમારું કામ નહીં કરે.

 ━━━━━━━━ પ્રામાણિક માણસ સફળ વિજેતા કેવી રીતે બને

૧૨. સંઘર્ષની પ્રશંસા કરો

જો તમારે કોઈથી પોતાનું કામ કરાવવાનું છે, તો તમે એની પ્રશંસા તો કરો જ સાથે જ એની પ્રગતિ તેમજ સંઘર્ષની પણ પ્રશંસા કરો. તમે એમને અહેસાસ કરાવો કે, જે પ્રકારનું સંઘર્ષમય જીવન જીવતાં-જીવતાં એમણે આ સફળતા પ્રાપ્ત કરી, તે ખરેખર પ્રશંસાને લાયક છે અને તમે અંત:કરણથી એમના આ પરિશ્રમ, લગન, કર્મઠતા અને સાહસની ઇજ્જત કરો છો. એનાથી તમે એમના દિલમાં જલ્દી જ અલગ જગ્યા બનાવી લેવામાં સફળ થઈ જશો. વાતો-વાતોમાં તમે એમનાથી એમની પહેલી જોબ અને એમની અહીંયા સુધીની સફરની વાર્તાને વિસ્તારપૂર્વક જાણવાનો પ્રયત્ન કરો. એમનાથી વાત કરાતં સમયે સહાનુભૂતિ અવશ્ય જતાવો. એને મહેસૂસ કરાવો કે, તેઓ જે પદ પર છે, આજના સમયમાં એને પ્રાપ્ત કરવું ખૂબ જ મોટી વાત છે. તમારામાં કંઈક તો એવી ખાસ વાત છે, ત્યારે જ તો તમે આ સફળતાના હકદાર બન્યા છો, આ શબ્દોની સાથે એમના સંઘર્ષની પ્રશંસા કરતાં રહો.

અધવચ્ચેના રસ્તાથી પાછા ફરવાનો કોઈ ફાયદો નથી, કેમ કે પાછા ફરવા પર તમારે એટલું જ અંતર કાપવું પડશે, જેટલું અંતર કાપવા તમે લક્ષ્ય સુધી પહોંચી શકો છો.

૧૩. કામમાં દોષ ના કાઢો

તમે જો કોઈથી પોતાનું કામ કઢાવવા ગયો છો, તો એના કામ કરવાના ઢંગ પર કોઈ સવાલ ન ઉઠાવો. સાથે જ એના કામમાં કોઈ દોષ પણ ના કાઢો. તમે એનાથી ભાષણબાજી પણ ના કરો કે એ કામ તેં આવી રીતે કેમ કરી દીધું. પ્રેમથી કામ લો, નહીં તો તે તમારું બાકી બચેલું કામ પૂરું નહીં કરે. કોઈપણ કામમાં ઉતાવળ ના કરો, કેમ કે તમે જાણો છો કે, તમારું કામ ફક્ત એ જ કરી શકે છે, તો એવામાં એવી કોઈ વાત ન કહો, જેનાથી તે તમારાથી નારાજ થઈ જાય. એનાથી એ ક્યારેય ના કહો કે, તમારી જગ્યાએ હું હોત/હોતી, તો આ કામને જલ્દી કે ઉત્તમ રીતથી કરી લેતો/લેતી. હું તમારી ફરિયાદ કરી દઈશ. તમારે એને કોઈ પ્રકારનું ભાષણ નથી આપવાનું, કેમ કે હમણાં તો અમે કહ્યું કે, આપણે એના સંઘર્ષની પ્રશંસા કરવાની છે અને અચાનક જો આપણે એણના કામમાં મીન-મેખ કાઢવાનું શરૂ કરી દઈશું, તો એક તો તે તમારું કામ કરવાથી મનાઈ કરી દેશે અને બીજું તે સમજી જશે કે, હજુ થોડીવાર પહેલાં તો પોતાનું કામ કઢાવવા માટે તમે એની કેટલી પ્રશંસા કરી રહ્યાં હતા અને હવે અચાનક તમારું વલણ બદલાઈ ગયું. તમારો આ ઢંગ એની નજરોમાં તમારી છબિ પણ ખરાબ

કરી શકે છે. કેટલીય વાર તમે એને ત્યાં સુધી કહી દો છો કે, તમે જ આટલા નખરાં બતાવી રહ્યાં છો, કોઈ બીજું હોત, તો ક્યારનું આ કામને કરી ચુક્યું હોત. આ બધું કહેવાથી પહેલાં તમે એક વાર એના વિશે પણ વિચારો કે, તે કયા મૂડમાં બેઠો છે. શું ખબર એને કોઈ પરેશાની હોય, એવામાં તમારી આ વાતો એનું દિલ દુખાવી શકે છે. એનાથી નુકસાન કોઈ બીજાનું નહીં, તમારું જ થશે. કોઈને ભાષણ આપવું કે દોષ આપવા સરળ છે, પરંતુ કોઈ કામ કરવું એટલું જ મુશ્કેલ. આથી તમે સંયમ જાળવી રાખો, ત્યારે જ તમે કોઈથી પોતાનું કામ કરાવી શકશો.

૧૪. વિશ્વાસપાત્ર બનો

જો તમારે કોઈથી પોતાનું કામ કરાવવાનું છે, તો એના માટે સૌથી જરૂરી છે કે, તમે એનો વિશ્વાસ જિતો. એના માટે એની સામે એ લોકોની બુરાઈ જરૂર કરો, જેમને તેઓ પસંદ નથી કરતાં. જો આપણે કોઈને પોતાના બનાવવા છે, તો પહેલાં એ લોકોની વિરુદ્ધ થવું પડશે, જેમની સાથે એની નથી બનતી. ત્યારે જ તે આપણી નજીક આવી શકશે. તમારું એવું કરવાથી તે જલ્દી જ તમારા વિશ્વાસમાં આવી જશે અને એને લાવા લાગશે કે, તમે એની જ તરફ છો. એને મહેસૂસ કરાવો કે, તે સાચો છે અને એના વિરોધી ખોટા. તમે એમના વિરોધીઓની કમી ગણાવો, એમના પર છીંટાકશી કરો, એનાથી તે ખુશ થશે. આ એક દિલ જિતવાની રીત છે. જો તમે એની સામે એના શત્રુઓ તેમજ વિરોધીઓની નિંદા કરશો, તો તે જલ્દી જ તમારી નજીક આવી જશે અને ત્યારે તમારે એણનાથી પોતાનું કામ કરાવવામાં સરળતા થશે.

૧૫. આભારી રહો

તમારે જે કોઈથી પણ કામ કરાવવાનું છે અથવા કરાવ્યું છે, તમે એના પ્રતિ આભારી રહો. વાતોની વચ્ચે એનો આભાર વ્યક્ત કરતાં રહો તથા એને જતાવતા રહો કે, તે ખરેખર ખૂબ સારો તેમજ નેક દિલ માણસ છે અને જો તે ના હોત, તો કદાચ તમારા કેટલાય મહત્ત્વપૂર્ણ કાર્ય સંપન્ન પણ ન થઈ શકતા. કામ કરાવવાથી પહેલાં પણ તમે એનો આભાર વ્યક્ત કરો તથા કામ પૂરું થયા પછી પણ તમે એને ખૂબ-ખૂબ મહેરબાની, આભાર, થેંક યૂ, જો તમે ના હોત, તો મારું મોટું કામ રોકાઈ જતું, મારું નુકસાન થઈ જતું અથવા મારા પર કોઈ મુસીબત આવી જતી, તમે મારા પર ખૂબ મોટો ઉપકાર કર્યો છે, આવા શબ્દોથી એનો આભાર જરૂર વ્યક્ત કરો. તમારા કારણે મારું કામ થઈ ગયું, નહીંતર આજકાલ તો લોકો ખૂબ જ સ્વાર્થી હોય છે, કોઈ કોઈના કામ નથી આવતું, તમારા જેવા લોકો તો દુનિયામાં ખૂબ ઓછાં છે,

      પ્રામાણિક માણસ સફળ વિજેતા કેવી રીતે બને

એવી વાતોથી એને મહત્ત્વપૂર્ણ મહેસૂસ કરાવો. આભાર પૂરા દિલથી વ્યક્ત કરો, એમાં કોઈ બનાવટ કે ચાલાકી નજર ના આવવી જોઈએ.

૧૬. એમનું મહત્ત્વ એમને બતાવો

લોકોથી કામ કઢાવ્યા પછી તમે એમને એ જરૂર બતાવો કે, એમના કારણે તમારો કેટલો સમય બચી ગયો. આજકાલ તો ભાઈ, ભાઈના કામ નથી આવતો, એવામાં તમે આ મુશ્કેલ સમયમાં મારો કેટલો સાથ આપ્યો, તમારા આ ગુણ ખરેખર પ્રશંસાને લાયક છે અને મને તમારા જેવા બનવા તેમજ તમારાથી કશું શીખવામાં ખૂબ ખુશી થશે. એમનું કામ કરવા દરમિયાન તમને એમનાથી ઘણું બધું શીખવા મળ્યું, ભવિષ્યમાં પણ તમને એમની સાથે કામ કરવામા ખૂબ ખુશી થશે. સાથે જ કામ કરાવ્યા પછી તમે એને એનો યથાયોગ્ય પારિશ્રમિક ભલે તે ધનના રૂપમાં હોય અથવા કોઈ ભેટના રૂપમાં, એને અવશ્ય આપો. એનાથી એને ખુશી થશે અને ભવિષ્યમાં પણ તે તમારું કામ કરવા માટે સહર્ષ તૈયાર થઈ જશે.

આ બધી એ સરળ રીતો છે, જેમનાથી તમે ખુશી-ખશી કોઈથી પોતાનું કામ પણ કઢાવી લેશો, સાથે જ એમની સાથે પોતાના સંબંધો વધારે પ્રગાઢ કરી લેશો. જે ભવિષ્યમાં તમારા માટે ખૂબ લાભકારી સાબિત થઈ શકે છે. જો તમે કામ કઢાવવાની આ કળા શીખી લીધી, તો તમારી સફળતા તેમજ ઉન્નતિની ડગર વધારે સરળ થઈ જશે અને તમે સરળતાથી સફળતાની સીડીઓ ચઢતાં-ચઢતાં શિખર પર પહોંચી જશો.

★★★

> લોકોથી કામ કઢાવ્યા બાદ તમે એમનો આભાર જરૂર વ્યક્ત કરો, સાથે જ કામ કરાવ્યા પછી તમે એને એનો યથાયોગ્ય પારિશ્રમિક ભલે તે ધનના રૂપમાં હોય કે કોઈ ભેટના રૂપમાં, એને અવશ્ય આપો. એનાથી એને ખુશી થશે અને ભવિષ્યમાં પણ તે તમારું કામ કરવા માટે સહર્ષ તૈયાર થઈ જશે.

સફળતાનો આધાર આત્મવિશ્વાસ

> ભલે જ તમારી પાસે કેટલી પણ ડિગ્રીઓ તેમજ યોગ્યતાઓ હોય, પણ જો આત્મવિશ્વાસ નથી, તો બધું બેકાર છે. આત્મવિશ્વાસ તમારું જીવન જ નથી બનાવતો બલ્કે તમારા વ્યક્તિત્વને બમણું બળ પણ આપે છે.

મોટાભાગના લોકોનું માનવું છે કે, જો તમારી પાસે પૈસા, જુગાડ અને લક્સ છે, તો તમે સરળતાથી જલ્દી સફળ થઈ શકો છો, પરંતુ એ જરૂરી નથી, કેમ કે આ બધાથી ઉપર એક વસ્તુ છે, જેની આગળ ત્રણેય વસ્તુઓ ફીકી છે અને તે છે 'આત્મવિશ્વાસ'. જો તમારામાં આત્મવિશ્વાસ છે, તો તમે કશું પણ કરી શકો છો. આજ એક માત્ર સફળતા તેમજ સુખની ચાવી છે.

'આત્મવિશ્વાસ' શબ્દ આત્મા અને વિશ્વાસ બે શબ્દોના મેળથી બનેલો છે. આત્મ-વિશ્વાસ એટલે ખુદ પર વિશ્વાસ, ખુદ પર ભરોસો, પોતાના પર ભરોસો. પરંતુ જ્યારે પણ આપણે વિશ્વાસ શબ્દ સાંભળીએ છીએ, તો આપણે એક જ અર્થ લઈએ છીએ, એટલે સામેવાળો, કોઈ બીજો, જેના પર આપણે વિશ્વાસ રાખવાનો છે અને આગળ વધવાનું છે, પછી સામે તે કોઈ માણસ હોય કે પરિસ્થિતિ, સમય હોય કે સ્થિતિ, આપમે વિચારીએ છીએ, સામેવાળા પર વિશ્વાસ પર્યાપ્ત છે, ત્યાંથી જ આપણાં પડાવના દ્વાર પણ છે અને માર્ગ પણ, પરંતુ સત્ય તો એ જ છે કે, પડાવ સુધી તે જ પહોંચે છે, જેમને ખુદ પરવિશ્વાસ હો છે, એટલે આત્મવિશ્વાસ હોય છે.

બીજા પર વિશ્વાસ કરવો ખોટો નથી, પરંતુ એનાથી કશું થવાનું નથી, કેમ કે કરવાનું આપણે જ છે અને થશે ત્યારે જ જ્યારે આપણને ખુદ પર વિશ્વાસ હશે, પછી બીજો આપણને દગો આપે ન આપે, આપણને ભટકાવે ન ભટકાવે, કોઈ માણસ આપણું કશું નથી બગાડી શકતો. કોઈ પરિસ્થિતિ આપણને હતાશ નથી કરી શકતી.

જીવનમાં જે પણ હાર કે હાનિ છે, તેનો જવાબદાર આપણો વિશ્વાસ છે. એવું નથી કે, આત્મવિશ્વાસથી પરિણામ આપણા હકમાં જ મળશે અથવા મળે છે પણ એમના પરિણામોથી તૂટવા કે સંવરવું આપણાં હાથોમાં છે, જેના માટે જરૂરી છે ખુદ પર વિશ્વાસ, આત્મવિશ્વાસ.

ભલે જ તમારી પાસે કેટલી પણ ડિગ્રીઓ તેમજ યોગ્યતાઓ હોય, જો તમારામાં આત્મવિશ્વાસ નથી, તો બધું બેકાર છે. આત્મવિશ્વાસ તમારું જીવન જ નથી બનાવતો, બલ્કે તમારા વ્યક્તિત્વને બમણું બળ પણ આપે છે. કેટલાંક લોકોમાં આત્મવિશ્વાસની કમી બાળપણથી જ હોય છે, તો કેટલાંકમાં સમયના બદલતાં ફેર તથા જિંદગીના ખાટા અનુભવોને કારણે થઈ જાય છે. આથી કેવી રીતે જગાવશો આત્મવિશ્વાસ એના માટે જરૂરી છે કેટલીક નિમ્ન વાતો.

● સકારાત્મક વિચારસરણી અને આશાવાદી દૃષ્ટિકોણ

આત્મવિશ્વાસ જગાવવા માટે સૌથી જરૂરી છે, સકારાત્મક વિચારસરણી તેમજ આશાવાદી દૃષ્ટિકોણ જે તમને પોતાની આસપાસના વાતાવરણથી મળે છે. આથી હંમેશાં એવા લોકોના સંપર્કમાં રહો, જેમની પાસેથી કશું શીખવા મળતું હોય. સારી પુસ્તકો વાંચો તથા એ પુસ્તકોની મહત્ત્વપૂર્ણ શીખ, ઊર્જાવાન તેમજ પ્રેરણાદાયક પંક્તિઓ વગેરેને કાપીને કે લખીને, એવી જગ્યાએ લગાવો, જ્યાં વારંવાર તમારી નજર જાય. સાથે જ સારું તેમજ સકારાત્મક સંગીત સાંભળો.

ખુદમાં વિશ્વાસ જગાવવા માટે જરૂરી છે કે, આપણી વિચારસરણી યોગ્ય હોય અને યોગ્ય વિચારસરણી એ જ હોય છે, જે સકારાત્મક હોય છે. ભલેજ આપણે કેવી પણ સ્થિતિઓમાં હોઈએ, પરંતુ આપણે ગભરાવવું ના જોઈએ, એક આશા, એક વિશ્વાસ રાખવો જોઈએ. આ વાતની આશા રાખવી જોઈએ કે, આજે નહીં તો કાલે બધું ઠીક થઈ જશે. કેમ કે જો આપણે એવું નહીં વિચારીએ, તો હંમેશાં ભયભીત રહીશું. આપણામાં આગળ ચાલવા કે વધવાની હિમ્મત નહીં રહે, જેનાથી આપણું મનોબળ ઘટશે, વિશ્વાસ કમજોર થશે અને આપણાં આત્મવિશ્વાસમાં કમી આવશે.

બાધાઓ સીડીની જેમ હોય છે, જો એમને પાર નહીં કરવામાં આવે, તો તે આપણને અસફળ બનાવી દે છે અને જો પાર કરવામાં આવે, તો સફળતાની તરફ લઈ જાય છે.

● બોલવાની કળા શીખો

બોલીની આપણાં વ્યક્તિત્વ પર ખૂબ ઊંડી અસર પડે છે. કોઈને આકર્ષિત કરવા માટે આપી વાતો, વાતોનો ઢંગ ખૂબ અર્થ રાખે છે. એનાથી ના ફક્ત આપણે લોકોનું દિલ જીતીએ છીએ બલ્કે પોતાની ભીતર એક આત્મવિશ્વાસને પણ ઉછેરીએ છીએ. જો ભીડથી ભય લાગે છે, તો કાચની સામે ખુદથી વાત કરો, અચકાટ ખોલો, આત્મવિશ્વાસ જગાવો. યોગ્ય સમય પર હા-ના કહેવાનું શીખો, જેથી પછીથી પસ્તાવું ના પડે.

બોલ-ચાલ તેમજ વાર્તાલાપમાં કમી એક કારણ છે, જેને કારણે આપણે બોલવા તથા બીજાઓની સામે પોતાના વિચાર કે ભાવ વ્યક્ત કરવામાં શરમાઈએ કે ગભરાઈએ છીએ, જેના કાણે આત્મવિશ્વાસનું સ્તર વધારે નીચું થવા લાગે છે. એના માટે તમારે જોઈએ કે, તમે જે વિષય પર બોલવા ઇચ્છો છો, એ વિષયથી સંબંધિત જાણકારી તેમજ સામગ્રીનું પૂરું જ્ઞાન રાખો. ખૂબ વાંચો, પોતાનું સામાન્ય જ્ઞાન વધારો. ભાષા, વ્યાકરણ તેમજ બોલવાના ઢંગ પર ધ્યાન આપો તથા બીજાઓને સાંભળો, એક સારા શ્રોતા બનો, પછી ખુદ બોલવાનો પ્રયત્ન કરો અને વ્યવહારમાં અપનાવો.

જો તમે ખુદ પર ભરોસો નથી કરી શકતા, તો કોઈ અન્ય તમારા પર ભરોસો નહીં કરે, આથી જો તમે ઇચ્છો છો, કે લોકો તમારા પર ભરોસો કરે, તો પહેલાં ખુદ પર વિશ્વાસ કરો.

● બની-ઠનીને રહો

આપણો આત્મવિશ્વાસ આપણા ઓઢવા-પહેરવાથી, સજવા-સંવરવાથી બને છે. જો આપણે ઇચ્છાનુસાર ખુદને સારા ઢંગથી રાખીએ છીએ, તો આપોઆપ અંદરથી એક તાજગી મહેસૂસ કરીએ છીએ. આપણને લોકોની સામેથી ના તો ફક્ત પસાર થવાનું મન કરે છે, બલ્કે એમની સમક્ષ ઊભા થવાની હિંમત પણ મળે છે. આપણે ખુદને ખુદથી ઉત્તમ અને બીજાઓથી અલગ મેળવીએ છીએ. ખુદને સારા પ્રસ્તુત કરી શકો છો.

ભલે જ આપણો રંગરૂપ, કદ-કાઠી આપણાં હાથમાં નથી, પરંતુ શરીરનો રખ-રખાવ તેમજ સાજ-શ્રૃંગાર તો આપણાં હાથમાં છે, જેનાથી આપણે પોતાના શરીર તેમજ ચહેરાને સુંદર તેમજ આકર્ષક બનાવી શકીએ છીએ તથા સૌંદર્ય સંબંધિત આત્મગ્લાનીથી બહાર આવી શકીએ છીએ. આથી સમયની સાથે-સાથે બદલાતી ફેશન તથા ટ્રેન્ડના અનુરૂપ ખુદને ઢાળવાનો પ્રયત્ન કરો. જો કોઈ શારીરિક અક્ષમતા છે, તો કોસ્મેટિક સર્જરીનો સહારો લો. શારીરિક સ્વચ્છતાનું ધ્યાન રાખો. સુગંધિત અત્તર વગેરેનો પ્રયોગ કરો. ભલે જ તમારી પાસે થોડાં જોડી જ કપડાં કેમ ના હોય, પણ જ્યારે પહેરો તો ધ્યાન રાખો કે, તે ધોયેલા તેમજ ઇસ્ત્રી કરેલા હોય. બની શકે તો બ્રાન્ડવાળી વસ્તુઓનો ઉપયોગ કરો, એનાથી તમારી પોતાની ભીતર આત્મવિશ્વાસને ઉછરતો જોશો તથા ખુદને ભીડથી જોડી શકશો.

● લક્ષ્ય નિર્ધારિત કરો

લક્ષ્ય વગર જીવવું એટલે સમય, ઊર્જા અને ધનને વ્યર્થ ગુમાવવાનું છે, એનાથી ના ફક્ત આ ત્રણેયનું નુકસાન થાય છે, બલ્કે આપણે ખુદને અન્યોથી પાછળ અને

 પ્રામાણિક માણસ સફળ વિજેતા કેવી રીતે બને

હારેલા મહેસૂસ કરીએ છીએ. ઉદ્દેશ્ય વગરના, નિયમ વગર જિંદગી ખાલી તેમજ ભારરૂપ લાગવા લાગે છે, જે આત્મવિશ્વાસને ખોખલો કરી દે છે. આથી પોતાની દિનચર્યાને નિયમબદ્ધ કરો. અધિકથી અધિક સમયનો સદ્‌ઉપયોગ કરો. કંઈ પણ કરો, પરંતુ એને કરવાની પાછળ પોતાના લક્ષ્ય તેમજ ઉદ્દેશ્યને જરૂર નિર્ધારિત કરો. જે વિષયોમાં તમારી રુચી હોય, એમનાથી સંબંધિત અનુભવી લોકોથી વાતચીત કરો અને પોતાની જાણકારીના દાયરાને વિસ્તાર પ્રદાન કરો. બની શકે, તો પોતાનો કોઈ રોલ મૉડલ જરૂર પસંદ કરો તેમજ બનાવો, જે તમને સમય-સમય પર ઊર્જાવાન બનાવવાની સાથે-સાથે માર્ગદર્શન પણ પ્રદાન કરે.

કોઈપણ મનુષ્ય પરિપૂર્ણ નથી હોતો, આથી પોતાની ભીતર છુપાયેલા સારા ગુણોને ઉજાગર કરો. હા, પોતાની કમીઓ તેમજ ભૂલોમાં સુધાર તેમજ સંશોધન અવશ્ય કરો. પરંતુ એ કમીઓ તેમજ ભૂલોને પોતાના જીવનનું કેન્દ્ર બિન્દુ ના બનવા દો.

● પોતાના હુનરને ઓળખો

કોઈપણ મનુષ્ય પરિપૂર્ણ નથી હોતો, આથી પોતાની ભીતર છુપાયેલા સારા ગુણોને ઉજાગર કરો. હા, પોતાની કમીઓ તેમજ ભૂલોમાં સુધાર તેમજ સંશોધન અવશ્ય કરો. પરંતુ એ કમીઓ તેમજ ભૂલોને પોતાના જીવનનું કેન્દ્ર બિન્દુ ના બનવા દો. દરેક માણસમાં કોઈને કોઈ હુનર અવશ્ય હોય છે, જો માણસ પોતાના એ છુપાયેલા હુનરને શોધી લે, તો એને જીવવામાં આનંદ આવવા લાગે છે. એ હુનરના માધ્યમથી તે લોકોના દિલો તેમજ સમાજમાં જગ્યા બનાવી શકે છે, આથી ખુદના ગુણોને શોધો. જે તમારી પાસે છે, જે તમને મળ્યું છે, જો તમે એના પર નજર રાખશો, તો સંતુષ્ટ જ થશો અને આ જ સંતુષ્ટિ તમારા આત્મવિશ્વાસમાં અસરકાર સાબિત થશે.

● મનોરંજનને જીવનમાં સામેલ કરો

જીવનમાં કશું બનવા માટે પોતાનું લક્ષ્ય જરૂર બનાવો, પરંતુ એ લક્ષ્યને મેળવવા માટે ખુદને વધારેથી વધારે પણ ના ઉલઝાવો. એવું ના થાય કે, તમારું સામાજિક જીવન અંગતજીવનથી તારતમ્ય તૂટી જાય, જે અત્યંત જરૂરી છે. લક્ષ્ય પ્રાપ્તિની સાથે-સાથે પોતાનો થોડો સમય મનોરંજન માટે પણ કાઢો. મન તેમજ વિચારોને પોતાની અંદર કેદ ન થવા દો, બલ્કે એનો ઉપયોગ કરો.

જીવનને જરૂર કરતાં વધારે સંજીદગીથી પણ ના લો. લોકોથી મળો, ફરવા જાઓ, મનની રુચીઓને પૂરી કરો, પોતાની અંદરના બાળકને શોધો, એના જેવા થઈ જાઓ.

જીવનને તણાવની સાથે નહીં, મસ્તીની સાથે જીવો. જરૂર કરતાં વધારે ઔપચારિકતાઓ, નિયમો, સિદ્ધાંતોમાં ના બંધાઓ. ખુદને સ્વતંત્ર રાખો. જીવનનો આનંદ લો, એ વાતથી ખુદને આશ્વસ્ત રાખો કે, તમે થોડું પોતાના માટે પણ કરો છો. તમારા જીવવાનો પણ ઉદ્દેશ્ય છે. જ્યારે તમને લાગશે, કે તમારું જીવન તમારું છે તો તમને સંતુષ્ટિ થશે, જેનાથી તમારી ભીતર આત્મવિશ્વાસનો જન્મ થશે.

● સારા દિવસ તેમજ સિદ્ધિઓને યાદ કરો

સમય ક્યારેય એક જેવો નથી રહેતો. યાદ કરો એ દિવસોને જ્યારે તમે ખૂબ ખુશ અને સંતુષ્ટ હતા. વિચારો શું હતા ખુશીના કારણે, કેવી અને કેમ હતી તમારી મનઃસ્થિતિ અને વિચારસરણી? શું સકારાત્મક હતું તમારામાં? કેવી રીતે પ્રાપ્ત કરી હતી એ સ્થિતિને? વગેરે. એ જ શક્તિ, એ જ વિશ્વાસને ફરી પેદા કરો. એ પણ વિચારો, જ્યારે સારા દિવસ હંમેશાં નથી રહ્યાં, તો ખરાબ દિવસ પણ હંમેશાં નહીં રહે.

વીતાલે સમયમાં જો તમારી કોઈ સિદ્ધિઓ છે, તો એના પર નજર જરૂર કરો. સમય-સમય પર એ પુરસ્કારો, ઇનામો તેમજ પુરસ્કાર વગેરેનું ધ્યાન કરો. સકારાત્મક ઊર્જાને વધારો તેમજ ખોયેલી ઊર્જા તથા આત્મવિશ્વાસને પુનઃ જાગૃત કરો.

આપણો ઝુકાવ તેમજ વલણ જેવાં લોકો પ્રતિ હોય છે, આપણી તેવી જ ગતિ થાય છે. કર્ણનો ઝુકાવ દુર્યોધન પ્રતિ હતો, આથી એની ખરાબ ગતિ થઈ. જ્યારે કે વિભીષણનો ઝુકાવ શ્રીરામ પ્રતિ હતો, આથી એની સારી ગતિ થઈ.

● સારી સંગત અપનાવો

કહે છે, જેવી સંગત તેવી રંગત. આપણે જેવાં લોકોના સંપર્કમાં આવી છીએ, તેવા લોકોની જેમ જ થઈ જઈએ છીએ. જો આપણી આસપાસનું વાતાવરણ તેમજ લોકો જો સકારાત્મક, ઊર્જાવાન, આત્મવિશ્વાસી હશે, તો આપણે પણ તેવા જ થઈ જઈશું. કેમ કે સામેવાળાથી આપણને હંમેશાં પ્રેરણા મળતી રહેશે. આપણી અંદર ઉત્સાહ જાગતો રહેશે, આથી વરિષ્ઠ તેમજ અનુભવી લોકોની સાથે બેસો, એમના વિચારોને સાંભળો તથા એમને પોતાના જીવનમાં ઉતારવાનો પ્રયત્ન કરો. કયા પ્રકારે એમણે જીવનમાં સંઘર્ષ કર્યો તેમજ મુસીબતોનો સામનો કર્યો, એ વાતથી શીખ લો. જે પ્રકારે એમના ખરાબ દિવસ હંમેશાં નથી રહ્યાં, એ જ પ્રકારે તમારા પણ ખરાબ દિવસ હંમેશાં નહીં રહે. એ વાતને સમજી લો અને પોતાની નકારાત્મક વિચારસરણીને સકારાત્મક બનાવીને, આત્મવિશ્વાસ દ્વારા ભવિષ્યને વધારે ઉજ્જવળ બનાવો.

 ————————— પ્રામાણિક માણસ સફળ વિજેતા કેવી રીતે બને

● બૉડી લેંગ્વેજ સુધારો

આત્મવિશ્વાસને જગાવવા માટે આપણી બૉડી લેંગ્વેજનું પણ ખૂબ જ યોગદાન હોય છે. આપણે કેવી રીતે ઊઠીએ-બેસીએ છીએ. ચાલીએ-ફરીએ છીએ, ઊભા થઈએ છીએવગેરે બધું આ પણી અંદર આત્મવિશ્વાસને દર્શાવે છે, આથી જ્યારે પણ બેસો સીધા બેસો, ખભાને નીચા કે આગળની તરફ ઝુકાવીને ના બેસો. છાતી સીધી રાખો, પૂરી ખુરશી પર બેસો, ગરદનને સીધી રાખો, નજર ચોરીને નહીં, નજર મિલાવીને વાત કરો. સીધા, ટટ્ટાર, તેજ ગતિથી ચાલો. ચાલવામાં અથવાભીડમનો સામનો કરવામાં તમને ગભરાટ થતો હોય, તો પોતાના બંને હાથોને ખાલી ના રાખો, પેન ડાયરી, રજિસ્ટર, પર્સ, રૂમાલ કે મોબાઈલ વગેરેને હાથમાં અવશ્ય રાખો, પછી જુઓ તમારી અંદર આપમેળે જ વિશ્વાસ પેદા થવા લાગશે.

કોઈપણ કામને શરૂ કરવાથી પહેલાં જ એ વિચારી લો, કે તમારી રુચી અને
ક્ષમતાનું છે કે નહીં, નહીંતર તમારે પછીથી ખૂબ જ સહન કરવું પડશે.

● કાર્યને પૂરું કરો

પૂરું કાર્ય આપણને આત્મવિશ્વાસ આપે છે તથા અડધાં-અધૂરાં કાર્ય આપણને નિરાશા આપે છે અને જો એવું સતત થતું રહે છે કે આપણે બધા કે અધિકતર કાર્ય અધૂરા રહી જાય છે, તો આપણી વિચારસરણી બની જાય છે કે, 'મારાથી કોઈ કામ પૂરું નથી થતું, હું કશું નથી કરી શકતો.' એક વાર જો આપણી ખુદના પ્રતિ એ ધારણા બની જાય, તો આપણો ખુદ પ્રતિ વિશ્વાસ પણ લડખડાવા લાગે છે. આપણે ખુદને કમજોર અને હારેલા સમજીએ છીએ. આગળ માટે પણ આપણી વિચારસરણી નકારાત્મક થવા લાગે છે અને આપણો પૂરો દૃષ્ટિકોણ તેમજ વ્યક્તિત્વ નકારાત્મક થવા લાગે છે. આથી કોઈપણ કાર્યને શરૂ કરવાથી પહેલાં એને સારી રીતે સમજી લો. પોતાની ક્ષમતાઓને ઠીકથી તોલી લો. શું પડકારોનો સામનો કરવો તમને સારો લાગે છે? શું તે કાર્ય તમારી પસંદના દાયરામાં આવે છે? શું કાર્યનું પૂરું કરવાથી તમને લાભ થશે? વગેરે સવાલો પર પણ ધ્યાન કરી લો, પછી કોઈ કાર્યને હાથમાં લો.

અને જો કાર્યને કોઈ પરિસ્થિતિવશ, ભલે ના ગમતી જવાબદારીમાં લેવું પડી ગયું છે, તો એને ભાર કે માથાનો દુઃખાવો ના સમજો. વિચારો, જ્યારે આ કાર્ય તમારે જ કરવું છે, તો જીવ કેમ બાળવો? ખુશી-ખુશી સ્વીકાર કરો. કાર્ય કે એના પરિણામને પોતાનો 'ઈગો' ના બનાવ દો એટલે જો કોઈ કારણોથી તમે કાર્યને યોગ્ય રીતથી

યોગ્ય સમય પર પૂરું ના કરી શક્યા, તો સહજ રહો. ખુદને વધારે હીન કે અસફળ ના સમજો. આગળ માટે પ્રયત્ન કરો. ખુદને એ વાતનો વિચાર આપો કે, મેં કાર્ય પૂરું કર્યું, વચ્ચે નથી છોડ્યું.

● કંઈક અલગ કરીને જુઓ

એક પ્રકારનું કાર્ય ના ફક્ત આપણે કંટાળો આપે છે, બલ્કે આપણી કાબેલિયત તેમજ ક્ષમતાઓને પણ ઓછું કરે છે, જેનાથી આપણો આત્મવિશ્વાસ ઓછો થવા લાગે છે. કંઈક નવું, કંઈક અલગ કરવાનો પ્રયત્ન જરૂર કરો, જેને વિચારીને જ તમારામાં જોશ કે સ્ફૂર્તિ આવી જાય, તમારા મસ્તિષ્કમાં વિચાર આવવા લાગે. પડકારો તમને કશું અલગ કરવા માટે ઉકસાવે છે. એવું કરીને તમને પોતાની ભીતર છુપાયેલા હુનર તેમજ ક્ષમતાઓની જાણ ચાલશે. તમને અહેસાસ થશે કે, તમારી શક્તિ તમારા વિચાર, તમારી ક્ષમતાઓ ફેલાવવામાં તેમજ મજબૂત થવા લાગી છે. નવા અનુભવ તમને વધારે પણ પ્રવીણ તેમજ કુશળ બનાવી રહ્યાં છે, જેનાથી આત્મવિશ્વાસનું સ્તર વધવા લાગ્યું છે.

જીવનમાં મુશ્કેલીઓ આપણને પરેશાન કરવા માટે નથી આવતી બલ્કે આપણી અંદર છુપાયેલી શક્તિ અને સાહસને બહાર કાઢવા માટે આવે છે. આથી માણસને જોઈએ કે, પોતાની ક્ષમતાઓ વધારો, પોતાની વિચારસરણીને મર્યાદિત ન રાખો, બધાને વિસ્તાર આપો તથા કોઈ અંધવિશ્વાસમાં બંધાઈને ના રહો.

● પોતાની ક્ષમતાઓને વધારો

જીવન વિસ્તાર અને ફેલાવનું નામ છે, આથી જીવનને એક યાત્રા કહીએ છીએ, કેમ કે આ જ યાત્રામાં આપણે ના ફક્ત અંતર કાપીએ છીએ, બલ્કે આપણો વિકાસ પણ થાય છે, આથી જે પણ આપણને જન્મની સાથે મળ્યું છે, એને વધારવું જોઈએ, એમાં વૃદ્ધિ થવી જોઈએ, ત્યારે જ આપણામાં આત્મવિશ્વાસ જાગશે. માણસને જોઈએ કે, પોતાની ક્ષમતાઓ વધારો પછી તે ધૈર્ય હોય કે માફ કરવાનું, સાંભળવાનું હોય કે સહન કરવાનું હોય, બધાને વિસ્તાર આપો પોતાની વિચારસરણીને મર્યાદિત ન રાખો, પરંપરાઓ અને અંધવિશ્વાસમાં બંધાઈને ના રહો.

● ધ્યાન અને યોગનો સહારો લો

આત્મવિશ્વાસને જગાવવા, વધારવા તેમજ જાળવી રાખવામાં ધ્યાન અને યોગનો

 ———————————— પ્રામાણિક માણસ સફળ વિજેતા કેવી રીતે બને

મોટો હાથ છે. એમાં ના ફક્ત આત્મવિશ્વાસનો બલ્કે પૂરા વ્યક્તિત્વનો વિકાસ થાય છે. માણસ ઇન્દ્રિયો અને મનથી મળીને બન્યો છે, જો આ બંને જ વશમાં આવી જાય, તો આત્મવિશ્વાસ શું, આત્મરૂપાંતરણ પણ થઈ શકે છે. ધ્યાન અને યોગથી મન શાંત અને એકાગ્રચિત્ત થાય છે. જીવનમાં સંતુષ્ટિનું પદાર્પણ થાય છે. ત્યારે આપણને ના ફક્ત પોતાની કમીઓ નજરે આવે છે, બલ્કે આ કમીઓને દૂર કરવાની શક્તિઓ પણ મળવા લાગે છે. ભય સાહસમાં બદલાવા લાગે છે, ભટકાવ સ્થિરતામાં બદલાવા લાગે છે. ધ્યાન તેમજયોગને દિનચર્યામાં નિયમિત સામેલ કરો અને આત્મવિશ્વાસને પેદા કરો.

● ખુદનું સન્માન કરો

મોટાભાગના લોકો ખુદને ઓછાં જ આંકે છે, જેટલાં આપણને સામેવાળા તેમજ પ્રિય લાગે છે, એટલા આપણે ખુદને પસંદ નથી કરી શકતા. આપણે બીજાને તો પ્રેમ કરીએ છીએ, પણ ખુદને નકારી દઈએ છીએ. આપણને લાગે છે કે, ખુદને મહત્ત્વ આપવું, ખુદની પ્રશંસા કરવી કે ખુદ વિશે વિચારવું અથવા પ્રાથમિકતા આપવી ખોટું છે. એવું કરવું અહંકારના લક્ષણ છે આથી જેટલું સન્માન આપણે સામેવાળાને અથવા એના વિચારોને આપીએ છીએ, એટલું ખુદને નથી આપી શકતા.

સામેવાળાને સન્માન આપવું ખોટું નથી, પરંતુ ખુદને નજરઅંદાજ કરવા, ખુદ પ્રતિ હીનતા કે ગ્લાનિનો ભાવ રાખવો ખોટો છે. એવી વિચારસરણી આપણાં પ્રતિ સારું નથી વિચારવા દેતી. આપણે ખુદને પ્રેમ નથી કરી શકતા, જેના કારણે આપણે ચિડચિડીયા તેમજ અતૃપ્ત રહેવા લાગીએ છીએ, આ જ સ્થિતિ તેમજ વિચારસરણી આપણાં તણાવના સ્તરને મોટું કરીને આત્મવિશ્વાસના સ્તરને ઘટાડી દે છે. આ સ્તર એટલું ઘટી જાય છે કે, આપણે ખુદને ઠીકથી પ્રસ્તુત પણ નથી કરી શકતા. આથી ખુદની પણ કદર કરો, ખુદને પણ પ્રેમ કરો, પોતાના જીવન, ભાવનાઓ તેમજ જરૂરિયાતોનું પણ સન્માન કરો.

હુનર મોટાભાગના લોકોમાં હોય છે, પરંતુ હિમ્મત ખૂબ જ ઓછા લોકોમાં હોય છે અને જિંદગીમાં તે લોકો જ આગળ વધી શકે છે, જેમનામાં હિમ્મત હોય છે. હિમ્મત વગર હુનર કામ નથી આવતું.

● ભયને ભગાવો

જ્યાં ભય છે, ત્યાં આત્મવિશ્વાસ નથી હોઈ શકતો. કેટલાંક ભયોના ચાલતાં જ આપણો આત્મવિશ્વાસ લડખડાવા લાગે છે અને આપણું પૂરું વ્યક્તિત્વ પ્રભાવિત થાય છે. આથી કલમ અને કાગળ લો અને એના પર એક-એક કરીને પોતાના ભયોને

લખો, જેમ કે- મંચ પરબોલવાથી ભય, નવા લોકોની સામે જવાથી ભય, લોકો શું કહેશે એ વાતનો ભય વગેરે. એ ભયો પર વિચાર કરો અને કોઈ એક પર વિજય મેળવવાનું શરું કરો. પૂરી યોજના સહિત પ્રયાસ કરો, પછી બીજાને પસંદ કરો. એમ એક-એક કરીને પોતાના મનથી ભયને કાઢો, પછી તે ભય સ્કૂટર ચલાવવાનો કે અંગ્રેજી બોલવાનો જ કેમ ના હોય. તમે જોશો કે, તમારો ભય જવા લાગ્યો છે અને આત્મવિશ્વાસ આવવા લાગ્યો છે. સાથે જ, જે વસ્તુઓથી તમને ભય લાગે છે, એનથી બચવાને બદલે એને વારંવાર કરો. એવું કરીને ભય જશે અને આત્મવિશ્વાસ આવશે.

● કોઈ એક કાર્યમાં પ્રવીણ બનો

સર્વગુણ સંપન્ન કોઈ નથી હોતું. માણસ ઇચ્છે તો પણ ના તો બધા કામ કરી શકે છે, ના તો બધાનું દિલ જીતી શકે છે. આત્મવિશ્વાસ માટે એ જરુરી નથી કે, તમે દરેક વસ્તુ કે ક્ષેત્રમાં ઉત્તીર્ણ થશો, ત્યારે જ તે જશે. જો આપણે પોતાની એવી ઓળખ બનાવવામાં લાગીશું, તો એક પણ ઓળખ નહીં બની શકે. નામ બનાવવાને બદલે વધારે બગડી જશે. આથી કોઈ એક કાર્યને પસંદ કરો. એમાં જ પોતાની કુશળતા અથવા દક્ષતા બતાવો. એને જ પોતાના નામ તેમજ આત્મવિશ્વાસની સીડી બનાવો. યાદ રાખો, વધારે નહીં, કોઈપણ એક કાર્ય જ આપણી અંદર આત્મવિશ્વાસ જગાવવા અને વધારવા માટે પર્યાપ્ત છે.

દરેક કાર્ય કે ક્ષેત્રમાં પ્રથમ આવવાની અથવા પોતાની ઓળખ બનાવવાની હોડ ના કરો. એવું કરવાથી તમારું કામ તેમજ નામ બંને બગડી જશે. આથી કોઈ એક કાર્યને પસંદ કરો. એમાં જ પોતાની કુશળતા તેમજ દક્ષતા બતાવો. એને જ પોતાના નામ તેમજ આત્મવિશ્વાસની સીડી બનાવો. યાદ રાખો, વધારે નહીં, કોઈપણ એક કાર્ય જ આપણી અંદર આત્મવિશ્વાસ જગાવવા અને વધારવા માટે પર્યાપ્ત છે.

સફળ થવું છે
તો કરો આલોચનાઓનું સન્માન

> આપણે આલોચનાઓથી નજરો ના ફેરવવી જોઈએ બલ્કે એને પણ સકારાત્મક દ્રષ્ટિકોણની સાથે અપનાવવી જોઈએ, કેમ કે આપણે જો પોતાની કમીઓ જાણવાથી બચીશું, તો ક્યારેય પણ સફળ નહીં થઈ શકીએ અને સફળ વિજેતા બનવા માટે નવા પાઠ, નવી શીખ, નવા અનુભવ જરૂરી છે.

જીવનમાં દરેક પ્રકારના માણસ હોય છે અને દરેક માણસ એક જેવો નથી હોતો. કોઈ આપણાથી તેમજ આપણાં કાર્યથી સંમત હોય છે, તો કોઈ અસંમત. કોઈ આપણી પ્રશંસા કરે છે, તો કોઈ આલોચના. આપણે આલોચનાથી નજરો ના ફેરવવી જોઈએ બલ્કે એને પણ સકારાત્મક દ્રષ્ટિકોણની સાથે અપનાવવી જોઈએ કેમ કે આપણે જો પોતાની કમીઓ જાણવાથી બચીશું, તો ક્યારેય પણ નહીં થઈ શકીએ.બીજાઓની પ્રશંસાથી મનોબળ તો વધે છે, પણ શીખ નહીં અને સફળ વિજેતા બનવા માટે નવા પાઠ, નવી શીખ, નવા અનુભવ જરૂરી છે અને આ બધું ત્યારે જ સંભવ છે, જયારે આપણે આલોચનાઓનું સન્માન કરીશું.

જીવનમાં આલોચનાનું હોવું સામાન્ય વાત છે. કોઈ કેટલું પણ ઇચ્છે પણ આલોચનાથી બચી નથી શકતો. આલોચના પ્રત્યક્ષ રૂપથી સન્માન પર હુમલો કરે છે, આથી ગુસ્સો આવવો સ્વાભાવિક જ છે, કેમ કે એનાથી આપણા સ્વાભિમાન પર ઠેસ વાગે છે. પણ વિદ્વાનોનું કહેવું છે કે, આવા અવસર પર હંમેશાં ધૈર્ય તેમજ વિચારશીલતાથી કામ લો, આવેશમાં આવીને વિગ્રહ ના ઊભો કરો બલ્કે એ જ જાણવાનો પ્રયાસ કરો કે એમને એવું કરવાની તક શા માટે મળી અથવા તમારા વ્યક્તિત્વમાં એવી શું કમી થઈ, જે તમે આલોચનાના શિકાર થયા, આથી કેટલીક વાતોનું વિશેષ ધ્યાન રાખો –

૧. આલોચના કરાયેલી વાતોને સત્યતાની કસોટી પર કસો કે તે સાચી પણ છે કે નહીં. આમ પણ મોટાભાગે વાતો અસત્ય જ હોય છે.

૨.	ક્યારેક-ક્યારેક આલોચનાઓને માની લેવી પણ અસરકારક હોય છે, કેમ કે જો તે સત્ય હોય, તો તમે એને સુધારીને પોતાના વ્યક્તિત્વની કમી દૂર કરી શકો છો.

૩.	નિરર્થક આલોચનાને ક્યારેય પણ મહત્ત્વ ન આપો. જો તમે સાચા છો અને આલોચના ખોટી છે, તો ક્યારેય પણ એના પર ધ્યાન ન આપો. ખુદને હંમેશાં સન્માર્ગ પર જ ચલાવો.

૪.	આલોચના કેટલી સાચી છે. એ વાતનું યોગ્ય ઢંગથી વિશ્લેષણ અવશ્ય કરી લો, કેમ કે ઘણી વાર લોકો માત્ર તમને લડાવવા તેમજ તમાશો જોઈ લીધા બાદ મજા લેવા માટે જ આલોચના કરે છે.

૫.	વિદ્વાનોનો એક જ મત છે કે આલોચનાઓ પર ક્યારેય પણ જરૂર કરતાં વધારે ધ્યાન ન આપો.

કોઈ તમારા વિશે શું બોલે છે, એ વાત ત્યારે મહત્ત્વ નથી રાખતી, જ્યારે તમને જાણ હોય છે કે, તમે યોગ્ય રસ્તા પર જઈ રહ્યાં છો. આલોચકોની વાતોને ધ્યાનથી સાંભળવી જોઈએ, કેમ કે આલોચક મફતમાં આપણને આપણી કમીઓ બતાવે છે.

સાર રૂપમાં એટલું જ કહી શકીએ છીએ કે, આલોચકને ક્યારેય પણ પોતાના શત્રુ ન માનો. આલોચના સાંભળીને ક્યારેય પણ પોતાનું ધૈર્ય ના ગુમાવો, જો આલોચના સાચી છે, તો પોતાની ભૂલને સુધારીને એને દૂર કરવાનો અથાગ પ્રયાસ કરો અને જો આલોચના ખોટી છે, તો પણ પોતાના ક્રોધ પર કાબૂ રાખો. સંભવતઃ આ બધું કરવું મુશ્કેલ કાર્ય છે, પરંતુ છતાં પણ પોતાની સહનશીલતાથી આલોચકનું મન જિતવાનો પ્રયાસ કરો જેથી તે ક્યારેય ફરી તમારી આલોચના કરવાનો પ્રયાસ ના કરે બલ્કે એને પણ તમારી સહનશીલતાને કારણે તમારી પ્રશંસા કરવા માટે બાધ્ય થવું જ પડે.

આલોચના હંમેશાં બે પ્રકારની હોય છે –

૧.	**રચનાત્મકઃ** રચનાત્મક એ આલોચનાઓને કહેવાય છે, જેમનો પ્રભાવ વ્યક્તિ પર સકારાત્મક પડે છે. જેમને સાંભળ્યા પછી માણસ કશું નવું શીખે છે અને જે વસ્તુની આલોચના થઈ છે, એને દૂર કરે છે અને આલોચક પ્રતિ મનમાં કોઈ પ્રકારનો કટુ ભાવ નથી રાખતો.

૨.	**વિધ્વંસાત્મકઃ** વિધ્વંસાત્મક એ આલોચનાઓને કહેવાય છે, જેનો પ્રભાવ વ્યક્તિ પર નકારાત્મક પડે છે. જેને સાંભળ્યા પછી માણસ કશું નવું શીખવાની વાત તો દૂર પણ પોતાની એ જ જૂની વસ્તુને આલોચના થયા પછી પણ દોહરાવે છે અને

આલોચક પ્રતિ મનમાં કટુ ભાવ ઉછેરી લે છે.

એ સત્ય છે કે, આલોચનાત્મક ટિપ્પણીઓ આત્મવિશ્વાસ વિકસિત કરવાના માર્ગમાં ખૂબ મોટી બાધક હોય છે. પણ એવું પણ જોવામાં આવ્યું છે કે, એવી જ કડવી ટિપ્પણીઓને કારણે કેટલાય લોકો સફળતાના શિખર પર પહોંચી ગયા.

પ્રાચીન યૂનાનના ડેમોસ્થનીજની ઉંમર જ્યારે માત્ર સાત વર્ષની હતી, ત્યારે જ એના પિતાનું મૃત્યુ થઈ ગયું હતું. એ જમાનામાં ઍથેન્સ તથા યૂનાનના અન્ય રાજ્યોયમાં લોકો પોતાના અગિયાર-બાર વર્ષના બાળકોને વ્યાયામશાળામાં મોકલવાનું શરું કરી દેતા હતા. અગિયાર વર્ષની ઉંમરમાં જ્યારે ડેમોસ્થનીજે વ્યાયામશાળામાં પ્રવેશ લેવા ઇચ્છ્યો, તો વ્યાયામશાળાવાળાઓએ એને પ્રવેશ આપવાથી મનાઈ કરી દીધી. એનું કહેવું હતું કે, શારીરિક વ્યાયામ શરું કરવાની દષ્ટિથી તે ખૂબ જ કમજોર છે.

એટલું જ નહીં, જ્યારે તે જવાન થયો તો એને ખબર પડી કે, જે વ્યક્તિએ એને ઉછેરીને મોટો કર્યો છે, એણે એની બધી પૈતૃક સંપત્તિ હડપ કરી લીધી!

ડેમોસ્થનીજ ખરાબ રીતે હકલાતો હતો. લોકો એની ખૂબ જ મજાક ઉડાવતા હતા. પરંતુ લોકોના તાણાં સાંભળીને પણ એણે હિમ્મત ના હારી. એના વિપરીત તે બોલાવની કળામાં નિપુણ થવાનો તન-તોડ પ્રયત્ન કરવા લાગ્યો.

તે પોતાના મ્હોંમાં કાંકરો રાખીને સ્પષ્ટ બોલવાનો અભ્યાસ કરતો. આ ઉદ્દેશ્યની પ્રાપ્તિ માટે એણે કેટલાય સમ્ાહો સુધી અથાગ મહેનત કરી. સમુદ્રના કિનારે એકલા ટહેલીને અથવા દુર્ગમ પહાડીઓની ચઢાઈ ચઢતાં-ચઢતાં તે આ પ્રકારે સતત બોલવાનો પ્રયાસ કરતો રહ્યો.

કાલિદાસ ભેડ-બકરીઓ ચરાવવાવાળો એક સામાન્ય ગોવાળ હતા. જ્યારે એમની પત્નીએ એમની મજાક ઉડાવી કે તે અંગૂઠા છાપ છે, તો તે જ્ઞાન પ્રાપ્તિ માટે નિકળી પડ્યાં અને આજે કોણ નથી જાણતું કે, તેઓ કેટલા મોટા વિદ્વાન બન્યાં.

એણે પોતાના ઘરના એક ગોડાઉન જેવાં ઓરડાને અભ્યાસ કક્ષમાં પરિવર્તિત કરી દીધો, જ્યાં તે કાચમાં પોતાનો ચહેરો જોઈને અવાજની કસરતો કર્યા કરતો. બહાર ફરવાના લોભથી છુટકારો મેળવવા માટે એણે પોતાને અડધો ગંજો કરી લીદો. તે કોઈપણ કિંમત પર પોતાનું લક્ષ્ય પૂરું કરવા ઇચ્છતો હતો.

જલ્દી જ, એની ગણતરી યૂનાનનાતત્કાલીન મહાન વક્તાઓમાં થવા લાગી! આ એ જ ડેમોસ્થનીજ હતો, જેણે ઍથેન્સને મેસેડોનિયાના રાજા ફિલિપ અને પછી સિકંદર મહાન વિરુદ્ધ ઉકસાવ્યા હતા. ૩૦થી લઈને ૬૦ વર્ષ સુધીની ઉંમતર સુધી તે

એથેન્સનો બેતાજ બાદશાહ બનીને રહ્યો.

શેરશાહ સૂરીના બાળપણનું નામ ફરીદ હતું. તે બિહારનો એક સામાન્ય સરદાર હતો. પણ નાના ફરીદ પર એની સોતેલી માતાએ જે અત્યાચાર કર્યા, એની સાથે જ નાઈન્સાફીઓ કરી, એણે એને એક મહાન શાસક બનવા માટે પ્રેરિત કર્યો અને જેમ કે ઈતિહાસના બધા વિદ્યાર્થી જાણે છે કે, તે પોતાના ઉદ્દેશ્યમાં સફળ પણ રહ્યો.

કાલિદાસ ભેડ-બકરીઓ ચરાવવાવાળો એક સામાન્ય ગોવાળ હતો. જયારે એમની પત્નીએ એમની મજાક ઉડાવી કે તે અંગૂઠા છાપ છે, તો તે જ્ઞાન પ્રાપ્તિ માટે નિકળી પડ્યાં અને આજે કોણ નથી જાણતું કે, તેઓ કેટલા મોટા વિદ્વાન બન્યાં! એમની પ્રસિદ્ધિ સમયની સીમાઓથી પરે છે. આજે પણ અભિજ્ઞાન શાકુંતલમ્ અને મેઘદૂતમ્ જેવી એમની કૃતિઓ પૂરી દુનિયામાં પ્રસિદ્ધ છે.

આલોચકને ક્યારેય પોતાનો શત્રુ ના માનો. આલોચના સાંભળીને ક્યારેય પણ પોતાનું ધૈર્ય ના ગુમાવો, જો આલોચના સાચી છે, તો પોતાની ભૂલને સુધારીને એને દૂર કરવાનો અથાગ પ્રયાસ કરો અને જો આલોચના ખોટી છે, તો પોતાના ક્રોધ પર કાબૂ રાખો.

ભૂષણ જયારે કશું પણ કમાતા ન હતા, તો એમની ભાભીએ એ વાતને લઈને એમને ઠપકો આપી દીધો હતો. એક દિવસ જયારે એમણે પોતાની ભાભીથી ફરિયાદ કરી કે એમની બનાવેલી એક શાકમાં મીઠું નથી, તો ભાભીએ કટાક્ષ કરતાં કહ્યું - લાલા, શાકમાં મીઠું ન હોવા વિશે ફરિયાદ કરવાનો અધિકાર તને કોણે આપ્યો? તું ખુદ તો કશું કમાતો નથી.

આ આલોચના સાંભળીને ભૂષણને ખૂબ જ ખરાબ લાગ્યું. એમણે એ જ સમયે પ્રતિજ્ઞા કરી કે, તેઓ એક મહાન કવિ બનશે અને પોતાની કવિતાઓના માધ્યમથી પૈસા કમાશે. જલ્દી જ તેઓ ખૂબ મોટા કવિ બની ગયા. પહેલાં તેઓ છત્રસાલના દરબારમાં રહ્યાં અને પછી શિવાજીના દરબારમાં.

થૉમસ એલ્વા એડીસનને ખૂબ ઓછી ઉંમરમાં સ્કૂલ છોડી દેવી પડી હતી. પોતાના અધ્યાપકની નજરમાં તેઓ મૂર્ખ અને મંદબુદ્ધિ હતા. એડીસને પ્રણ કર્યું કે, એક દિવસ આ જ દુનિયા એમને અત્યંત બુદ્ધિમાન વ્યક્તિના રૂપમાં ઓળખશે તેમજ આજે આ શતાબ્દીના પૂર્વાર્ધના સૌથી મોટા આવિષ્કારકોમાં એમનું નામ ગણવામાં આવે છે. તાપ દીપ્ત લેમ્પ, ગ્રામોફોન, ચલચિત્ર અને સ્ટોક ટિકર વગેરે વસ્તુઓનો આવિષ્કાર એમણે જ કર્યો.

વિસ્ટન ચર્ચિલ યુવાવસ્થામાં એટલી ખરાબ રીતે હકલાતા હતા, કે એમના પોતાના

 —————————————— પ્રામાણિક માણસ સફળ વિજેતા કેવી રીતે બને

ઘરના સદસ્ય પણ એમને બેવકૂફ સમજતાં હતા. આજે તેઓને ચર્ચિલ ગ્રેટ બ્રિટેનના મહાન પ્રધાનમંત્રીના રૂપમાં યાદ કરવામાં આવે છે. સતત અભ્યાસ કરીને ના ફક્ત એમણે પોતાની આ કમીને દૂર કરી લીધી, બલ્કે આજે તેઓ બ્રિટનના સૌથી મોટા વક્તાના રૂપમાં યાદ કરવામાં આવે છે.

શું આ બધા લોકોએ પોતાના આત્મવિશ્વાસને એ વાતની તપાસ કર્યા પછી જાગૃત કર્યો કે, એમની સામે તે ઈંટ કોણે રાખી, જેના પર અંકિત હતું, તમે આ કામ નથી કરી શકતા અથવા તમને નથી ખબર કે, આ કામને કેવી રીતે કરવામાં આવે?

બિલ્કુલ નહીં! કોઈ વાતની તપાસ કરીને કોઈ નક્કર પરિણામ પર પહોંચવામાં ખૂબ જ સમય લાગે છે, જો કે, આ ખૂબ જ પ્રભાવશાળી રીત છે. હું તમને થોડો સાવધાન પણ જરૂર કરવા ઇચ્છીશ. પોતાનું વિશ્લેષણ કરવું ખૂબ જ તકલીફદેહ કામ હોય છે. ભારતીય પુરાણોની એક કથા અનુસાર જ્યારે અસુરો અને દેવતાઓએ અમૃત મેળવવાના ઉદ્દેશ્યથી ક્ષીર સાગરને મથવાનું શરૂં કર્યું, તો સૌથી પહેલાં એમાંથી હળાહળ (પ્રાણઘાતક વિષ) નિકળ્યું. એ વિષને ભગવાન શિવે પોતાના ગળામાં ઉતારી લીધું. એના પછી મંથન જારી રહ્યું અને અંતમાં ક્ષીર સાગરમાંથી અમૃત નિકળ્યું.

બીજાઓની પ્રશંસાથી મનોબળ તો વધે છે, પણ શીખ નહીં અને સફળ વિજેતા બનવા માટે નવા પાઠ, નવી શીખ, નવા અનુભવ જરુરી છે અને આ બધું ત્યારે જ સંભવ છે, જ્યારે આપણે આલોચનાઓનું સન્માન કરીશું.

દિવસમાં એક કલાકથી અધિક પોતાનું વિશ્લેષણ ના કરો. આ વિશ્લેષણ ન્યૂક્લિયર (નાભિક) ઊર્જાની જેમ ખૂબ જ શક્તિશાળી હોય છે. જો તમને ઠીકથી આત્મવિશ્લેષણ કરવાનું નથી આવડતું, તો એનાથી તમને નુકસાન પણ થઈ શકે છે.

સુઈને ઊઠવાના તરત પછી અથવા સૂવાથી થોડી વાર પહેલાં ક્યારેય આત્મ-વિશ્લેષણ ના કરો. આ સમય દરમિયાન ક્યારેય પણ પોતાની કમજોરીઓ કે દુર્ગુણો પર વિચાર ના કરો. આ સમયને તમારે બચાવીને રાખવો જોઈએ, પોતાના ઉદ્દેશ્ય વિશે વિચાર કરવા માટે, તમે તમારી જેવી છબિ બનાવવા ઇચ્છો છો, એના વિશે મનન કરવા માટે. એનાથી આત્મ-વિશ્લેષણનો નકારાત્મક પ્રભાવ બેદમ થઈ જશે.

અપમાન-સન્માનનો માર્ગ છે

મનુષ્યનું જીવન અપમાન અને સન્માનનું એક ત્રાજવું છે, જેમાં ક્યારેક અપમાનનું પલ્લું ભારે હોય છે તો ક્યારેક સન્માનનું. જો વિચારવામાં આવે, તો જીવનમાં ફક્ત

ફૂલ જ ફૂલ મળે, તો એ કાંટાઓનું શું થશે, જે એ ફૂલોની સુરક્ષા માટે લગાવવામાં આવ્યા છે.

જો આપણે ઊંડાણતાથી વિચારીશું, તો અપમાન પણ શ્રેષ્ઠનું જ થાય છે અને પરિસ્થિતિ કેવી પણ હોય, મનુષ્યએ નકારાત્મક પરિસ્થિતિઓમાં પણ સકારાત્મક વિચારસરણી અપનાવવી જોઈએ, કેમ કે સકારાત્મક વિચાર જ મનુષ્યનું સાચ્યું માર્ગદર્શન કરે છે. અપમાન મનુષ્યને વિચારવા માટે વિવશ કરે છે અને આ જ અપમાન આપણને શિખર સુધી પણ લઈ જાય છે. જો મોહનદાસ કરમચંદ ગાંધીનો સામાન અંગ્રેજોએ ચાલતી ટ્રેનથી ના ફેંક્યો હોત, તો શું તે વ્યક્તિ મહાત્મા ગાંધી બનતાં? ગાંધીજીએ ત્યારે જ વિચાર્યું કે, આપણે ભલે કેટલી પણ સાચી રીતથી જીવનયાપન કરીએ, પરંતુ આપણું મૂલ્યાંકન પરાધીનતાના દષ્ટિકોણથી જ થશે.

મીરાબાઈ, તુલસીદાસ, સંત તુકારામ, સંત રવિદાસ ન જાણે કેટલાં એવા ઉદાહરણ છે, જેમણે ના ફક્ત અપમાનનું ઝેર પીધું, બલ્કે એણને ઘોર સામાજિક તિરસ્કારનો પણ સામનો કરવો પડ્યો.

જ્યારે અંગુલિમાલે ભગવાન બુદ્ધથી દીક્ષા લીધી અને તે ભિક્ષા માંગવા નિકળ્યો, તો એને ગ્રામવાસીઓ દ્વારા અત્યંત અપમાન તેમજ તિરસ્કારનો સામનો કરવો પડ્યો. ભગવાન બુદ્ધે જ્યારે એનાથી પૂછ્યું કે, 'તને આટલું અપમાન મળ્યું, તને ખરાબ ના લાગ્યું, જો જરા પણ એમને ડરાવતા તો તે ડરી જતાં'. એના પર અંગુલિમાલે કહ્યું, ભગવાન મેં વિચાર્યું કાલ સુધી આ ભાનમાં હતા અને હું બેભાન હતો, આજે હું ભાનમાં આવ્યો છું અને આ લોકો બેભાન છે.'

★ ★ ★

જીવનમાં ફક્ત ફૂલ જ ફૂલ મળે, તો એ કાંટાઓનું શું થશે, જે એ ફૂલોની સુરક્ષા માટે લગાવવામાં આવ્યા છે. પરિસ્થિતિ કેવી પણ હોય, મનુષ્યએ નકારાત્મક પરિસ્થિતિઓમાં પણ સકારાત્મક વિચારસરણી અપનાવવી જોઈએ, કેમ કે સકારાત્મક વિચાર જ મનુષ્યનું સાચું માર્ગદર્શન કરે છે.

 પ્રામાણિક માણસ સફળ વિજેતા કેવી રીતે બને

સફળતામાં સહાયક સકારાત્મક વિચારસરણી

સકારાત્મકતાથી વધીને કોઈ પુણ્ય નથી અને નકારાત્મકતાથી વધીને કોઈ પાપ નથી. જો કોઈ પૂછે કે માનસિક શાંતિ અને તણાવ મુક્તિની કોઈ દવા છે, તો તે છે સકારાત્મક વિચારસરણી. જ્યાં વિચારસરણી સકારાત્મક છે, ત્યાં સફળતા, સંતોષ અને સંયમ આપમેળે આવી જાય છે.

સારા-પ્રામાણિક માણસને પણ જીવનમાં કેટલાય પડકારો તેમજ વિપરીત પરિસ્થિતિઓનો સામનો કરવો પડે છે. એવામાં સારાં-સારાં લોકોનો દષ્ટિકોણ લડખડાઈ જાય છે. જેનો દષ્ટિકોણ દરેક પરિસ્થિતિમાં સકારાત્મક રહે છે, તે ના ફક્ત સફળ થાય છે, બલ્કે સફળ વિજેતા પણ કહેવાય છે. આથી જેટલું થઈ શકે આપણે ખુદની વિચારસરણી તેમજ દષ્ટિકોણને સકારાત્મક રાખવાનો પ્રયત્ન કરવો જોઈએ.

સકારાત્મક વિચારસરણીનો સંબંધ ફક્ત તમારા અને તમારી કારકિર્દીથી જ નથી, બલ્કે એ તમારા પારિવારિક જીવન અને સામાજિક જીવનથી પણ જોડાયેલો છે. નકારાત્મક શક્તિ એક પ્રકારની ચુંબક પ્રણાલીની જેમ કાર્ય કરે છે, તે તમને અને તમારી આસપાસના સામાજિક વાતાવરણને પણ પ્રભાવિત કરે છે. સાથે જ ખોટાં વિચારવાળા વ્યક્તિ પોતાની આસપાસ એક એવું નકારાત્મક વાતાવરણ બનાવી દે છે, જે એમની સાથે-સાથે એમની આસપાસના લોકોના માનસિક સ્વાસ્થ્ય પર પણ પોતાની ખરાબ અસર છોડી જાય છે.

ક્યારેય તમે પણ એ અંદાજો લગાવ્યો હશે કે, જ્યારે તમે જીવન અથવા પછી ભવિષ્ય પ્રતિ પૉઝિટિવ વાતો કરો છો, તો ઘણાં બધા લોકો તમારી તરફ આકર્ષિત થાય છે, ત્યાં જ જો તમે દરેક સમયે નેગેટિવ પાસાઓને જ યાદ કરતાં રહો છો, તો દરેક કોઈ તમારાથી નજરો ફેરવવા લાગે છે.

વડીલોએ સાચું કહ્યું છે કે, દવાથી વધારે કામ દુઆ કરે છે. દુઆથી તાત્પર્ય છે પૉઝિટિવ ઍનર્જી. તમારી વિચારસરણી જેવી રહેશે, તમારાથી તેવી જ રીતે લોકો જોડાવા પણ લાગેલા રહેશે. કહે છેને કે વિચાર પર દુનિયા ચાલે છે, એના પર એના બદલાવનો પાયો પણ રાખવામાં આવે છે અને એ જ પ્રકારે સકારાત્મક વિચાર રાખવાવાળા તમારાથી જોડાવાનું પસંદ કરશે.

કોઈપણ અપ્રિય સ્થિતિનો બધો દોષ ખુદ પર જ ના મઢી લો. એના માટે પરિસ્થિતિઓ પણ દોષી થઈ શકે છે. તમારી કાબેલિયત એમાં છે કે, તમે આ પરિસ્થિતિઓને ખુદ પર હાવી ના થવા દો અને ખુદમાં સકારાત્મકતાનો સંચાર કરો. એમાં તમારા નજીકના મિત્ર તેમજ સગાં-સંબંધીઓ તમારી મદદ કરી શકે છે.

એક પ્રસિદ્ધ વાર્તાની મદદથી સકારાત્મક વાતોને સમજી શકે છે.

એક ઋષિના બે શિષ્ય હતા, જેમાંથી એક શિષ્ય સકારાત્મક વિચારસરણીવાળો હતો, તે હંમેશાં બીજાઓની ભલાઈનું વિચારતો હતો અને બીજો ખૂબ જ નકારાત્મક વિચારસરણી રાખતો હતો અને સ્વભાવથી ખૂબ જ ક્રોધી હતો. એક દિવસ મહાત્માજી પોતાના બંને શિષ્યોની પરીક્ષા લેવા માટે એમને જંગલમાં લઈ ગયા.

મોટાભાગના લોકો પૈસા કમાવવાની હોડમાં જીવનનો સાચો અર્થ અને ઉદ્દેશ્ય ભૂલી જાય છે. જો જીવનનો ઉદ્દેશ્ય ફક્ત એનો આમ જ નિર્વાહ કરવાનો છે, તો તે પશુ-પક્ષી પણ બખૂબી કરી રહ્યાં છે.

જંગલમાં એક કેરીનું ઝાડ હતું, જેના પર ખૂબ વધારે સારી ખાટ્ટી અને મીઠી કેરી લટકેલી હતી. ઋષિએ ઝાડ તરફ જોયું અને શિષ્યોથી કહ્યું કે, આ ઝાડને ધ્યાનથી જુઓ પછી એમણે પહેલાં શિષ્યથી પૂછ્યું કે તમને શું નજરે પડે છે. શિષ્યએ કહ્યું કે, આ ઝાડ ખૂબ જ વિનમ્ર છે, લોકો એને પથ્થર મારે છે છતાં પણ આ કશું કહ્યાં વગર ફળ આપે છે. એ જ પ્રકારે માણસે પણ હોવું જોઈએ., કેટલી પણ પરેશાની હોય, વિનમ્રતા અને ત્યાગની ભાવના ના છોડવી જોઈએ. પછી બીજા શિષ્યથી પૂછ્યું કે, તમે શું જુઓ છો, એણે ક્રોધિત થઈને કહ્યું કે આ ઝાડ ખૂબ જ ધૂર્ત છે. પથ્થર માર્યા વગર એ ક્યારેય ફળ નથી આપતું. એનાથી ફળ લેવા માટે એને મારવું જ પડશે. એ જ પ્રકારે મનુષ્યએ પણ પોતાના મતલબની વસ્તુઓબીજાથી છીનવી લેવી જોઈએ. ગુરુજી હસતાં-હસતાં પહેલા શિષ્યની બડાઈ અને બીજા શિષ્યને પણ એનાથી શીખ લેવા માટે કહ્યું.

માનવ કેટલાય પ્રકારની સમસ્યાઓ પર વિજય મેળવવામાં સક્ષમ રહ્યો, પરંતુ છતાં પણ કેટલીય વાર તે અસહાય મહેસૂસ કરે છે કેમ? નકારાત્મક વિચારસરણી એક મોટું કારણ માની શકાય છે. નકારાત્મક વિચારસરણી તમારા દષ્ટિકોણને બદલી દે છે, જેનાથી તમારું કામ અને વ્યક્તિગત જીવન બંને પ્રભાવિત થાય છે અને પરિણામે તમારી પ્રગતિ બાધિત થાય છે.

આજના યુગમાં જ્યાં જીવન બધા પ્રકારના તણાવો અને માનસિક વિકારોથી ભરાયેલું છે, એવામાં સકારાત્મક વિચારસરણીની જરૂર અને મહત્ત્વ વધારે વધી જાય

છે. એવું નથી કહી શકાતું કે કેટલીક વિશેષ આયુ કે વર્ગના વ્યક્તિઓને જ સકારાત્મક વિચારસરણીની જરૂર હોય છે. આપણે બધાને ભલે તે બાળકો હોય, કિશોર કે વિદ્યાર્થી હોય, નોકરી-ધંધો હોય, વિવાહિત હોય, આધેડ હોય અથવા વડીલ હોય- બધાને દરેક પરિસ્થિતિ તેમજ દરેક આયુમાં સદ્‌બુદ્ધિ તેમજ સદ્વિચાર જ માર્ગ પ્રશસ્ત કરે છે.

પોતાના દૈનિક જીવનમાં આપણે કેટલાય પ્રકારના કાર્ય કરીએ છીએ. થોડું કામ સમજી-વિચારીને તો થોડું કામ દિનચર્યાના અનુરૂપ જીવન નિર્વાહ માટે કરવામાં આવે છે. કેટલાંક કામ આદર્શો અને નૈતિકતા અનુસાર કરવામાં આવે છે, કેટલાંક કામ કોઈ વિશેષ ઉદ્દેશ્યની પૂર્તિ માટે અથવા પછી કોઈ કામ મનની મોજ પ્રમાણે પણ કરવામાં આવે છે. આ બધા કાર્ય જો સદ્‌બુદ્ધિથી કરવામાં આવે છે, તો શુભ હોય છે અને આ દુર્બુદ્ધિથી કરવામાં આવે, તો તે અશુભ છે. કાર્ય એ જ યુક્તિયુક્ત અને સાર્થક હોય છે, જે તમે વિવેકનો ઉપયોગ કરીને કરો છો.

જેને આપણે મોટી પરેશાની માનીએ છીએ, જો તે ના હોત તો એનાથી નાની પરેશાની પણ ત્યારે ઓછી કષ્ટદાયક ના હોત, પરંતુ મોટી પરેશાનીઓને કારણે આપણે નાની પરેશાનીઓથી કંટાળી જઈએ છીએ, જે આપણાં આનંદ માટે જ નહીં, ઉન્નતિ માટે પણ અનિવાર્ય છે.

સકારાત્મક વિચારસરણીનો ફાયદો સૌથી અધિક વિદ્યાર્થી ઊઠાવી શકે છે. પરીક્ષામાં પોતાની સફળતાનો સામનો જો તેઓ સકારાત્મક વિચારસરણીની સાથે કરે, તો પરિણામ સ્વરૂપ સફળતાની તરફ વધી શકે છે. યોગ્ય અભ્યાસ, મનની એકાગ્રતા અને સંઘર્ષની પ્રતિભાની સાથે જ જરૂરી છે વિદ્યાર્થીની પોતાની સંપૂર્ણ વિદ્યા અને પરિશ્રમને સકારાત્મક દૃષ્ટિકોણથી જોવો. એને અભ્યાસ ફક્ત ગોખીને પરીક્ષા પત્રમાં ઉલેચવા માટે નહીં, બલ્કે સારી વિચારસરણી વિકસિત કરીને પોતાના જ્ઞાનને જીવનની દિનચર્યામાં સામેલ કરવા માટે કરવી જોઈએ. એક જ ધોરણમાં સતત કેટલીય વાર અનુત્તીર્ણ થવાવાળો વિદ્યાર્થી જો આગલી વાર સકારાત્મક સંકલ્પ લઈને એક વાર ફરી પ્રયત્ન કરે, તો નિઃસંદેહ ઉત્તીર્ણ થઈ શકે છે.

વિવાહિત જીવનમાં કેટલાય એવા મોડ આવે છે, જ્યારે સંબંધોની મધુરતા થોડી ફીકી પડવા લાગે છે. કદાચ જ કોઈ એવું દંપતિ હશે, જેમણે ક્યારેય ઝઘડો ના કર્યો હોય પરંતુ તે એમની સકારાત્મક વિચારસરણી જ છે, જે આ ઝઘડાઓને આપસી સંબંધ તોડવા માટે નહીં, પણ ભૂલ સુધારીને આગળ વધવા માટે કાર્ય કરવા પ્રેરિત કરે છે. ઝઘડો કરો, બુરાઈ ઝઘડો કરવામાં નથી. ભૂલ ઝઘડાથી શીખ લઈને જીવનમાં

પ્રામાણિક માણસ સફળ વિજેતા કેવી રીતે બને —————————129

સુધાર ન કરી શકવામાં છે. જો પતિ-પત્નીના સંબંધમાં નકારાત્મક વિચારસરણી હાવી રહેશે, તો સંબંધોનો ગરમાવો પણ જતો રહેશે.

વૈવાહિક જીવનમાં એક-બીજાનો આદર, ભાવનાઓ અને જરૂરિયાતોનું સન્માન, સકારાત્મક વિચારસરણીની ઓળખ છે. ઝઘડા પછી માફ કરવું અને માફી માંગી લેવી સૌથી મોટો ગુણ છે. એવું કરવું તમને શરૂંમાં કષ્ટકારી લાગી શકે છે, પરંતુ જો આ તમારા સંબંધને દરેક સંકટથી ઉગારી શકે છે, તો ખચકાટ કેવો. આશાવાદી અને સકારાત્મક લોકોના સંબંધ હંમેશાં મજબૂત રહે છે અને લાંબા અંતર સુધી ચાલે છે. એનું કારણ બિલ્કુલ સીધું છે - આશાવાદી જ હંમેશાં સફળ થાય છે અને સફળ વ્યક્તિનો જ દરેક કોઈ સાથી બનવા ઇચ્છે છે. આશાવાદી પોતાના વિચારોમાં ખુલ્લાપણું રાખે છે, ત્યારે જ એમની વાણી પણ નિયંત્રણમાં રહે છે અને એમનાથી જીવનમાં ભૂલો પણ ઓછી થાય છે. એક પ્રસિદ્ધ પ્રેરક દાર્શનિક ડેલ કારનેગીનું માનવું છે કે, આ દૃષ્ટિકોણનો જ પ્રભાવ છે કે, આશાવાદી લોકો હંમેશાં બીજાઓથી પોતાના સમકક્ષ રાખીને જુએ છે. જ્યારે ફરકો પરદો હટી જાય છે, તો સંબંધો બરાબરીના દર્જા પર આવીને સંતુલિત થઈ જાય છે.

જે દિવસે તમે શીખવાનું બંધ કરી દો છો, એ જ દિવસથી જિંદગીમાં તમારા આગળ વધવાના રસ્તા પણ બંધ થઈ જાય છે અને દરેક દિવસે કશું નવું શીખો, સફળ જીવનનું આ જ સૂત્ર છે.

આજની તેજ ભાગતી જિંદગીમાં તમારી નોકરી કે વ્યવસાય પણ વધારે તણાવ લાવે છે. પૈસા કમાવા માટે કોઈ વ્યક્તિ વ્યવસાય કરે છે, કોઈ ઉદ્યોગ લગાવે છે,તો કોઈ મહેનત-મજૂરી કરે છે. જો એમનાથી પૂછવામાં આવે કે, તે આ બધું શા માટે કરે છે, તો ઉત્તર મળશે પેટ ભરવા માટે અને જીવન નિર્વાહ કરવા માટે. પછી પૂછવામાં આવે કે, પેટ શા માટ ભરો છો, જીવન નિર્વાહ શા માટે કરો છો? તો તેઓ કહેશે- જીવતા રહેવા માટે. અંતે જો પૂછશો કે જીવતા શા માટે છો? તો એને યોગ્ય ઉત્તર તમને કદાચ જ મળે. મોટાભાગના લોકો પૈસા કમાવાની હોડમાં જીવનનો સાચો અર્થ અને ઉદ્દેશ્ય ભૂલી જાય છે. જો જીવનનો ઉદ્દેશ્ય ફક્ત એનો એમ જ નિર્વાહ કરવાનો છે, તો તે પશુ-પક્ષી પણ સારી રીતે કરી રહ્યાં છે. પછી એમનામાં અને આપણાંમાં શું અંતર રહ્યું? અંતર છે આપણી વિચારસરણી અને વિવેકનું, જેમણે હંમેશાં સકારાત્મક રહેવું જોઈએ.

જો નોકરીમાં તમને પોતાનાથી ઉચ્ચ અધિકારીથી દાંટ પડે છે, તો એને નકારાત્મક ન લઈને સકારાત્મક રીતથી લો કે, આ આત્મ સુધારની તક છે. બૉસની દાંટ સાંભળીને એને કોસો નહીં કે તુરંત નોકરી છોડવાનું મન ના બનાવી લો. એ સમજી લો કે, કોઈ

 ——————————— પ્રામાણિક માણસ સફળ વિજેતા કેવી રીતે બને

બીજી જગ્યાએ પણ એવી પરિસ્થિતિ આવી શકે છે. જરૂર છે પોતાના આશાવાદને જગાવીને પોતાની કમીઓને શોધવાની. તમારે એ વિચારવું જોઈએ કે, એવી પરિસ્થિતિ જ કેમ થઈ કે, બોસને ફટકાર આપવાની જરૂર પડી.

જ્યાં સુધી તમે પોતાની સમસ્યાઓ તેમજ કઠિનાઈઓનું કારણ બીજાઓને માનો છો, ત્યાં સુધી તમે પોતાની સમસ્યાઓ તેમજ કઠિનાઈઓને દૂર નહીં કરી શકો.

સકારાત્મક વિચારસરણી જીવનમાં લાવો

નકારાત્મક વિચારસરણીની સૌથી મોટી ઓળખ છે, જે વ્યક્તિની પાસે છે, તે એનાથી ખુશ નથી, પરંતુ જે નથી એનાથી દુઃખી છે. આપણે હંમેશાં પોતાના ફાયદાને નહીં, નુકસાનને જોઈને કણસીએ છીએ અને દુઃખી થઈએ છીએ. એમાં આપણે એ પણ ભૂલી જઈએ છીએ કે, હકીકતમાં કયું નુકસાન છે અને કયો ફાયદો. નકારાત્મક વિચારસરણી એટલી જ બળવત્તી થઈ જાય છે કે, વ્યક્તિ ફાયદાને પણ નુકસાન સમજીને રોવા બેસી જાય છે. તમે ધ્યાનપૂર્વક જીવનમાં ઘટિત દુઃખોનું અવલોકન કરો. આપણને જીવનમાં ન જાણે કેટલાય દુઃખ અને કષ્ટ સહન કરવા પડે છે, અવમાનના સહન કરવી પડે છે, એમની તીવ્રતાથી ઝઝૂમવું પડે છે, એમને દૂર કરવાના હોય છે. જો આપણે પોતાના જીવનમાં આવવાવાળા કષ્ટોનું વિશ્લેષણ કરીએ, તો મેળવીએ છીએ કે, કેટલાંક કષ્ટ કે કોઈ કષ્ટ વિશેષ જીવનમાં સૌથી વધારે પીડિત કરતું રહ્યું, પરંતુ સાથે જ એ પણ મેળવીએ છીએ કે, આ એક મોટા કષ્ટને કારણે આપણે અસંખ્ય નાના-નાના કષ્ટોને ભૂલી ગયા અર્થાત્ દરેક કષ્ટ પોતાનાથી નાના કષ્ટોને ગૌણ કરી દે છે. દરેક પરેશાની બીજી પરેશાનીને સમાપ્ત કરી દે છે. જેને આપણે મોટી પરેશાની માનીએ છીએ, જો તે ના હોત, તો એનાથી નાની પરેશાની પણ કષ્ટદાયક ન હોત પરંતુ મોટી પરેશાનીઓને કારણે આપણે નાની પરેશાનીઓથી ઉગરી જઈએ છીએ, જે આપણાં આનંદ માટે જ નહીં, ઉન્નતિ માટે પણ અનિવાર્ય છે. કષ્ટોથી ઝઝૂમવાની ક્ષમતાનો વિકાસ કરી આપે છે દુઃખ. જેટલું મોટું દુઃખ એટલો જ ક્ષમતાવાન મનુષ્ય. આપણે કષ્ટો અને સમસ્યાઓથી પલાયન કરીને ખુદ પોતાના સુખોથી દૂર થતાં ચાલ્યા જઈએ છીએ. આવો જાણીએ, સકારાત્મક વિચારસરણીના ફાયદા શું છે-

સકારાત્મક વિચારસરણી તમને -

૧. ખુદ પ્રતિ જાગૃત્ત બનાવે છે.

૨. ખુદને શાબાશી અને આગળ વધવાની શક્તિ આપે છે.

૩. તમારી વિચારસરણી દરેક કાર્યમાં પ્રભાવ બતાવે છે. તમે જાણી શકો છો કે,

તમારા શું કરવાથી શું થયું.

૪. તમારી સાંભળવાની અને સમજવાની શક્તિને બળવર્તી કરે છે.

૫. જિંદગીની સરળ અને સુંદર વસ્તુઓની કદર કરવાનું શીખવાડે છે.

૬. અસફળતાઓ, હાનીઓ, ઝલ્લાહટો અને ઝટકાઓથી ઉગરવામાં મદદ કરે છે.

૭. જીવનના એ પાસાઓની ઓળખ કરાવે છે, જે તમારા માટે સૌથી મહત્ત્વપૂર્ણ છે અને તમને ખુશી આપે છે.

૮. પ્રેમ કરવાનું શીખવાડે છે - ભલે તે પોતાના જીવનસાથીથી હોય કે પોતાના મિત્રોથી અથવા માતા-પિતાથી કે બાળકોથી અથવા પછી પોતાના કામથી.

૯. ધીમે-ધીમે સફળતાની નવી ઉંચાઈઓ પર પહોંચાડે છે.

૧૦. જીવનમાં જ્ઞાનના નવા દ્વાર ખોલે છે. તમે તે બધું સમજવા-વિચારવા લાગો છો, જેના પર તમારું ક્યારેય ધ્યાન ગયું નથી.

પોતાની વિચારસરણીને સકારાત્મક કેવી રીતે બનાવશો?

સકારાત્મક વિચારવું એટલું મુશ્કેલ નથી, જેટલું તમે વિચારી રહ્યાં છો. નિરાશાવાદથી આશાવાદી થવામાં તમને સમય લાગી શકે છે, પરંતુ વિશ્વાસ કરો આ અશક્ય બિલ્કુલ પણ નથી.

જે લોકો મનમાં નકારાત્મક વિચારો પર બાળપણથી જ યોગ્ય નિયંત્રણ રાખવાનો અભ્યાસ કરી લે છે, પછી એમને જીવનભર આશાવાદથી જીવન પસાર કરવામાં કોઈ મુશ્કેલી નથી થતી. આ એક એવી જીવનશૈલી છે અથવા વિચારવાની રીત છે, જેને તમે જીવનમાં ક્યારેય પણ અપનાવી શકો છો.

પોતાના જીવન અને વિચારસરણીને આશાપૂર્ણ અને સકારાત્મક બનાવવા માટે યાદ રાખો આ સૂત્ર -

૧. પોતાની વિચારસરણી અને વિચારોમાં ખુલ્લાપણું લાવો. સંકીર્ણ વિચારોની સાથે તમારું વ્યક્તિત્વ સકારાત્મક નથી થઈ શકતું.

૨. સારી સંગતમાં રહો. એવા લોકોથી હળો-મળો, જે હંમેશાં સારા અને સર્વહિતમાં વિચારતા હોય.

૩. પોતાના કાર્ય પ્રતિ સમર્પિત રહો. ઉન્નતિના શિખર પર પહોંચવા માટે એટલી જ મહેનત કરો.

૪. અસફળતાને નિરાશાથી ના લો. પોતાની કમીઓમાં સુધાર કરીને પુનઃ નવી ઉમંગથી લાગી જાઓ.

૫. પોતાના મનમાં પોતાના સંકલ્પો અને ઉદેશ્યોને સ્પષ્ટ રાખો. તીરની જેમ એમને

 પ્રામાણિક માણસ સફળ વિજેતા કેવી રીતે બને

ધ્યેય પર લાગવાવાળા જ બનાવો.

૬. જીવનમાં પોતાની નજર નુકસાન પર નહીં, ફાયદા પર રાખો. ગ્લાસ અડધો ખાલી નથી, અડધો ભરેલો છે.

૭. જો કોઈ વસ્તુ, કોઈ વાત, કોઈ વ્યક્તિ ખૂબ ખરાબ લાગતો હોય, તો મનને યથાસંભવ એના અનુકૂળ બનાવવાની ચેષ્ટા કરો. જો ક્યાંય પણ બદલાવની સંભાવના નથી, તો એને ભૂલવા કે નજરઅંદાજ કરવાનું શીખો.

૮. બીજાઓ પર વિશ્વાસ રાખો, એમના વિશ્વાસપાત્ર બનો.

૯. ભાવનાત્મક બનો. બીજાઓનું સન્માન કરવાનું શીખો.

૧૦. હસો અને હસાવો.

૧૧. ખુદથી વાત કરો, જેને અંગ્રેજીમાં સેલ્ફ ટૉક કહે છે. જ્યારે આપણે સકારાત્મક રીતથી ખુદથી વાત કરીને સમસ્યાનું નિદાન શોધીએ છીએ, તો આપણી ભાવનાઓ આપણને સફળ બનાવવામાં મદદ કરે છે.

૧૨. અંતિમ પરંતુ સૌથી મહત્ત્વપૂર્ણ વાત, ઈશ્વર પર ભરોસો રાખો. ખુદને બધી ધરતીનો કર્તા-ધર્તા ન સમજીને પ્રભુની શરણમાં આવો. જલ્દી જ તમને લાગશે, તમારા બધા નકારાત્મક વિચાર ભાગી રહ્યાં છે, તમે સંતોષી બની રહ્યાં છો અને આશાવાદ તમારા જીવનમાં ખુશીઓ લાવી રહ્યો છે.

હંમેશાં પ્રસન્નચિત્ત અને આશાવાદી રહો. એનાથી તમારું શરીર તંદુરસ્ત અને હષ્ટ-પુષ્ટ રહેશે. સ્વાસ્થ્ય સૌથી મોટું ધન છે એ એની રક્ષા ત્યારે જ થશે, જ્યારે એને લૂંટાવવાવાળું કોઈ કાર્ય જ ન કરવામાં આવે. નકારાત્મક વિચાર તમારા માનસિક અને શારીરિક સ્વાસ્થ્યને ખરાબ કરવા માટે ચિનગારીનું કામ કરે છે. ચિંતા તો મરેલાને બાળે છે પરંતુ ચિંતા અને નકારાત્મક વિચાર જીવતા-જીવ જ જીવતા બાળી નાંખે છે. સકારાત્મક વિચાર જ સારા જીવનની ઓળખ છે. તો આવો, આગળ વધો અને પ્રણ કરો કે આજથી તમારો દરેક વિચાર સકારાત્મક હશે અને તમે એને જ પોતાનો આધાર બનાવશો.

★ ★ ★

> જે પ્રકારે કાળા રંગના ચશ્મા પહેરવા પર આપણને બધું જ કાળું નજરે પડે છે. એ જ પ્રકારે નકારાત્મક વિચારોથી આપણને પોતાની ચારે તરફ નિરાશા, દુઃખ અને અસંતોષ જ નજરે પડે છે અને સકારાત્મક વિચારો આપણને જીવનમાં આશા, ખુશીઓ તેમજ સંતોષ જ આપે છે.

કેવી રીતે રહેશો નકારાત્મક વિચારોથી દૂર?

આપણાં વિચાર જ આપણને બનાવે-બગાડે છે, આથી જરૂરી છે કે, આપણે એવા વિચારોથી બચીએ, જે આપણને નકારાત્મકતા પ્રદાન કર છે તથા આપણાં દૃષ્ટિકોણને પણ નકારાત્મક બનાવે છે. નકારાત્મક વિચારસરણીની સૌથી મોટી ઓળખ છે, જે વ્યક્તિની પાસે છે, તે એનાથી ખુશ નથી તથા જે નથી, એનાથી દુ:ખી છે.

સકારાત્મક થવા માટે જરૂરી છે કે, માણસ નકારાત્મકતાથી દૂર રહે કેમ કે એનું એક બીજ પણ પોતાના મૂળિયા જમાવી શકે છે. નકારાત્મકતાનો જરાએવો પ્રભાવ પણ આપણને સફળ માણસ તેમજ સફળ વિજેતા બનવાથી રોકી દે છે.

જીવન દૃષ્ટિકોણનો ખેલ છે. જો આપણી વિચારસરણી સકારાત્મક થશે, તો આપણને આપણું જીવન તમામ મુશ્કેલીઓ છતાં પણ સારું લાગશે. ત્યાં જ બીજી તરફ જો આપણી વિચારસરણી નકારાત્મક હશે, તો એ ઉપલબ્ધ સુખ અને સંસાધનોમાં પણ આપણે તકલીફ શોધી લઈશું. એ તો એ નકારાત્મક દૃષ્ટિકોણને કારણે પોતાના જીવનને ખરાબ કરી લઈશું. આથી મનુષ્યના જીવનમાં એના વિચારોનું ખૂબ જ મહત્ત્વ છે. આ વિચાર એની અંદર ક્યારેય ખુદની બુદ્ધિને કારણે ઊઠે છે, તો ક્યારેક આસપાસના લોકો તેમજ સંગતિને કારણે. ક્યારેક કલ્પનાઓ તથા અનુભવોને કારણે, તો ક્યારેક સ્થિતિ તેમજ પરિસ્થિતિઓને કારણે. જો આ વિચાર સકારાત્મક હોય છે, તો આપણને લાભ આપે છે અને જો નકારાત્મક હોય છે, તો આપણને નુકસાન આપે છે.

આપણાં વિચાર જ આપણને બનાવે-બગાડે છે, આથી જરૂરી છે કે, આપણે એવા વિચારોથી બચીએ, જે આપણને નકારાત્મકતા પ્રદાન કર છે તથા આપણાં દૃષ્ટિકોણને પણ નકારાત્મક બનાવે છે. એનાથી પહેલાં કે નકારાત્મકતા તમને ઘેરી લે, તમે નિમ્ન વિચારોથી દૂર રહો –

૧. હું એમને પસંદ કેમ નથી?

દરેક માણસને હક છે કે, તે કોઈને પસંદ કરે અથવા ના કરે તથા દરેક માણસની પસંદ એક જેવી જ હોય, એ પણ જરૂરી નથી. આથી એ વિચારોમાં ના ઉલઝાઓ કે,

 ————————— પ્રામાણિક માણસ સફળ વિજેતા કેવી રીતે બને

ફલાણાં માણસને હું પસંદ કે નથી. જેવી રીતે આપણને દરેક કોઈ પસંદ નથી હોતું, તેવી જ રીતે દરેક કોઈ આપણને પસંદ કરે એ પણ જરૂરી નથી. આ વાતને સમજો તેમજ સ્વીકારો. એ ચિંતામાં ના ફસાઓ કે સામેવાળાને હું કેમ પસંદ નથી? મારામાં શું કમી છે, શું હું ખરાબ છું? જ્યાં સુધી હું સામેવાળાની પસંદ ના બની જાઉ, હું ચેનથી નહીં બેસું વગેરે-વગેરે. એવા વિચારોને ના ઉછેરો.

૨. બધા મારા વિશે શું વિચારે છે?

કોઈપણ કોઈની વિચારસરણી પર લોક નથી લગાવી શકતું. બધાને હક છે કે, તે શું વિચારે, શું નહીં. આપણે ભલે લોકોને કેટલાં પણ સમજાવીએ, તે એ જ વિચારશે, જે તે વિચારવા ઇચ્છશે. ખાસ કરીને બીજાઓ વિશે, આથી કોણ આપણાં વિશે શું અને કેમ વિચારે છે, એ વિચારમાં ખોવાયેલા રહેવાનો કોઈ ફાયદો નથી. આપણે પોતાની ચિંતા કરવી જોઈએ કે, આપણે કેવા છીએ. આપણે ખુદને બીજાઓની નજરો તેમજ વિચારોથી ના આંકવા જોઈએ.બીજ આપણાંથી કઈ વાત પર ખુશ થશે, એ કહેવું મુશ્કેલ છે અને બધાને ખુશ રાખવા અશક્ય છે, કેમ કે બધાની પોતાની સ્વતંત્રતા છે, અભિપ્રાય તેમજ પસંદ છે. આપણે એમના દષ્ટિકોણમાં ફિટ થઈએ એ જરૂરી નથી.

આપણે ખુદને બીજાઓની નજરો તેમજ વિચારોથી ના આંકવા જોઈએ.બીજ આપણાંથી કઈ વાત પર ખુશ થશે, એ કહેવું મુશ્કેલ છે અને બધાને ખુશ રાખવા અશક્ય છે, કેમ કે બધાની પોતાની સ્વતંત્રતા છે, અભિપ્રાય તેમજ પસંદ છે. આપણે એમના દષ્ટિકોણમાં ફિટ થઈએ એ જરૂરી નથી.

૩. કંઈક ઓછું છે

ના તો કોઈ ખુદ પરિપૂર્ણ હોય છે, ના તો જીવનમાં કોઈને બધું જ મળે છે. જેને જુઓ એને ફરિયાદ છે કે, એને આ નથી મળ્યું, તે નથી મળ્યું. મનુષ્ય ખૂબ જ અજીબ છે, એને જે મળે છે, તે એનો નથી જોતો, પરંતુ જે એને નથી મળ્યું, એ વાતનું એને વિશેષ દુ:ખ રહે છે અથવા પછી જે બીજાઓને મળ્યું છે, પણ ખુદને નથી મળ્યું એ વાતનું એને વિશેષ દુ:ખ રહે છે અથવા પછી જેટલું મળ્યું છે, તે ઓછું છે. મનુષ્યની નજર હંમેશાં ઓછાં પર જ હોય છે. મનમાં એ જ વિચાર ચાલે છે કે, કંઈક ઓછું છે. સુખી રહેવું છે, તો આપણે આ વિચારથી ઉપર ઊઠવું પડશે. સોમાંથી સો કોઈને નથી મળતાં. કશુંને કશું બધાને ઓછું મળે છે. પ્રકૃતિએ સોનાને ચમક આપી છે, તો સુગંધ નથી આપી અને ચંદનને જો સુગંધ આપી છે, તો ચમક નથી આપી.

૪. હું બધું જ ઠીક ના કરી શક્યો તો?

પ્રયત્ન કરવો, મહેનત કરવી જ આપણો ધ્યેય હોવો જોઈએ. બધું જ ઠીક કરવાના પ્રયત્નમાં આપણે બધું જ ગરબડ કરી દઈએ છીએ. આપણે બધું કરવાથી પહેલાં જ પરિણામ પર પહોંચી જઈએ છીએ. અંદાજા લગાવવા લાગીએ છીએ કે, મારું આ કાર્ય પૂરું થઈ શકશે કે નહીં, થશે તો ઠીક ઢંગથી થશે કે નહીં, ક્યાંક હું વચ્ચે જ હિમ્મત ના હારી જાઉં, ક્યાંક કોઈ અચાનક સમસ્યા ન આવી જાય? વગેરે. કાર્યથી પહેલાં જ આ પ્રકારના નકારાત્મક વિચાર અંજામથી પહેલાં જ આપણને તોડી દે છે. કરી શક્યો, ના કરી શક્યો જેવાં કાલ્પનિક વિચારોને ભીતર વસવાટ ન કરવા દો. નહીંતર તમારી હાર નિશ્ચિત છે.

જીવન એકલા જીવવા અને આગળ વધવાનું નામ છે. જે લોકો હંમેશાં કોઈની રાહ જોતાં રહે છે, તે કશું નથી કરી શકતા. જે લોકો આ વિચારને પોતાની અંદર વસાવી લે છે, તે હંમેશાં સુખી થાય છે.

પ. શું એકલા બધું જ શક્ય છે?

કોઈની મદદ વગર હું કશું નહીં કરી શકું. કાર્ય તો ખૂબ દૂરની વાત છે, આપણે એકલા જીવવાથી પણ ડરીએ છીએ. સત્ય તો એ છે કે, આપણે ના ફક્ત એકલા જીવવાથી ડરીએ છીએ બલ્કે કોઈના સાથને ગુમાવવાથી પણ ડરીએ છીએ કે, આપણે એના વગર કેવી રીતે જીવીશું. આપણને લોકોની, કોઈ પોતાનાના સાથની એટલી આદત હોય છે કે, આપણે એના વગર આગળ જીવવાની કલ્પના પણ નથી કરી શકતા. જીવન કોઈની સાથે બંધાવા કે નિર્ભર થવાનું નામ નથી. એકલા, જીવવા અને આગળ વધવાનું નામ છે. એ સત્યને સ્વીકારો કે, દરેક કોઈ એકલો જ આવ્યો હતો અને એકલો જ જશે. હંમેશાં માટે હંમેશાંનો સાથ કોઈને નસીબ નથી થતો. જે લોકો હંમેશાં કોઈની રાહ જોતાં રહે છે, તે કશું નથી કરી શકતા. જે લોકો આ વિચારને પોતાની અંદર વસાવી લે છે, તે હંમેશાં સુખી રહે છે.

૬. હંમેશાં હું જ કેમ?

કોઈ કાર્ય હોય કે જવાબદારી, મુસીબત હોય કે પડકાર આપણે હંમેશાં એ જ વિચારીએ છીએ કે, બધા કષ્ટ, બધા દુઃખ ફક્ત આપણને જ મળે છે. ફક્ત આપણી જ કિસ્મત ખરાબ છે, ભગવાન જાણે કષ્ટો માટે ફક્ત આપણને જ પસંદ કરે છે, જેને જુઓ તે મને કષ્ટ આપવામાં લાગ્યો છે વગેરે-વગેરે, એવા વિચાર આપણાં મનમાં રહે છે, પરંતુ હેરાનીની વાત એ છે કે, દરેક કોઈ આ જ વાતથી પરેશાન છે. સુખ-

દુઃખ બધાના જીવનમાં આવતાં-જતાં રહે છે પણ આપણે સુખને તો ભૂલી જઈએ છીએ પણ દુઃખોને યાદ રાખીએ છીએ. સુખનો સમય કેવી રીતે ચાલ્યો જાય છે ખબર જ નથી પડતી. દુઃખના દિવસ રહી-રહીને ચુભે છે અને જયારે દુઃખના દિવસ આવે છે, ત્યારે આપણને એવું લાગે છે કે, આ બધું ફક્ત મારી સાથે જ થઈ રહ્યું છે. પરંતુ આ પ્રકૃતિનો નિયમ છે. બધાના જીવનમાં સંઘર્ષોના, તકલીફોના દિવસ આવે છે, બચતું કોઈ નથી. આથી એ વિચારનો ત્યાગ કરો કે, હંમેશાં હું જ કેમ?

૭. મને કોઈ નથી સમજી શકતું

દરેક માણસની એ જ ફરિયાદ છે કે, કોઈ એને નથી સમજી શકતું. એને લાગે છે કે એના ભાવ, એની સંવેદનાઓ બધાથી અલગ છે. તે ભલે પોતાના વિશે કોઈને કેટલું પણ સમજાવી દે, પરંતુ એને સમજી નથી શકાતો. પહેલાંથી જ આ ધારણા બનાવવી ખોટી છે. જો કોઈ આપણને સમજી પણ લે, તો આપણું આ મન માનવા માટે તૈયાર નથી થતું કે, કોઈ આપણને કેવી રીતે સમજી શકે છે? આપણું દુઃખ, આપણી તકલીફ એટલી સાધારણ કેવી રીતે હોઈ શકે છે કે, કોઈને પણ સરળતાથી સમજમાં આવી જાય. આપણે આ નકારાત્મક વિચારને એટલી ઊંડાણતાથી પકડી લઈએ છીએ કે આપણું પૂરું વ્યક્તિત્વ તેમજ જીવન પ્રભાવિત થવા લાગે છે. આથી જેટલું થઈ શકે આ વિચારોથી બચો.

પ્રયત્ન કરવો, મહેનત કરવી જ આપણો ધ્યેય હોવો જોઈએ. કરી શક્યો, ના કરી શક્યો જેવાં કાલ્પનિક વિચારોને ભીતર વસવાટ ન કરવા દો. નહીંતર તમારી હાર નિશ્ચિત છે.

૮. મને શું મળશે?

માન્યું ફળની ઇચ્છા બધાને હોય છે. ફળને ધ્યાનમાં રાખ્યા વગર કોઈ મહેનત નથી કરતું, પરંતુ એનો અર્થ એ નથી કે, ધ્યાન હંમેશાં ફળ પર હોય, કાર્ય પર નહીં. કાર્ય કરીશું, તો પરિણામ મળશે, ભલે ફળ મળવામાં વાર લાગે, પણ કાર્યથી તમને તુરંત લાભ મળે એ જરૂરી નથી તથા દરેક કાર્યને લાભની જ દૃષ્ટિથી ના કરો. હંમેશાં એ ના વિચારો કે તમને મળશે શું અથવા તમારા હિસ્સામાં શું આવશે તથા ફળને હંમેશાં કોઈ રૂપિયા-પૈસા કે વસ્તુમાં જ ના તોલો, આત્મસંતુષ્ટિના સ્તર પર પણ વિચારો. કેટલાંક કાર્ય આપસી પ્રેમ તેમજ મિત્રતા વશ પણ કરવામાં આવે છે. સમાજ તથા દેશની અથવા પોતાનાઓની ભલાઈ માટે પણ કરવામાં આવે છે. એવામાં દરેક વખતે એ ભાવ રાખવો કે, મને મળશે શું? એ વિચાર તમને કષ્ટ આપી શકે છે.

કેટલાંક કાર્ય નિઃસ્વાર્થ ભાવથી પણ કરો, નેકીની દૃષ્ટિથી કરો. જે મળવું હશે

મળી જશે, ધીરજ રાખો અને જો કશું ના મળે તો મલાલ ના રાખો. કેટલીક જગ્યાએ મળવા કરતાં વધારે સંબંધ મહત્ત્વપૂર્ણ હોય છે, આથી દરેક જગ્યાએ લાભ, ફળ કે પોતાના હિસ્સાની જ કામના ના કરો.

૯. અહીંયા પોતાનું કોઈ નથી

પોતાનું કોઈ બનાવવાથી બને છે. કોઈને સાચા અર્થમાં પોતાના બનાવવા ખરેખર એક તપસ્યા જેવું છે, પરંતુ આપણે એ તપસ્યાથી બચીએ છીએ અને ઇચ્છીએ છીએ કે, કોઈ આપણું પોતાનું થઈ જાય. જરા એવો કોઈથી વિવાદ થયો નથી કે, આપણે સંબંધોને તોડી નાંખીએ છીએ. આપણાં સંબંધોમાં વિશ્વાસ ઓછી પરીક્ષાઓ વધારે હોય છે. આપણે પોતાની આસપાસના લોકોને તપાસવા કે એમનામાંથી કમી કાઢવામાં જ લાગ્યા રહીએ છીએ. જે આપણો વિશ્વાસઘાત કરે છે, આપણે એમની સાથે ક્યારેય પણ ખરાબ કરવાનું નથી ભૂલતાં, પરંતુ જે આપણા શુભચિંતક હોય છે, આપણે એમની સાથે પણ ક્યારેય પણ ખરાબ કરવાનું નથી ભૂલતાં. જે પ્રકારે પાંચેય આંગળીઓ ક્યારેય બરાબર નથી હોતી, એ જ પ્રકારે બધા લોકો એક જેવાં નથી હોતા. જો કોઈની સાથે આપણાં સંબંધ ઠીક નથી રહેતા તો એનો અર્થ એ નથી કે, અન્ય બધા લોકો પણ ખરાબ કે દગાબાજ હશે. પ્રેમ, વિશ્વાસ અને દુલારથી તો પશુને પણ પોતાના બનાવી શકાય છે. મનુષ્ય તો છતાં પણ એક બુદ્ધિશાળી તેમજ સંવેદનશીલ પ્રાણી છે, બસ જરૂર છે તો સાચી આત્મિયતાની. જેમ દરેક કોઈ પ્રેમને યોગ્ય નથી હોતો, તેવી જ રીતે દરેક કોઈ મતલબી નથી હોતો. પોતાના નકારાત્મક વિચારોને હટાવો અને આગળ વધો, કોઈને પોતાના બનાવો અથવા પછી કોઈના પોતાના થઈ જાઓ.

૧૦. મારા એકલાથી શું થશે?

એકલો માણસ ઘણું બધું કરી શકે છે પરંતુ દરેક કોઈ એ વિચારીને બેઠો છે કે, એના એકલા કરવાથી કશું નહીં થાય. બધા વિચારે છે કે, હું નહીં કરું તો શું થશે? આ જ કારણે કોઈ નક્કર પરિણામ સામે નથી આવી શકતા. સામાજિક રીતે હોય કે પારિવારિક રીતે બધા વિચારે છે કે, જો એક હું નહીં કરું તો શું થઈ જશે અથવા પછી હું એકલો કશું નહીં કરી શકું અથવા હું નહીં તો બીજું કોઈ કરી લેશે કોઈ બીજું નહીં તો કોઈ ત્રીજું. આપણે બધાને પોતાના મહત્ત્વને ભુલાવી બેઠા છીએ અને એકલાપણાનું બહાનું કરીને નુકસાન કરી લઈએ છીએ. જો બધા એ વિચારી લે કે, મારા કરવાથી કશું થશે, તો તે સામૂહિક શ્રમ બની જશે, પરંતુ આપણે ખુદને હંમેશાંથી જ અલગ કરીને જોઈએ છીએ. પોતાના યોગદાનને નકારીએ છીએ. ભૂલી જઈએ છીએ કે, આપણાં કરવાથી ઘણું બધું શક્ય છે. આપણે કરીશું, તો બીજાઓને પ્રેરણા મળશે, આપણે કરીશું,તો બીજામાં સાહસ જાગશે. ટીપે-ટીપે સરોવર ભરાય છે અને સરોવરથી સાગર. આ સકારાત્મક વિચારને યાદ રાખો અને એકલા પોતાના દમ પર કશું કરો, અન્યોની રાહ ના જુઓ.

 ————————————— પ્રામાણિક માણસ સફળ વિજેતા કેવી રીતે બને

સફળતા પ્રાપ્તિમાં સંગતિનું મહત્ત્વ

સંગત સારી હોય કે ખરાબ, એનો રંગ તેમજ સંગ આપણને પ્રભાવિત કરે જ છે. આથી માણસ અંગત રીતે કેટલો પણ સારો કેમ ના હોય, જેવો જ તે લોકોના સંપર્કમાં આવવા લાગે છે, તો એના માટે એની જ યોગ્યતાઓ, એનું જ હુનર પડકાર બનવા લાગે છે.

કોઈ કાર્ય અથવા ઉદ્દેશ્યને મેળવી લેવો ભલે જ આપણને વિજેતા બનાવતો હોય, પરંતુ સફળ કે સાચો વિજેતા એ જ કહેવાય છે, જે ના ફક્ત સાચા માર્ગથી બલ્કે સાચી સંગત તેમજ ઈરાદાની સાથે સફળતા પ્રાપ્ત કરે. આથી સફળતાના માર્ગમાં સંગતનું ખૂબ જ મહત્ત્વ છે કેમ કે આ સંગત ના ફક્ત આપણને આપણી સફળતામાં મદદ કરે છે, બલ્કે સફળતા પ્રાપ્ત કર્યા પછી આગળનું જીવન જીવવા તેમજ નવા લક્ષ્યોને નક્કી કરવામાં પણ આપણો સહયોગ આપે છે. જોવામાં આવે, તો બાળપણથી લઈને જવાની સુધી અને જવાનીથી લઈને વૃદ્ધાવસ્થા સુધી આપણાં જીવનને બનાવવા તેમજ બગાડવામાં આપણી સંગત તેમજ સહયોગીઓનું એમાં ખૂબ જ મોટું યોગદાન હોય છે. આથી જો હકીકતમાં આપણે સફળ વિજેતા બનવું છે, તો આપણે આપણી સંગત પર પણ ધ્યાન રાખવું પડશે.

સફળ વિજેતા બનવા માટે ખાલી એક તરફા સારા માણસ થવું જ પર્યાપ્ત નથી. સારા લોકોની સંગતિ પણ જરૂર કરો. પરંતુ કેટલાય સારા લોકો જીવનમાં આથી સફળ નથી થઈ શકતા, કેમ કે તે દરેક જગ્યાએ, દરેક કાર્યમાં પોતાના જેવાં સારા માણસ જ શોધે છે, જેના ચાલતા તેઓ કોઈ સમાધાન નથી કરતાં અને જ્યારે કોઈ સારો માણસ એમને નથી મળતો, તો તે એકલા રહેવાનું વધારે યોગ્ય સમજે છે. કેમ કે માણસને દરેક કાર્યમાં, ખાસ કરીને, વ્યાવહારિક સિદ્ધિઓમાં બીજાઓની મદદ લેવી જ પડે છે આથી સારા માણસ કેટલીયવાર સફળ થવાથી ચૂકી જાય છે. સારા માણસે આ વાત સમજવી જોઈએ.

માણસ સંસારમાં ભલે જ એકલો આવે છે અને એકલો જાય છે પણ એકલો રહેતો નથી. તે લાખ પ્રયત્ન પણ કરે તો એને પોતાની આસપાસ રહેવાવાળાઓ લોકો અથવા એનાથી જન્મ લેવાવાળા સગાં-સંબંધીઓથી જોડાવું પડે છે.લોહીના સંબંધોની

આગળ એનો કોઈ વશ નથી, પરંતુ સમાજ તેમજ યાર-દોસ્ત વગેરે જે લોકોના તે આસપાસ કે મધ્ય રહે છે, એ એની પોતાની પસંદગી તેમજ નિર્ણય હોય છે. સત્ય તો એ છે કે, આ જીવન એક શ્રૃંખલાબદ્ધ સમૂહ છે, જેમાં આપણે લોકોના આશરે, તો ક્યારેક સમૂહમાં ખુદને નિર્ભર રાખવા પડે છે. એવામાં આપણે ભલે જ કેટલાં સાચા, શુદ્ધ કે ઊર્જાવાન વગેરે કેમ ના હોઈએ, જે આપણી આસપાસ ચારે તરફ છે અને એનો પ્રભાવ વહેલો-મોડો આપણાં પર પણ પડે છે. કહે છે ને કે, 'મેસ (કાજલ)ની કોટરીમાં જાઓ અને કલંક ના લાગે એવું કેવી રીતે હોઈ શકે છે.'

સંગત ભલી હોય કે ખરાબ એનો રંગ તેમજ સંગ આપણને પ્રભાવિત કરે જ છે. આથી માણસ અંગત રીતે કેટલો પણ સારો કેમ ના હોય, જેવો જ તે સામાજિક કે હળવો કે વ્યાવહારિક હોય છે અથવા એમ કહો કે, સંપર્કમાં આવવા લાગે છે, તો એના માટે એની યોગ્યતાઓ, એનું જ હુનર પડકાર બનવા લાગે છે. કેમ કે સંઘમાં તે એકલો નથી રહી જતો, તે સામેવાળાને પ્રભાવિત પણ નથી કરી શકતો અને ખુદ પણ પ્રભાવિત થઈ શકે છે, બંને શક્યતાઓ એના માટે હંમેશાં ખુલ્લી રહે છે. લોકોની વચ્ચે પોતાને જાળવી રાખવા તેમજ પોતાના લક્ષ્ય તેમજ નિયમો પર ટક્યાં રહેવું એક વાંકી ખીર છે, કેમ કે જ્યાં દસ મ્હોં હોય છે, ત્યાં સો વાતો પણ હોય છે. એવામાં ખુદ પર નિયંત્રણ કે લગામ કસવી કઠિન થઈ જાય છે. બીજું આપણને વધારે આકર્ષિત કરે છે, આપણે ખુદને ઓછા આંકીએ છીએ. આથી બીજાના જેવા થવા માટે રાજી થતાં ચાલ્યા જઈએ છીએ. આ જ કારણ છે કે, જેવો જ માણસ કોઈના સંગ-સાથમાં પડે છે, તો એનો કલેવર એના પર પણ ચઢવા લાગે છે.

સારા લોકો જીવનમાં આથી સફળ નથી થઈ શકતા કેમ કે તે દરેક જગ્યાએ, દરેક કાર્યમાં પોતાની જેવાં સારા માણસ જ શોધે છે, જેના ચાલતા તે કોઈ સમાધાન નથી કરતાં અને જ્યારે કોઈ એમને સારો માણસ નથી મળતો, તો તે એકલા રહેવાનું ઉત્તમ સમજે છે.

માણસની કમજોરી જ એ છે કે, જે વાતમાં તે એકતા, સંગઠન કે અધિક ભાર આપે છે, એ વાત એના તરફ આકર્ષિત થાય છે, કેમ કે એનું માનવું છે કે, જે વાતને અધિક લોકો મહત્ત્વ આપે છે, તે સાચી હોય છે. જે વસ્તુ એના માટે નવી હોય છે, ભલે જ તે ખરાબ હોય, એની તરફ માણસ સરળતાથી આકૃષ્ટ થઈ ઊઠે છે. એટલું જ નહીં, બીજાથી જલ્દી પ્રભાવિત થવાનું અથવા જલ્દી મળી જવાનું એક કારણ માણસની હોડ પણ છે. તે બીજાના જેવા થવા ઇચ્છે છે, એને લાગે છે કે, જો તે ભીડથી અલગ છે, તો ખોટું છે. જો એને એમની સાથે, એમની વચ્ચે રહેવું છે, તો એમના જેવા જ થવું પડશે.

 પ્રામાણિક માણસ સફળ વિજેતા કેવી રીતે બને

એવામાં પોતાની ઓળખની સાથે ટક્યાં રહેવું એને મુશ્કેલ લાગે છે કોઈપણ નિસ્બત વગર બીજાની સાથે સામેલ થઈ જવું.

માણસનું મનોવિજ્ઞાન એવું છે કે, તે સંખ્યાને જ તાકાત માની લે છે, આથી તે ભીડમાં ચાલે છે અને ભીડને સ્વીકાર કરે છે. ભીડમાં ચાલવું ખોટું નહીં પરંતુ સાચા-ખોટાની પસંદગી ન કરી શકવી એના માટે જોખમકારક થઈ જાય છે. પછી ભીડનો સાથ આપતાં-આપતાં તે એ આદતનો એટલો આદી થઈ જાય છે કે, એ જાણવા છતાં પણ કે, તે ખોટાની સાથે છે, એને ખુદને અલગ નથી કરી શકતો. સંગનો રંગ ધીમે-ધીમે એટલો વધતો જાય છે કે, માણસ ક્યારે એની ચપેટમાં આવી જાય છે, એને ખબર જ નથી ચાલતી. સંગત માણસને લાચાર અને મજબૂર બનાવી દે છે. એના પર ખુદનો વશ ઓછો, આસપાસના લોકોનો વશ વધારે ચાલે છે. આ જ કારણ છે કે, કશું ખોટું જાણ્યા છતાં પણ માણસ પોતાના પર નિયંત્રણ નથી રાખી શકતો કે એવું નહીં કરું, તેવું નહીં કરું, પરંતુ સંગતને કારણે ચૂકી જાય છે.

જે વ્યક્તિ એ નથી જાણતો કે, શું સાચું છે અને શું ખોટું છે, તે એ ક્યારેય નથી જાણી શકતો કે, કયા વ્યક્તિની સાથે એણે સમય વિતાવવો જોઈએ અને કોની સાથે નહીં.

સંગત માણસને પૂરી રીતે બદલી દે છે અથવા એમ કહો બદલી શકે છે. આથી સાથી કે સંઘની પસંદગી સમજી-વિચારીને કરવી જોઈએ. સંગત આપણને નિખારી પણ શકે છે, બરબાદ પણ કરી શકે છે. માણસને જોઈએ કે, જો વસ્તુઓ એના અનુકૂળ ના હોય, તો એમનાથી બચે. અંગ્રેજીમાં એક કહેવત છે 'It's Better to live alnone to live with a bac company' અર્થાત્ ખરાબ સંગતની સાથે રહેવાથી સારું છે એકલા રહેવું. પરંતુ માણસ એકલો રહેવા ક્યાં ઈચ્છે છે. આ એકલાપણું જ તો એની બધી સમસ્યા છે અને એ જ એકલાપણાંને દૂર કરવાને કારણે તે ભીડ કે કોઈના આશરા તરફ ઝુકતો ચાલ્યો જાય છે. પછી તે સંઘ અથવા સાથ એને કેટલો પણ લાચાર અથવા નિર્ભર કેમ ના બનાવે.

સંગતનો રંગ એવો હોય છે, જે તમારા બધા રંગોને ઢાંકી દે છે. ભલે જ આપણામાં કેટલાય સારા ગુણો હોય, પરંતુ ખરાબ સંગતને કારણે આપણને ક્યારેક ને ક્યારેક નીચું જોવું પડી શકે છે, કેમ કે ક્યાંક ને ક્યાંક માણસ ખુદ ભલે જ કશું પણ હોય, એની સંગત, એના રુતબાને જરૂર વધારી દે છે.આજનો માણસ છે શું, પોતાના કૉન્ટેક્ટ્સ અને લિંક્સ પર પોતાની જિંદગી જીવવાવાળો. એનો ઍપ્રોચ જ એને બનાવે તેમજ બગાડે છે. જ્યારે આજે બધી તરફ લિંક્સ અને સ્ટાફની જ બોલબાલા છે. ત્યાં પર પ્રામાણિક માણસ સફળ વિજેતા કેવી રીતે બને —————

એની સંગત જ એના માટે ખૂબ મોટું હથિયાર સાબિત થઈ જાય છે. જો એની સંગતિ સારા લોકોથી છે, તો કલાકો કે દિવસોના કામ મિનિટોમાં થઈ જાય છે અને જો એની સંગતિ ખરાબ લોકોની સાથે છે, તો એના બધા ઍફર્ટ્સ શૂન્ય થઈ જાય છે. આથી આપણે સમજી-વિચારીને ખુલ્લી આંખોથી પોતાના મિત્ર કે યાર-દોસ્ત પસંદ કરવા જોઈએ.

સંગતનો રંગ એવો હોય છે, જે તમારા બધા રંગોને ઢાંકી દે છે. ભલે જ આપણામાં કેટલાય સારા ગુણો હોય, પરંતુ ખરાબ સંગતને કારણે આપણે ક્યારેક ને ક્યારેક નીચું જોવાનો વારો આવી શકે છે. આથી આપણે સમજ-વિચારીને ખુલ્લી આંખોથી પોતાના મિત્ર કે યાર-દોસ્ત પસંદ કરવા જોઈએ.

પરંતુ માણસ ખૂબ જ ચાલાક છે, જ્યારે પણ તે કશું સારું કે ઉત્તમ મેળવે છે, તો એની ઉત્પત્તિનો શ્રેય તે ખુદને જ આપે છે. ત્યાં જ બીજી તરફ જો તે કોઈ નુકસાન, કષ્ટ કે સમસ્યાનો હિસ્સો બને છે, તો એની બધી જવાબદારી સંગત પર ઢોળી દે છે. જ્યારે કે સત્ય તો એ છે કે, કોઈ આપણી પાસે આવીને દરવાજા નથી ખખડાવતા, આપણે ખુદ જ પોતાના અનુસાર લોકોને પસંદ કરીએ છીએ, એમનામાં સામેલ થઈએ છીએ. રહ્યો સવાલ અસ્તિત્વ અથવા કિસ્મતના દ્વારા મિલાવેલા લોકોનો, એમાં આપણને પૂરી સ્વતંત્રતા હોય છે કે, આપણે કોને પસંદ કરીએ, કોને નહીં, કયા માણસનો અથવા કયા સમૂહનો સાથ આપણે આપણને કઈ હદ સુધી, કેવી રીતે તેમજ કેટલો આપવાનો છે, એ આપણાં પર નિર્ભર કરે છે. આપણને પોતાની કમજોરીને સંગતનું નામ આપીને રફા-દફા ના કરવી જોઈએ બલ્કે પોતાની પસંદ કરવાની ક્ષમતા તેમજ પોતાના દઢ સંકલ્પની શક્તિને ઉજાગર તેમજ જાળવી રાખવામાં લાગ્યા રહેવું જોઈએ. ત્યારે જ આપણે ખરાબ સંગતના પ્રભાવથી ખુદને બચાવીને રાખી શકીએ છીએ.

કેવી રીતે બચશો ખરાબ સંગતથી

- પહેલાં-પહેલાં તો પોતાની સંગતને ઓળખો અને પછી પોતાના વ્યક્તિત્વ તેમજ કૃતિત્વનું મૂલ્યાંકન કરો અને જુઓ કે, જ્યારથી તમે નવા લોકોના સંપર્કમાં આવ્યા છો, શું તમારો ગ્રાફ ઉપર જઈ રહ્યો છે? એટલે તમે કશું મેળવી રહ્યાં છો કે નહીં?
- શું તમારી સંગત તમારા માટે એક લત બનતી જઈ રહી છે? શું તમે એના વગર નથી જીવી શકતા?
- શું તમે પોતાના નિયમ અને યોજનાઓને સમય પર પૂરાં કરી શકી રહ્યાં છો?

- શું તમે પોતાના બનાવેલા ટાઈમ ટેબલ અનુસાર નથી ચાલી શકતા?

- શું તમે પોતાના સ્વભાવમાં ગુસ્સો, ચિડચિડીયાપણું કે અન્ય મનોવિકાર વધારે જોઈ રહ્યાં છો?

- શું તમને લાગે છે કે, તમે પોતાની તથાકથિત સંગત વગર અસુરક્ષિત છો?

- તમારી નજરમાં ઘરવાળાઓથી વધારે મહત્ત્વ તમારી સંગત કે યાર-દોસ્ત અધિક રાખે છે?

- ઘણું બધું નાપસંદ હોવા છતાં પણ તમે પોતાની સંગતને નથી છોડી શકી રહ્યાં?

- જો હા, ઉપર્યુક્ત વાતો સાચી છે, તો એમાં કોઈ શંકા નથી કે, તમે ખરાબ સંગતના શિકાર છો. પ્રયત્ન કરો કે, જે સમયે યાર-દોસ્તોથી મળવાનો છે, એ સમયે કોઈ કોર્સ કે અન્ય ક્રિયાકલાપથી જોડાઓ.

- ક્યારેય પણ ખાલી ના બેસો, કંઈક ને કંઈક રચનાત્મક કરતાં રહો.

- કેવી પણ રીતે, એ લોકોના નંબર પોતાની ડાયરી અને મોબાઈલમાંથી હટાવી દો.

- ના કહેવાનું સાહસ એકઠું કરો. પોતાની આંતરિક શક્તિને ઓળખો તેમજ પૂર્વમાં પ્રાપ્ત સિદ્ધિઓ તેમજ સન્માનોનું અવલોકન કરો.

- ના મિત્ર બનાવો, ના કોઈ કાર્યશાળાનો હિસ્સો બનો.

સત્સંગનો મહિમા

સત્સંગ ફક્ત ભજન તેમજ પ્રવચન જ નહીં, બલ્કે જીવન જીવવાની કલા શિખવાડે છે.તમે પોતાના જીવનની કિંમતી ક્ષણોને અહીં-તહીંની વાતોમાં ના ગુમાવીને સત્સંગના માધ્યમથી કોઈ વિષયને જાણવા તેમજ સાંભળવામાં પોતાનો સમય વ્યતીત કરો, જેનાથી આપણાં જીવનમાં સુધાર આવી શકે તેમજ આપણે નવા અનુભવને પ્રાપ્ત કરી શકીએ.

સત્સંગ એટલે સત્યનો સંગ. આપણાં ભારતીય સમાજમાં સત્સંગને અત્યધિક મહત્ત્વ આપવામાં આવે છે, કેમ કે આ એવી માન્યતા છે કે, સત્સંગ આપણાં જીવનનું એક મહત્ત્વપૂર્ણ પાસું છે. સત્સંગ વગર આપણું જીવન અધૂરું છે. આપણને જાણ ચાલે છે કે, આપણો જન્મ કેમ થયો છે? આ ધરતી પર આવવાનો શું ઉદ્દેશ્ય છે? એવા કેટલાય સવાલોનો જવાબ આપણને ફક્ત સત્સંગ દ્વારા જ મળી શકે છે. આજે આપણે મોહ-માયામાં ફસાઈને સત્યને ભૂલી ચુક્યા છીએ. આપણે ફક્ત સાંસારિક સુખોની પૂર્તિ માટે દરેક સમયે કામની પાછળ ભાગીએ છીએ.

સત્સંગ આપણને જીવવાની કલા શીખવાડે છે. સત્સંગથી જ આપણને જીવવાની શિક્ષા મળે છે. સત્સંગથીજ આપણી આત્માને શાંતિ મળે છે. સત્સંગ મનમાં વ્યાપ્ત

રાગ-દ્વેષને દૂર કરે છે. એનાથી મન હંમેશાં પ્રસન્ન રહે છે અને આપણો સંબંધ જગત પિતા પરમેશ્વરથી જોડાયેલો રહે છે. આજે ટી.વી. ચેનલો પર સત્સંગ બતાવવામાં આવે છે, જેમાં બતાવવામાં આવે છે કે, પરમપિતા પરમેશ્વર આપણી ચારે તરફ અને કણ-કણમાં સમાયેલા છે, એમને મહેસૂસ કરો, એમને ઓળખો કે એ પરમાત્માએ કેવી રીતે ચારે તરફ કુદરતનો નજારો બનાવ્યો છે. આ આપણને પળ-પળ જીવવાનું શીખવાડે છે. સૌથી પ્રેમ કરવાનું શીખવાડે છે. હંમેશાં સારો ભાવ રાખો, નિઃસ્વાર્થ ભાવથી બધાની સેવા કરવાથી આપણી ભીતર પરમાત્માનો વાસ થાય છે.

આપણે કોને, ક્યારે અને કેમ પસંદ કરીએ છીએ, આપણી પસંદગી આપણાં ચાલવાની દિશા નિર્દેશિત કરે છે અને એ પસંદગી બીજું કશું નહીં પણ આપણી નિર્ણય ક્ષમતાનું પ્રતિબિંબ છે.

સત્સંની જેટલી મહિમા ગાવામાં આવે, એટલી ઓછી છે. ઘર તેમજ પોતાની આસ-પાડોશમાં સત્સંગ કરવાથી વાતાવરણ શુદ્ધ તેમજ પવિત્ર થાય છે. ઘરમાં હંમેશાં ભગવાનનો વાસ હોય છે. બુરાઈઓથી છુટકારો મળે છે. બાળકોમાં પણ સારા સંસ્કારોનો જન્મ થાય છે. એમનામાં મોટાઓ પ્રતિ આદર ભાવ પણ સત્સંગ દ્વારા શિખવાડી શકાય છે. આપણે આપણી વ્યસ્ત જિંદગીમાંથી સત્સંગ માટે એક કલાક સવારે તેમજ એક કલાક સાંજે સમય અવશ્ય કાઢવો જોઈએ. જો તમારી પાસે એટલો પણ સમય નથી, તો તમારે તમારા અંતઃકરણને શુદ્ધ રાખવું જોઈએ, જેથી આપણે સાંસારિક વાતોથી દૂર જ રહીએ, જિંદગીથી ભટકેલા લોકો સત્સંગ દ્વારા જ સાચા માર્ગ પર આવી શકે છે.

ભગવાન શ્રીકૃષ્ણએ ગીતામાં કહ્યું છે કે, ફક્ત સત્સંગના માધ્યમથી માણસ મોક્ષને પ્રાપ્ત કરી શકે છે. મને પણ મેળવી શકે છે. સત્સંગમાં એ શક્તિ છે, જે મોટાથી મોટા તોફાનને ક્ષીણ કરી શકે છે. દુનિયાનો મોટાથી મોટો નશો, જે આપણને થોડી વાર માટે સુખ આપે છે, તે નશો જલ્દી જ ઉતરી જાય છે. પરંતુ સત્સંગ કરવાથી જે આપણને પરમાત્માથી મળવાનો નશો ચઢે છે, તે નશો હંમેશાં માટે ચઢેલો રહે છે અને આ નશામાં એક અલગ પ્રકારનો આનંદ પ્રાપ્ત થાય છે, જેનાથી તન તેમજ મન પ્રસન્ન રહે છે. મન હંમેશાં ઉત્સાહ તેમજ ઉમંગથી ભરેલું રહે છે. એનાથી આત્મવિશ્વાસની પ્રાપ્તિ થાય છે. જીવનમાં આવવાવાળા દરેક તોફાન તેમજ મુશ્કેલીઓને સહન કરવાની શક્તિ મળે છે. તે નિડર થઈને એ પરિસ્થિતિઓને સામનો કરવામાં સક્ષમ રહે છે.

એને અહેસાસ રહે છે કે, પરમાત્મા એની સાથે છે. જે એને દરેક વાતની પ્રેરણા આપે છે. જ્યારે અર્જુનને ગીતા-જ્ઞાનની પ્રાપ્તિ થઈ, ત્યારે એમણે પોતાના

આત્મવિશ્વાસના બળ પર જ પૂરી લડાઈ એકલા જ લડી લીધી હતી.

આપણાં દેશમાં મોટાથી મોટા પયગંબર આવ્યા અને પોતાના સત્સંગ તેમજ આત્મવિશ્વાસની સાથે પરમાત્માને મેળવી લીધા. જીવનનો બધો સાર આપણને સત્સંગમાં જ નજરે પડે છે. સત્સંગમાં જવા માટે કોઈ ઉંમર કે સમય બાધ્ય નથી.જે વ્યક્તિએ એ જાણી લીધું છે કે, આપણી સાથે હંમેશાં પ્રભુ રહે છે, તે નિડર, ઉત્સાહિત તેમજ મસ્તીભરી જિંદગી જીવે છે.

આજના યુગમાં ઠેર-ઠેર સત્સંગ થાય છે. મોટાં-મોટાં જ્ઞાની તેમજ મહાપુરુષ સત્સંગ કરે છે, જેમણે નાની-એવી ઉંમરમાં જ બાહ્ય જ્ઞાનની પ્રાપ્તિ કરી લીધી છે, એમણે સત્સંગના માધ્યમથી દેશમાં ફેલાયેલી કુરીતિઓને દૂર કરી છે, જેનાથી મહિલાઓની દશામાં સુધાર આવ્યો છે.

સત્સંગ ફક્ત ભજન તેમજ પ્રવચન જ નહીં, બલ્કે જીવન જીવવાની કળા શિખવાડે છે. તમે પોતાના જીવનની કિંમતી ક્ષણોને અહીં-તહીંની વાતોમાં ના ગુમાવીને સત્સંગના માધ્યમથી કોઈ વિષયને જાણવા તેમજ સાંભળવામાં પોતાનો સમય વ્યતીત કરો. જેનાથી આપણાં જીવનમાં સુધાર આવી શકે તેમજ આપણે નવા અનુભવોને પ્રાપ્ત કરી શકીએ.

સત્સંગ આપણને જીવવાની કળા શિખવાડે છે. એનાથી આત્મવિશ્વાસની પ્રાપ્તિ થાય છે. ભગવાન શ્રીકૃષ્ણએ ગીતામાં કહ્યું છે કે, ફક્ત સત્સંગના માધ્યમથી માણસ મોક્ષને પ્રાપ્ત કરી શકે છે. મને પણ મેળવી શકે છે. સત્સંગમાં એ શક્તિ છે, જે મોટાથી મોટા તોફાનને ક્ષીણ કરી શકે છે.

અસફળતાઓ શિખવાડે છે સફળતાનો પાઠ

તમે પોતાની જિંદગીમાં મળેલી અસફળતાઓથી શીખીને પોતાની જિંદગીમાં કેવી રીતે આગળ વધી શકો છો એ ફક્ત તમારા પરજ નિર્ભર કરે છે. જિંદગી બધાને બજી તક જરૂર આપે છે, બસ જરૂર છે તો એ વાતની કે, એ તકનો યોગ્ય ફાયદો ઉઠાવવામાં આવે.

જીવન સફળતા અને અસફળતાનું હળેલું-મળેલું રૂપ છે. કેટલીય વાર આપણને પ્રથમ પ્રયાસથી જ સફળતા મળી જાય છે, તો કેટલીય વાર લાખ પ્રયત્નો છતાં પણ હાર જ હાથ લાગે છે, પરંતુ જો આપણે પોતાની હારનું ઠીકથી અવલોકન કરી લઈએ, તો આપણે મેળવીશું કે, સફળતાનો એક દ્વાર અસફળતાઓથી પણ ખુલે છે. જોવામાં આવે તો અસલી વિજેતા એ જ છે, જે પોતાની અસફળતાઓને સફળતામાં બદલી દે. કેમ કે વિજેતાનો અર્થ જ એ છે કે, જે પોતાના લક્ષ્યની સાથે-સાથે પોતાની કમીઓ તેમજ પૂર્વની ભૂલો પર પણ વિજય પ્રાપ્ત કરી લે. આથી સફળ વિજેતા બનવું છે, તો આપણે પોતાની અસફળતાઓથી શીખવું જોઈએ તથા એ કારણોથી ઉપર ઊઠવું જોઈએ, જેમના કારણે આપણે અસફળ થયા છીએ અથવા થઈ રહ્યાં છીએ.

તમને પોતાની જિંદગીમાંથી મળેલી અસફળતાઓથી શીખીને પોતાની જિંદગીમાં કેવી રીતે આગળ વધી શકાય છે, તે ફક્ત તમારા પર જ નિર્ભર કરે છે. જિંદગી બધાને બીજી તક જરૂર આપે છે, બસ જરૂર છે, તો એ વાતની કે એ તકનો યોગ્ય ફાયદો ઉઠાવો. જિંદગીમાં અવસરોની સાથે-સાથે તમારે પડકારોનો સામનો પણ કરવો પડી શકે છે પરંતુ તમારે પડકારોથી ગભરાવાને બદલે તક પર પોતાનું ધ્યાન કેન્દ્રિત કરવું પડશે, ત્યારે જ તમે સફળ થઈ શકશો. જેના માટે જરૂરી છે કે નિમ્ન વાતો.

અતીતને ભુલી જાઓ

તમારા જીવનમાં પહેલાં શું ઘટ્યું, એનું વર્તમાનમાં કોઈ મહત્ત્વ નથી. તમે પોતાની

 ————————— પ્રામાણિક શિ‌ક્ષણ સફળ વિજેતા કેવી રીતે બને

આજને જુઓ. જૂની વાતોને યાદ કરીને તમને ફક્ત તકલીફ જ થશે, તમે ચારે તરફ નિરાશાથી ઘેરાઈ જશો. આપણે હંમેશાં એ વિચારીએ છીએ કે, અતીતમાં કેટલીય ઘટનાઓનું સમાધાન નથી થઈ થઈ શક્યું અથવા આપણી સાથે એવી ઘટનાઓ ઘટિત થઈ છે, જેમને આપણે આજ સુધી નથી સમજી શક્યા કે આપણી સાથે એવું કેમ થયું? એવી સ્થિતિમાં આપણાં માટે સૌથી જરૂરી એ છે કે, આપણે પોતાના અતીતથી જોડાયેલા બિનજરૂરી વિચારો પર કઈ રીતે વિજય પ્રાપ્ત કરી શકીએ? જો આપણે સકારાત્મક દષ્ટિથીજોઈએ, તો અતીતમાં થયેલી ખરાબ ઘટનાઓ આપણને વર્તમાનમાં વધારે મજબૂત બનવાની પ્રેરણા આપે છે. દરેક કઠિન પળ આપણને વ્યક્તિગત અને રચનાત્મક વિકાસ માટે નવા અવસર પ્રદાન કરે છે. પરંતુ ખુદને ઉન્નત બનાવવા માટે સૌથી પહેલાં એ જરૂરી છે કે, આપણે પોતાના અતીતથી પાઠ લો. આપણે એ બધી મુશ્કેલીઓનું વિશ્લેષણ કરવું પડશે, જે ક્યારેક આપણી જિંદગીનો હિસ્સો હતી. હવે જ્યારે તે મુશ્કેલીઓ આપણી જિંદગીથી ચાલી ગઈ છે, તો તે આપણાં માટે એક નવો અનુભવ છોડી ગઈ છે, જેનાથી પાઠ ભણીને આપણે આગલી વાર એનાથી કશું સારું કરીશું.

ભૂલોથી પાઠ ભણો

જિંદગીમાં ઘટિત દરેક ઘટના આપણાં માટે એક પાઠ હોય છે. જિંદગીમાં આપણને જે કંઈ મળ્યું, જેનો પણ આપણે સામનો કર્યો, તે આપણને કશું નવું શિખવાડે છે, આપણને અનુભવી બનાવે છે. આપણે પોતાની દરેક ભૂલથી કશું શીખવું જોઈએ. આપણને જિંદગીથી જે પાઠ મળ્યો, એને ક્યારેય ના ભૂલવો જોઈએ, ખાસ કરીને ત્યારે જ્યારે વસ્તુઓ આપણા હકમાં ના હોય. કેટલીય વાર આપણે જે જિંદગીથી ઇચ્છીએ છીએ, તે આપણને નથી મળતું, એવામાં ગભરાવાની જરૂર નથી. બલ્કે તમને સકારાત્મક દષ્ટિકોણ અપનાવવાની જરૂર છે. માની લો, તમે જે નોકરી ઇચ્છતા હતા, તે તમને ના મળી અથવા કોઈ સંબંધમાં તમને અસફળતા મળી, તો તમારે વિચારવું જોઈએ કે, કદાચ એનાથી વધારે યોગ્ય તમારી રાહ જોઈ રહ્યું છે. આ અસફળતાથી તમને જે પાઠ મળ્યો, તે તમારા લક્ષ્ય પ્રાપ્તિની તરફ તમારું પ્રથમ પગલું હોઈ શકે છે.

નકારાત્મક વિચારોને નષ્ટ કરો

નકારાત્મક વિચારોના પરિણામ પણ નકારાત્મક જ હોય છે. તે તમને વિનાશની તરફ જ લઈ જાય છે, જ્યારે કે જો તમારી વિચારસરણી સકારાત્મક છે, તો તમને અપેક્ષિત પરિણામ જ પ્રાપ્ત થશે. નકારાત્મક વિચાર મનુષ્યને અવસાદગ્રસ્ત બનાવીને એની સમજવા-વિચારવાની ક્ષમતાને નષ્ટ કરી દે છે. જો પોતાના ઇતિહાસના પાનાઓ પર એક નજર દોડાવશો, તો જોશો કે, દરેક સફળ વાર્તા કે સફળ વ્યક્તિની સફળતામાં

એમના સકારાત્મક વિચારોનું જ યોગદાન હતું. આથી સફળતા મેળવા માટે સૌથી પહેલાં ખુદને નકારાત્મક વિચારોના ઘેરાથી બહાર કાઢો અને ખુદને સકારાત્મક ઊર્જાથી ઓતપ્રોત કરો. કશું પણ કરવાથી પહેલાં પોતાના મનમાં દઢ નિશ્ય કરો, કે તમે આ કામને કરવામાં પૂરી રીતે સક્ષમ છો, પછી જુઓ, તમે કેટલી સરળતાથી સફળતાપૂર્વક પોતાની જિંદગીની દરેક મુશ્કેલીથી જીતી જશો.

વર્તમાનની જવાબદારી સમજો

કહે છે કે, આપણું વર્તમાન જીવન અતીતનું પ્રતિફળ તથા ભીવ જીવન વર્તમાનનું પરિણામ છે. આથી જરૂરી છે કે, તમે પહેલાં પોતાના વર્તમાનની જવાબદારીઓને સમજને એને સુધારો. એના માટે તમારે પોતાના અને પોતાનાઓની જવાબદારીઓને સમજવી પડશે. જયારે તમે પોતાની જવાબદારી સમજી જશો, તો ખુદ પોતાના માર્ગદર્શક બનીને પોતાની સફળતાના રસ્તા નક્કી કરશો. ફક્ત તમે જ તે વ્યક્તિ છો, જેનું તમારા જીવન પર પ્રત્યક્ષ નિયંત્રણ છે. તમે જ પોતાના જીવનની દશા તેમજ દિશા નિર્ધારિત કરો છો, પણ આ વધારે સરળ નથી. એમાં દરેક વ્યક્તિ તમારા માટે બાધક બની શકે છે. એવામાં તમારે પોતાની જવાબદારી સમજને ખુદ પોતાના માર્ગમાં આવવાવાળી પરેશાનીઓથી બહાર નિકળવું પડશે.

બદલાવ કરવા યોગ્ય વસ્તુઓ પર ધ્યાન આપો

માન્યું કે, તમારું તમારા જીવન પર પ્રત્યક્ષ નિયંત્રણ છે, પરંતુ તેમ છતાં કેટલીય વાર કેટલીક વસ્તુઓ આપણા હાથમાં નથી હોતી. એવામાં તમારે જ એ નિર્ણય લેવો પડશે કેતમે ઉપલબ્ધ સંસાધનોથી કયા પ્રકારે પોતાના સો ટકા આપી શકો છો. જે વસ્તુઓ તમારી પહોંચથી બહાર છે, એના પર પોતાનો સમય, પ્રતિભા અને ભાવનાત્મક ઊર્જા નષ્ટ કરવાથી તમને કુંઠા તેમજ નિરાશા સિવાય કશું પ્રાપ્ત નહીં થાય, આથી જ્યાં તમે ઉત્તમ કરી શકો છો, ત્યાં ધ્યાન આપો તથા જે તમારા વશમાં નથી અને જે વસ્તુઓને બદલીને તમે પોતાનું જીવન ઉત્તમ બનાવી શકો છો, પોતાની ઊર્જાનું રોકાણ એ વસ્તુઓને બદલવા માટે કરો.

જાણો, તમારે શું જોઈએ છે

જો તમે પોતાના જીવનમાં એ નક્કી નથી કરી શકી રહ્યાં કે, તમારે જવું ક્યાં છે, તો તમે હરી-ફરીને પાછી એ જ જગ્યાએ આવશો, જ્યાંથી તમે ચાલ્યા હતા. એવામાં ખુદ જ વિચારો કે, તમે જીવનમાં શું પ્રાપ્ત કર્યું? પ્રત્યેક વ્યક્તિના જીવનનો કોઈને કોઈ ઉદ્દેશ્ય હોય છે. તમારે પણ એ જાણવું પડશે કે, તમારા માટે શું ઉપયોગી છે અને

 પ્રામાણિક માણસ સફળ વિજેતા કેવી રીતે બને

તમારો જન્મ કેમ થયો છે? આપણામાંથી કેટલાંકનો જન્મ સંગીતજ્ઞ બનવા માટે થયો છે, જે ગિટાર વગાડીને બીજાઓની ભાવનાઓને સ્પર્શે છે તથા પોતાના સંગીતથી બીજાઓને પોતાના ભાવોથી અવગત કરાવે છે. કેટલાંકનો જન્મ કવિ બનવા માટે થયો છે, જે પોતાના પદ્યોથી લોકોના દિલને સ્પર્શે છે, તો કેટલાંકનો જન્મ ઉદ્યોગપતિ બનીને અન્ય લોકો માટે વિકાસ અને રોજગારના અવસર ઉત્પન્ન કરવામાટે થયો છે. જો કે, આપણામાંથી કેટલાંકનો જન્મ આથી થયો છે, જેથી આપણે તે કરી શકીએ, જે આપણને કરવા માટે મળ્યું છે અથવા જિંદગી આપણને જે તરફ લઈ જાય છે, આપણે એ તરફ જ વળી જઈએ છીએ. આપણો જન્મ કેમ થયો છે, એ જાણવું અત્યંત જરૂરી છે અને આ જાણ્યા પછી પોતાના લક્ષ્ય તરફ વધો. જો પોતાના પ્રથમ પ્રયાસમાં તમે સફળ ના થયા, તો પણ પાછળ ના હટો, એના માટે ફરી પ્રયત્ન કરો. બીજાઓની દેખા-દેખી કરીને એના જેવી સફળતા પ્રાપ્ત કરવા માટે પોતાનું પૂરું જીવન બરબાદ ના કરો. ફક્ત એ જ કામ કરો, જેમાં તમને રુચિ છે, જેને તમે પૂરી દક્ષતાની સાથે કરી શકો છો.

બિનજરૂરી વસ્તુઓને હટાવો

સૌથી પહેલાં પોતાની જરૂરિયાતોને ઓળખો, તમારી જિંદગીમાં શું મહત્ત્વપૂર્ણ છે, એની પસંદગી કરો. એના પછી જેમની તમારા જીવનમાં કોઈ જરૂર નથી, એમને હટાવી દો. બિનજરૂરી વસ્તુઓને દૂર કરીને નવેસરથી પોતાની સફળતા માટે આધાર તૈયાર કરો. આ પ્રક્રિયા તમારા જીવનના પ્રત્યેક ક્ષેત્રમાં તમારા માટે ફાયદાકારક સાબિત થશે. પછી ભલે તે તમારા કામથી સંબંધિત હોય કે સંબંધોથી અથવા પછી સામાન્ય વસ્તુઓથી. હંમેશાં યાદ રાખો કે, બધું જ કરવાની ઇચ્છામાં તમે કશું પણ નહીં કરી શકો. કહે છેને કે, બે નાવો પર સવાર મનષ્ય ક્યારેય પાર નથી ઉતરી શકતો. આથી ફક્ત જરૂરી વસ્તુઓ પર ધ્યાન કેન્દ્રિત કરો, બાકી બચેલી વસ્તુઓને છોડી દો.

સ્પષ્ટ દૃષ્ટિકોણ અપનાવો

પોતાના માટે પોતાના લક્ષ્યોનું નિર્ધારણ કર્યા પછી પ્રયત્ન કરો કે, તમો સ્પષ્ટ દૃષ્ટિકોણ અપનાવો. પોતાના લક્ષ્યને મેળવવા માટે શું કરવાનું છે, કેવી રીતે કરવાનું છે, આ બધાને લઈને તમારા મનમાં કોઈ દુવિધા ના હોવી જોઈએ. જીવનમાં આગળ વધવા માટે તમારે કયા માર્ગ પર ચાલવાનું છે, એને લઈને પણ સ્પષ્ટતાનું થવું અત્યંત જરૂરી છે. તમે પોતાના કાર્યોને પણ સ્પષ્ટ તેમજ વિશેષ બનાવો.

ખરાબ આદતોને બદલો

જો તમને કોઈ કામ કરવાનું કહેવામાં આવે, તો તમારા મનમાં એકવાર તો એ કામને કરવાનો ખ્યાલ જરૂર આવે છે. જો તમારાથી કહેવામાં આવે કે, કોઈ જગ્યા પર નથી જવાનું, તો કદાચ તમારા મનમાં એક વાર એ જગ્યાને જોવાની જિજ્ઞાસા જરૂર જાગૃત થશે કે, આખરે ત્યાં કેમ નથી જવાનું? પણ જ્યારે આપણે કોઈ કામને ના કરવા માટે પૂરી રીતથી એના પર ધ્યાન આપીએ, તો ધીમે-ધીમે એના વિશે વિચારવાનું બંધ કરી દઈએ છીએ. જો તમારાથી તમારી ખરાબ આદતોને બદલવા માટે કહેવામાં આવે, આપણે એને બદલવા માટે એના વિશે વિચારવાનું બંધ કરી દઈએ છીએ પરંતુ પછી આપણે ચોરી-છુપે એ કામ કરવાનો પ્રયત્ન કરીએ છીએ, જેના કરવા માટે મનાઈ કરવામાં આવી છે, આથી પોતાની ખરાબ આદતોને બદલવા માટે એમની જગ્યાએ નવી આદતોને અપનાવવી અત્યંત જરૂરી છે. જેમ જો આપણે જંકફૂડ છોડવાનો નિશ્ચય કર્યો છે, તોએના બદલે એક નિર્ધારિત સમય પર આપણે કશું બીજું ખાવાની આદત નાખવી પડશે ત્યારે જ જંકફૂડ પ્રતિ આપણું આકર્ષણ સમાપ્ત થશે. જ્યારે આપણે જોઈશું કે, થોડાં જ સમયમાં આપણે ખુદ જંકફૂડ ખાવાનું છોડી દઈશું અને પોતાની નવી આદતો અનુસાર ખુદને ઢાળવાનું શીખી જશે. આથી કશું પણ ખરાબ બદલવા માટે જીવનમાં એના સ્થાન પર કશું સારું કરવું જરૂરી છે.

દૈનિક નિયમ બનાવો

તમે પોતાના માટે કેટલાંક દૈનિક નિયમ બનાવીને પોતાના જીવનને ખૂબ જ સરળતાથી બદલી શકો છો. એના માટે સૌથી સારી રીત એ છે કે, તમે પોતાના કામના દિવસ તેમજ અન્ય દિવસો માટે દિવસની શરુઆતથી અંત સુધી એક ટેબલ બનાવી લો. નિશ્ચિત કરી લો કે, આજે તમારે શું-શું કામ કરવાના છે? એનાથી તમે પોતાનું કામ સમયથી પહેલાં જ કોઈ પરેશાની વગર પૂરું કરી લેશો. એનાથી તમારી પાસે આગલા દિવસ માટે કોઈ કામ શેષ નહીં બચે અને તમે દરેક દિવસની શરુઆત નવેસરથી કરી શકશો. તમારા જીવનનો દરેક દિવસ મહત્ત્વપૂર્ણ છે, એનાથી જ તમારી કાલ નક્કી થાય છે. એનાથી તમને પ્રગતિના અવસર પણ પ્રાપ્ત થાય છે.

આત્મનિયંત્રણ રાખો તેમજ મજબૂત બનો

જો તમે હકીકતમાં બીજી એક તક ઇચ્છો છો, તો તમારામાં બધું ગુમાવવાની હિંમત જોઈએ, જે તમે મેળવ્યું છે. એવામાં તમારે કમજોર નથી પડવાનું. એનો અર્થ એ થશે કે, તમારામાં ખુદ પર આત્મનિયંત્રણ સ્થાપિત કરવાની પર્યાપ્ત શક્તિ છે. તમે

પોતાના જીવનમાં કોઈ નવું કામ શરૂ કરો, એની સાથે જ એ કામમાં આવવાવાળા પડકારોથી નિપટવાની યોજના પણ બનાવી લો. માની લો, તમે પોતાનું વજન ઘટાડવા ઇચ્છો છો, તો તમે સ્વાસ્થ્યવર્ધક વસ્તુઓની યાદી બનાવી લો, જેથી જ્યારે તમારામાં સ્નેક્સ ખાવાની લલક પેદા થાય, તો તમે એ વસ્તુઓને ખાઈ શકો. પ્રારંભમાં એવું કરવું તમારા માટે મુશ્કેલ થશે, પણ ધીમે-ધીમે તમારા માટે સરળ થઈ જશે. જેમ-જેમ તમારું મનોબળ વધશે, તેમ-તેમ તમે મોટા પડકારોનો સામનો કરવામાં સક્ષમ થઈ જશો.

યાદ રાખો, જીવનનો માર્ગ સરળ નથી અને તે પણ ત્યારે, જ્યારે આપણે જીવનમાં કશું પ્રાપ્ત કરવાની યોજના બનાવી હોય. પોતાના સપનાઓને પૂરાં કરવા માટે તમારે ઘણાં બધા કામ કરવા પડશે, આથી એના માટે તૈયાર રહો.

લોકોને પ્રભાવિત કરવા વિશે ના વિચારો

ઘણાં બધા લોકો કેટલીય એવી વસ્તુઓ ખરીદે છે, જેમની એમને કોઈ જરૂર નથી હોતી, એના પર ધન બરબાદ કરે છે. ફક્ત આથી કે, તેઓ કોઈને પ્રભાવિત કરી શકે. તમે એ લોકોમાંથી એક ના બનો. આ સમયની બરબાદી છે. ફક્ત એ જ કરો, જે તમને યોગ્ય લાગે છે. જો એમાં સફળતા ન મળે, તો પોતાના દષ્ટિકોણમાં થોડો બદલાવ લાવીને ફરીથી પ્રયત્ન કરો. અંતે, તે તમને જરૂર મળી જશે.

★ ★ ★

> અસફળતાનો એ અર્થ નથી કે, તમે અસફળ છો. એનો બસ એ અર્થ છે કે, તમે હજુ સુધી સફળ નથી થયા. જો તમે પોતાની હારનું ઠીકથી અવલોકન કરી લો, તો આપણે મેળવીશું કે સફળતાનો એક દ્વાર અસફળતાઓથી પણ ખુલે છે. જોવામાં આવે, તો અસલી વિજેતા એ જ છે, જે પોતાની અસફળતાને સફળતામાં બદલી નાખે.

સફળ થવું છે, તો ખુદના ભરોસે રહો

માન્યું કે આશા પર દુનિયા કાયમ છે, પણ સફળતા ત્યારે જ શક્ય છે, જ્યારે આશા આપણને પોતાનાથી હોય, બીજાઓથી નહીં. કેમ કે જે બીજાઓથી આશા કરે છે, એમને સાંત્વના તો હાથ લાગે છે, પણ સફળતા નહીં. આથી સફળ થવું છે, તો ખુદના ભરોસે રહો, બીજાઓના નહીં.

જેમ કે પહેલાં પણ કહ્યું છે કે, સારા-પ્રામાણિક માણસ હોવું એક વાત છે અને સફળ વિજેતા બનવું બીજી વાત છે. જેને આપણે સારા માણસ કહીએ છીએ, એનો એક સારો ગુણ એ પણ હોય છે કે, તે પોતાના દરેક સારા ગુણ કે ઉપલબ્ધિનો શ્રેય ભગાવન, પોતાના ગુરુ કે કિસ્મત વગેરેને આપે છે. ભાવનાત્મક દૃષ્ટિથી આ ઠીકહોઈ શકે છે, જેના કારણે તે પોતાની મહેનતને અથવા ખુદને ઓછો આંકે છે અથવા પોતાના સારા હોવાની વાતને નજરઅંદાજ કરે છે. ભલેજ આ વિચારસરણી કે વિશ્વાસ હોય કે એના સારા હોવાનો જવાબદાર તે ખુદ નહીં, કોઈ અન્ય છે, એ વાત સાંભળીને સારી લાગે છે પણ એનો એ જ વિશ્વાસ એને સારો માણસ તો બનાવી શકે છે, પણ સફળ વિજેતા નથી બનાવી શકતો. કેમ કે એવો માણસ હંમેશાં કોઈ બાહ્ય શક્તિ કે ચમત્કારના ભરોસે રહે છે. પછી તે એની પૂજા-પ્રાર્થનાની શક્તિ હોય કે ગુરુ-મહાત્માના આશીર્વાદની શક્તિ, એ રાહ જુએ છે કે, કોઈ દિવ્ય પુરુષ કે અવતાર આવશે અને એને કષ્ટો તેમજ દુઃખ અને તકલીફથી બચાવશે. જે એના સારા કર્મો માટે પુરસ્કાર આપશે. આથી સારો માણસ હમેશાં એ રાહમાં રહે છે કે, કોઈ અન્ય એને બચાવશે. વ્યાવહારિક દૃષ્ટિથી એવી વિચારસરણી કે નિર્ભરતા માણસને અસફળ નબાવે છે, કેમ કે સફળ વિજેતા એ જ હોય છે, જે ખુદ પર ભરોસો કરે. જેમને વિશ્વાસ હોય છે કે, જો કશું બદલી શકાય છે અથવા કશું જીતી શકાય છે, તો એના માટે આપણે ખુદ પર વિશ્વાસ હોવો જોઈએ.પણ સારો માણસ રહ્યો માણસ. તે મરતાં દમ સુધી માની બેસે છે કે, કોઈ આવશે અને બધું ઠીક થઈ જશે.

ભગવદ્ ગીતાનો પ્રસિદ્ધ શ્લોક છે, 'યદા યદા હી ધર્મસ્ય...'જેના માધ્યમથી

 — પ્રામાણિક માણસ સફળ વિજેતા કેવી રીતે બને

ભગવાન શ્રીકૃષ્ણ યાદ અપાવે છે કે, 'જ્યારે-જ્યારે આ પૃથ્વી પર ધર્મની હાનિ થશે, ધર્મનો નાશ થશે, ત્યારે-ત્યારે હું જન્મ લઈશ.' આ જ શ્રદ્ધાના અને વિશ્વાસના ચાલતા આજે પણ મનુષ્ય એ જ ભ્રમમાં જીવી રહ્યો છે કે, કોઈ અવતાર કે દેવતા આવશે, જે એનો ઉદ્ધાર કરશે, એને આ જન્મ તેમજ જીવનના કષ્ટોથી બહાર કાઢશે. શું આજે ધર્મની હાનિ નથી થઈ રહી? અથવા કોઈ બીજા મહાભારતની રાહ જોઈ રહ્યાં છે ભગવાન? માન્યું આપણે પૂર્વના યુગ નથી જોયા, પરંતુ કથાઓ તેમજ ગ્રંથ કહે છે કે, પૂર્વના બધા યુગ આજના યુગ એટલે કળયુગથી લાખો ગણા શ્રેષ્ઠ તેમજ સુંદર હતા. આજે જે ધરતી પર થઈ રહ્યું છે, તે ના ફક્ત શરમજનક છે બલ્કે કલ્પનાથી પણ પરે છે. પછી હવે કોઈ કૃષ્ણ, અવતાર કેમ નથી લેતાં. કોઈ પ્રલયની રાહ જોઈ રહ્યાં છે એ? શું આ યુગ તથા આ યુગની ઘટનાઓ એ યુગની ઘટનાઓથી કમતર છે? અથવા પછી મહાભારતનો આધાર રહેલી દ્રૌપદી તથા એની એ ચીરહરણની ઘટના આજની કોઈ નવજાતની સાથે થયેલી બળાત્કારની ઘટનાથી અધિક દર્દનાક હતી?

સીતાના અપહરણ પર તો હનુમાન હતા, પણ આજે હજારો છોકરીઓના અપહરણ કરાઈ રહ્યાં છે, સવાર થવાથી પહેલાં જેમનું આંગણું, પથારી બધું બદલાઈ જાય છે, એમનું શું? શું ભગવાન પણ સ્ત્રી-સ્ત્રીમાં ફરક કરે છે? સીતાની ચીસ તેમજ પીડાતો પવનપુત્રને સંભળાઈ ગઈ, જે એમને તેઓ પાછા અયોધ્યામાં લઈ આવ્યા, પણ આજે ઘરથી બેઘર થતી લાખો બાળકીઓ કોઈ રામ તેમજ હનુમાનની રાહમાં હજુ પણ ક્યાંક કણસી રહી છે.

આશીર્વાદ તેમજ દુઆઓ વગેરે માન્યું કે આશા પર દુનિયા કાયમ છે, પણ સફળતા ત્યારે જ શક્ય છે, જ્યારે આશા આપણને પોતાનાથી હોય, બીજાઓથી નહીં. કેમ કે જે બીજાઓથી આશા કરે છે, એમને સાંત્વના તો હાથ લાગે છે પણ સફળતા નહીં. આથી સફળ થવું છે, તો ખુદના ભરોસે રહો, બીજાઓના નહીં.

વાત ફક્ત બળાત્કાર તેમજ અપહરણ થતી બાળકીઓના વધતાં સ્તરની જ નથી, દરેક એ પતનની છે, જેના ચાલતા આ ધરતી કલાકે-કલાકે નરક થતી જઈ રહી છે. શું આ એ જ ધરતી છે, જેનો ઉલ્લેખ આપણને પુરાણો તેમજ અન્ય ગ્રંથોમાં મળે છે કે દેવતા પણ એના પર આવવા માટે, જન્મ લેવા માટે તરસતા હતા? જો એ સત્ય છે, તો તે હવે કેમ જન્મ નથી લેતાં?

તે તો સારું થયું કે, કૃષ્ણની ઉપર દ્રૌપદીનો ઉપકાર હતો. એક વાર સુદર્શન ચક્રથી શ્રીકૃષ્ણની આંગળી કપાઈ ગઈ હતી, જેના પર દ્રૌપદીએ પોતાની સાડીના પલ્લાને ફાડીને કૃષ્ણની આંગળી પર પટ્ટી બાંધી હતી. હું વિચારું છું, દ્રૌપદીએ એવું ના કર્યું

હોત, તો ભરી સભામાં દ્રૌપદીની ચીસોનું શું થતું? એની બધી પોકાર ઘરીની ઘરી જ રહી જતી.

ઊંડાણતાથી વિચારવામાં આવે, તો ઘરતી પર પૂર્વમાં અવતરિત તેમજ પેદા થયેલા દેવી-દેવતાઓ કે ભગવાનોથી કોનો શું અને કેટલો ઉદ્ધાર થયો છે? પણ યુગ પોત-પોતાની ગાથાઓથી ભરેલો છે. ભલે જ કથાઓ કહેતી હોય કે, તે સુવર્ણ યુગ હતો, એ યુગમાં સિંહ અને હરણ એક જ તળાવમાં એક સાથે પાણી પીતા હતા. પણ છળ-કપટ, લૂંટમાર પહેલાં પણ હતી પછી મંથરાની નિયત હોય કે શકુનીની ચાલો. રૂપ બદલીને ઠગવું, શક્તિનો દુરુપયોગ કરવો, ખુદને બધાથી શક્તિશાળી તેમજ શ્રેષ્ઠ સમજવો હંમેશાંથી રહ્યું. જ્યાં સુધી કામ-વાસના, મોહ-માયા, ક્રોધ-લોભની વાતો છે, તો એવા હજારો કિસ્સા છે, જેઆ વાતને રેખાંકિત તેમજ પ્રમાણિત કરે છે કે પહેલાંના યુગોમાં એવી ઘટનાઓ અત્યારના યુગથી ઓછી કમતર ન હતી. ઋષિ-મુનિઓ તેમજ દેવતાઓ વગેરેના શ્રાપો, અહંકાર, છળ, પ્રપંચ તેમજ સ્વાંગ વગેરેથી કોણ બચ્યું છે? આ ઘરા પર એટલી પુણ્યાત્માઓએ દિવ્ય ગુણોથી સંપન્ન દેવતાઓએ જન્મ લીધો છે, પરંતુ એમની આસપાસની ગુંથાયેલી ઘટનાઓ બતાવે છે કે, કોઈ પુણ્ય નથી થયું, કોઈપણ શાંતિ ઘટિત નથી થઈ, બલ્કે યુદ્ધોએ વધારે મોટું ભયંકર રૂપ લીધું છે.

જ્યારે પણ તમે ખરાબ સમયમાંથી પસાર થાઓ છો, એ સમયે બધું જ તમારી
વિરુદ્ધમાં હોય છે. તમને એક મિનિટ પણ ખૂબ જ ભારે લાગે છે, એ સ મયે
હાર ના માનો કેમ કે એ જ સમયથી તમારો સારો સમય શરૂ થઈ જાય છે.

ચાલો, એક વાર માની પણ લઈએ કે, પહેલાંના યુગ આજના યુગથી ઉત્તમ હતા, પરંતુ ગુરુઓ તેમજ વિદ્વાનોની વાણી હંમેશાં એ જ જ્ઞાન આપતી રહી કે, આપણી આજ આપણાં ભવિષ્યને નક્કી કરે છે. આપણી આવવાવાળી કાલ આપણા વર્તમાનનો પડછાયો છે. જેવું આપણે આજે કરીશું, તેવું જ આપણે ભવિષ્યમાં મેળવીએ છીએ વગેરે-વગેરે. જો એમના એ જ્ઞાનનું માનો, જે સત્ય પણ છે તો પ્રશ્ન ઊઠે છે કે, પછી કળયુગ આવી કેવી રીતે શકે છે. પૂર્વના યુગોમાં એવા કયા કર્મ કરવામાં આવ્યા છે કે, આજે કળયુગ આવી ગયો છે. જો હકીકતમાં પહેલાંના યુગ સુંદર હતા, તો આજના યુગે તો અતિસુંદર હોવો જોઈએ. કહેવામાં આવ્યું છે કે, એ દેવતાઓ, ઋષિ-મુનિઓનો ત્યાગ, તપસ્યા તેમજ યોગદાન? જો એમણે ઉદ્ધાર કર્યો હતો, તો આજે સ્થિતિ પતનની કેવી રીતે ઉત્પન્ન થઈ ગઈ?

આજે પણ જ્યારે આપણે કિસ્મતના લેખા-જોખા લઈને બેસીએ છીએ, તો કર્મના સિદ્ધાંતની સાથે-સાથે પ્રારબ્ધના કર્મો અને પૂર્વના જન્મોને પણ જોડી દે છે. જ્યાં આ

 પ્રામાણિક માણસ સફળ વિજેતા કેવી રીતે બને

પણાંતર્ક તેમજ સિદ્ધાંત અથવા તથાકથિત દિવ્ય દૃષ્ટિ નથી પહોંચી શકતી, ત્યાં આપણે પોતાના પ્રારબ્ધના કર્મો તેમજ પૂર્વ જન્મોના જામા પહેરાવી દઈએ છીએ. જેની સંમતિમાં બધા ધર્મ તેમજ ભવિષ્ય દૃષ્ટા એક થઈ જાય છે એટલે બધા માને છે કે, આ સત્ય છે કે આપણે પૂર્વજન્મોના કર્મ પણ ભોગવીએ છીએ. સાથે જ એ વાતની પણ હામી ભરીએ છીએ કે આત્મા ક્યારેય નથી મરતી, તે બસ પોતાનું શરીર બદલે છે. જો ઉપર્યુક્ત બધી વાતો સાચી છે, તો પછી પ્રશ્ન એ ઊઠે છે કે, પૂર્વની આત્માઓએ એવા કયા કર્મ કર્યા હશે કે આજના યુગની આ હાલત છે કે એને કળયુગ એટલે કષ્ટોનો યુગ કહીને ઓળખવામાં આવે છે. જો આપણાં પ્રારબ્ધના કર્મ આપણી આજને નિર્મિત કરે છે, તો આપણે આ વાતનો અંદાજો લગાવી શકીએ છીએ કે, પૂર્વ જન્મો તેમજ યુગોમાં આપણે કેવા કર્મ કર્યા હશે. જે યુગોને આપણે સતયુગ કે દ્વાપર યુગ કહીને સુખ અને શાંતિનો, પુણ્ય અને ઉદ્ધારનો યુગ કહીને સંબોધિત કરીએ છીએ, એ યુગોમાં જન્મેલા લોકોએ શું કશું નહીં કર્યું હોય કે આજે આ પૃથ્વી પર આટલું પાપ અને અત્યાચાર વધી ગયો છે.

આજે આ ધરતીની આવી હાલતનો જવાબદાર પછી કયો યુગ થયો? જે ધરતી પર દેવતા જન્મ લેવા માટે તરસતા હતા, આજે એના પર સામાન્ય માણસ પણ પેદા થવાથી કેમ ગભરાય છે? કોના કર્મોનું ફળ ભોગવી રહી છે આ પૃથ્વી? પણ આપણે છીએ કે, યુગોના યજ્ઞોની, ઋષિ-મુનિઓના તપની, દેવતાઓ દ્વારા કરવામાં આવેલા ઉદ્ધારની, અવતારોની પ્રશંસા કરતાં જઈએ છીએ, ક્યાં છે એમનું યોગદાન? કયા યુગમાં દેખાશે એમના ઉદ્ધારોની અસર?

જિંદગીમાં મનગમતો રસ્તો બન્યો-બનાવ્યો નથી મળતો, ખુદ બનાવવો પડે છે. જેણે જેવો માર્ગ બનાવ્યો, એને તેવો જ પડાવ મળે છે. એ વિચારો કે મકાન બનવાથી વધારે સમય મહેલ નવામાં લાગે છે.

કહે છે , આ યુગ પછી પુનઃ સતયુગ આવશે. આ યુગ અંતિમ પરાકાષ્ઠા પર છે. વિજ્ઞાન પણ કહે છે કે, કોઈ પણ વસ્તુનું સર્જન કોઈ વિધ્વંસ પછી જ થાય છે. ધરતી પર પાપ એટલું વધી જશે કે, આ યુગનો અંત નિશ્ચિત છે. પરંતુ આસપાસ કોઈ નવા યુગનો પ્રાદુર્ભાવ થતો નજરે નથી આવી રહ્યો. જો આજે પાપ, અત્યાચાર પોતાની પરાકાષ્ઠા પર નથી પહોંચ્યો, તો ક્યારે પહોંચશે? અથવા જે દિવસે પહોંચશે તો આ જગતની શું સ્થિતિ હશે. તે કયા હાલ અને હાલાત હશે, જે પ્રલય બનીને નવયુગનો સંચાર કરશે? એ વિચારવાની વાત છે.

ખેર, આપણે પોતાની સમસ્યાઓનું નિરાકરણ ખુદ જ કરવાનું છે. આપણે પોતાના

દુ:ખ, તકલીફોનો સામનો ખુદ જ કરવાનો છે, કોઈના ભરોસે નથી બેસવાનું કે કોઈ અવતાર લેશે અને આપણને આ સૃષ્ટિથી તારશે. આપણે પોતાનો ઉદ્ધાર ખુદ જ કરવો પડશે. ધર્મના ઠેકેદાર તો દરેક વસ્તુને પરમાત્માની લીલા કહે છે, કહેતા રહેશે. ભલે એમના લીલાધરોનું જીવન ખુદ જ કેટલાય કષ્ટોથી ભરેલું કેમ ના હોય. તેઓ કહે છે કે, બધું જ પહેલેથી જ નક્કી છે.

જો બધું જ પહેલાંથી જ નક્કી છે, લખાઈ ચુક્યું છે અને મનુષ્ય ફક્ત આ સંસારના રંગમંચ પર પોતાનું પાત્ર નિભાવી રહ્યાં છે, તો યુગો-યુગોથી દેવતા, ઋષિ-મુનિ, ગુરુ-સંત કોને સુધારવામાં લાગ્યા છે. કોઈ યુદ્ધ કરીને, તો કોઈ યોગ કરીને શું જિતવા કે શું બતાવવા ઇચ્છે છે? આટલા પ્રવચન, આટલા દર્શન, કોના માટે છે? કેમ આટલું ભટકવું-ભાગવું, જન્મ લેવો અને મોક્ષ માટે તરસવું?

પણ આપણે છીએ કે, ટકટકી લગાવીને બેઠા છીએ, કોઈના આવવાની, કોઈના અવતરિત થવાની. આપણે દીવાલો પર કેલેન્ડરો લટકાવીને બેઠા છીએ, જેમાં મોટાં-મોટાં કાળા અક્ષરોમાં લખ્યું છે -

યદા-યદા હી ધર્મસ્ય ગ્લાનિર્ભવતિ ભારત

અભ્યુથાનમ અધર્મસ્ય તદાત્માનમ સૃજામ્યહમ ॥

ખબર નહીં, હજુ કયો અધર્મ થવા માટે વધારે બચ્યો છે.

★ ★ ★

પરિવર્તન જો ક્યાંય શક્ય છે, તો તે ખુદમાં છે. જો ક્યાંક આશા કરી શકાય છે, તો ખુદથી જ કરી શકાય છે. ભરોસો કરવો જ છે, તો માણસ ખુદ પર કરે. ત્યારે જ કશું થઈ શકે છે, નહીંતર માણસ હંમેશાં ભટકતો જ રહેશે અને આજીવન ફરિયાદ જ કરશે.

સફળ વિજેતા બનવા માટે શું કરશો

સફળ થવા માટે ઉદ્દેશ્યનું હોવું ખૂબ જ જરૂરી છે. ઉદ્દેશ્ય વગરના માણસ ફક્ત ભટકતા તેમજ ગુમરાહ હોય છે. એવા માણસ સફળતા તો દૂર, એની આસપાસ પણ નથી ફરકી શકતા, કેમ કે જે માણસને પોતાના પડાવની જ ખબર નથી, એને માર્ગ કે દિશાની શું ખબર હશે. આથી જીવન જીવવા માટે એક ઉદ્દેશ્ય નિર્ધારિત કરો.

લક્ષ્ય (મિશન) નક્કી કરો

જીવનના કોઈપણ ક્ષેત્રમાં સફળ થવાથી પહેલાં એ ખૂબ જ જરૂરી છે કે, આપણને આપણા લક્ષ્યની જાણ હોય, તે દિશા ખબર હોય, જે તરફ આપણે જવાનું છે અથવા આપણે જવા ઇચ્છીએ છીએ. જો આપણને દિશા જ જ્ઞાત નહીં હોય, તો આપણે નિયોજન કે પ્રબંધન કોનું કરીશું? ચાલીશું ક્યાં, કેમ અને કોના માટે? આથી કોઈપણ ક્ષેત્રમાં સફળ થવાથી પહેલાં જે મૂળ વાત ઉભરીને આવે છે, તે છે પોતાના લક્ષ્યનું સ્પષ્ટ હોવું, જેથી આપણે એ માર્ગ પર ચાલવા તેમજ પહોંચવાનું સાહસ એકઠું કરવાની સાથે-સાથે સફળતાપૂર્વક પ્રબંધન પણ કરી શકીએ. ઉદ્દેશ્યનું સ્પષ્ટ હોવું ના ફક્ત પ્રબંધનમાં મદદ કરે છે, બલ્કે સરળતાથી લક્ષ્યને પ્રાપ્ત પણ કરે છે.

લક્ષ્ય વગર જીવવું એટલે સમય, ઊર્જા અને ધનને વ્યર્થ ગુમાવવાનું છે. એનાથી ના ફક્ત આ ત્રણેયનું નુકસાન થાય છે, બલ્કે આપણે ખુદને અન્યોથી પાછળ અને હારેલા અનુભવીએ છીએ. ઉદ્દેશ્ય વગરના, નિયમના, જિંદગી ખીલ તેમજ ભારરૂપ લાગવા લાગે છે, જે આત્મવિશ્વાસને ખોખલો કરી દે છે. આથી પોતાની દિનચર્યાને નિયમબદ્ધ કરો. અધિકથી અધિક સમયનો સદુપયોગ કરો. કંઈ પણ કરો, પરંતુ એને કરવાની પાછળ પોતાના લક્ષ્ય તેમજ ઉદ્દેશ્યને જરૂર નિર્ધારિત કરો. જે વિષયોમાં તમારી રુચિ હોય, એમનાથી સંબંધિત અનુભવી લોકોથી વાતચીત કરો અને પોતાની જાણકારીની સીમાને વિસ્તાર પ્રદાન કરો. બની શકે, તો પોતાનો કોઈ રોલ મૉડલ જરૂર પસંદ કરો તેમજ બનાવો, જે તમને સમય-સમય પર ઊર્જાવાન બનાવવાની સાથે-સાથે માર્ગદર્શન પણ પ્રદાન કરે. પોતાના લક્ષ્યોને સમય-સમય પર પુનરાવલોકન કરતાં રહો અને પોતાની પ્રગતિને માપવાનો

માપદંડ કોઈ નક્કી કરો. તમારે દરેક સંજોગોમાં આગળ વધવાનું જ છે.

કમાવવું શું છે, નામ કે પૈસા ?

સફળ હોવા માટે આપણે એ વાત ચિંતન કરવું પડશે કે આપણે જીવનમાં શું કમાવું છે નામ કે પછી પૈસા ? જીવનમાં માત્ર આપણે ફક્ત નોકરી કરવા માંગીએ છીએ, પોતાના પરિવારને સાચવવા માંગીએ છીએ, આપણા માટે આજ જીવન છે કે પછી આપણે બીજું કશું પણ કમાવું છે. શું પૈસા કમાવા એજ આપણો મુખ્ય ઉદ્દેશ્ય છે કે પછી પોતાના આત્મસન્માનને બચાવવો આપણો ઉદ્દેશ્ય છે ? જો આત્મ સન્માન કમાવવું જ જો આપણો મુખ્ય ઉદ્દેશ્ય હોય તો એ ક્ષેત્રમાં કામ કરો. આ કામ માટે પોતાનો એક આદર્શ પસંદ કરી લો તથા એનું જ અનુસરણ પણ કરો. ત્યાર પછી પોતાના જીવનને એને લાયક બનાવો કે આપણે આ જીવનમાં થોડી નામના કમાઈને જઈએ, માત્ર નામના એકલી નહીં પરંતુ સેવા પણ કરીશું. ભલે એ સેવા મનુષ્યની હોય કે પછી સમાજની, આપે કંઈ ને કંઈ યોગદાન આપીને જઈશું. કારણ કે જીવન માત્ર ખાવું - કમાવું જ માત્ર નથી પરંતુ એનાજી પણ વિશેષ ઘણું બધું છે. એટલા માટે સફળ વિજેતા બનવા માટે જરૂરી છે કે આપણે એ નક્કી કરીએ કે આપણે શું કમાવું છે ? નામ કે પૈસા?

શું આવશ્યક છે, શું મહત્ત્વપૂર્ણ છે એના અર્થ તથા ભેદને સમજો તથા એ પ્રમાણે પોતાની પ્રાથમિકતાઓ નક્કી કરો. ટાઈમ ટેબલ બનાવો.

સમય પ્રબંધન કરો

જો ઉદ્દેશ્ય નક્કી થઈ જાય કે શું કમાવું છે કે શું લક્ષ્ય છે તો ત્યાર પછી જે અતિ આવશ્યક છે એ તો છે સમયનું પ્રબંધન અને નિયોજન. કોઈ પણ પ્રકારેના લક્ષ્યને પ્રાપ્ત કરવા માટે સમય નું નિયોજન અને પ્રબંધન અત્યંત આવશ્યક છે. કારણ કે સમયની સીમા સીમિત છે. દરેકની પાસે દિવસમાં ૨૪ કલાકનો જ સમય હોય છે. અને સમય આપણા હિસાબ પ્રમાણે ઢાળી શકાતો નથી કે બદલી શકાતા નથી પરંતુ આપણે ન સમયની સાથે પોતાનો તાલ- મેળ બેસાડવો પડતો હોય છે. એટલા માટે સમયના મહત્ત્વને સમજવો ખૂબ જ આવશ્યક છે. આનો સદ્દુપયોગ જરૂરી છે. એટલું જ નહીં સમય અજ્ઞાત પણ છે એની કઈ ક્ષણમાં શું સંતાયેલું છે, એને શોધવું, જાણવું અને એનો ઉપયોગ કરવો પણ એક કળા છે. એટલા માટે શું જરૂરી છે, શું અત્યંત જરૂરી છે, એને પ્રાથમિકતા આપવાની છે જો સઘળું ધ્યાનમાં રાખીને સમયનું વર્ગીકરણ કરો અને નિર્ધારિત સમય પર સંબંધિત કાર્યને સંપન્ન કરો તો શીઘ્ર જ પોતાના લક્ષ્યને પ્રાપ્ત કરી શકશો.

સમયને લઈને લોકોની હંમેશાં એ ફરિયાદ રહેતી હોય છે કે કોઈની પાસે એટલો

બધો સમય છે કે એને પસાર કરી શકતા નથી અથવા તો કોઈ એટલું તો વ્યસ્ત છે કે એને સમય જ નથી મળતો. સમય પસાર ન થવો કે ન મળવાની ફરિયાદનો અર્થ એવો થાય કે ક્યાંક ને ક્યાંક સમયનું કોઈ જ પ્રબંધન નથી. નસીબના ગાણાં ગાવાના બંધ કરો. સમયને પોતાનો કરી લો, એનો ભરપુર ઉપયોગ કરો. જો સમયને પોતાનો કરી લેવાનું તમે જાણો છો તો વર્તમાન માત્ર જ આપણો નથી, પરંતુ ઇતિહાસ અને ભવિષ્ય પણ આપણાં હશે. એટલા માટે સમયના મહત્ત્વને સમજો અને એનું પ્રબંધન કરો.

સમયનો બગાડ કરવો એનો અર્થ છે કે જીવનનો બગાડ કરવો. સમય અને જીવન બન્ને એક જ છે એટલા માટે એના સ્વભાવ અને પરિણામ પણ એક સરખાં છે. કેવી રીતે થાય સમય અને સપનોનો તાલમેલ? કેવી રીતે કરવો સીમિત સમયનો અસીમિત ઉપયોગ? એટલા માટે આવશ્યક છે સમયનું પ્રબંધન.

આપણા દરેક પાસે એક જ જીવન હોય છે આજ જીવનમાં આપણે બનીએ છીએ, બગડીએ છીએ, જીતીએ છીએ, હારીએ છીએ. આપણે શું છીએ, શું બની શકીએ છીએ એ સઘળું આપણાં પર નિર્ભર છે. આપણે સમયનો, જીવનનો ઉપયોગ કેવી રીતે કર્યો છે એ આપણાં પરિણામો દર્શાવે છે.

દિવસમાં અમુક કલાક ચોક્કસ એવા હોય છે જેમાં આપણે સ્વયંને તાજગી સભર અને ઊર્જાવાન અનુભવીએ છીએ. જે સમય તમને સૌથી ઝડપી અને સૌથી સારું પરિણામ આપી શકે છે શું એ સમયનો તમે ભરપૂર લાભ ઉઠાવી રહ્યા છો ? જો એવું નથી તો એવું કરીને જુઓ.

વર્ગીકરણ અને પસંદગી

આપણે સમયનું પ્રબંધન શા માટે અને કોના માટે કરીએ છીએ એ પહેલાં જો આપણને ખબર હોય એ આવશ્યક છે. એટલે કે આપણે આપણો ઉદ્દેશ્ય અને પરમ ઉદ્દેશ્ય પણ ખબર હોવા જોઈએ. એ સાથે એની પણ ખબર હોવી જોઈએ કે આપણે એ ઉદ્દેશ્ય પ્રાપ્તિ માટે શું કરી રહ્યા છીએ. આપણે કેટલા કેન્દ્રિત તથા ગંભીર છીએ ? જેટલો સમય આપણે એ કાર્યને આપીએ છીએ શું એનાથી ઓછા સમયમાં થઈ શકે છે ? શું આપણે આપણા લક્ષ્યને આપણાં સો એ સો ટકા આપી રહ્યા છીએ ? વગેરે - વગેરે.

એના માટે તમે એક કાગળ અને પેન લો તથા પોતાની જરૂરીયાતો, સપનાઓ અને ઉદ્દેશ્ય ઈત્યાદિને લખી લો. પછી એમાંથી એ વિષયોને પસંદ કરો અને રેખાંકિત કરો જે તમારા જીવનમાં આવશ્યક જ નહીં અતિ આવશ્યક છે. જેનો પ્રભાવ તમારા સંપૂર્ણ જીવન પર સંપૂર્ણ વ્યક્તિત્વ પર પડે છે. એટલા માટે પુન: એક નવી યાદી તૈયાર કરો તથા એને ક્રમાંકિત કરો.

વ્યાવહારિક અને નિષ્પક્ષ બનીને સંપૂર્ણ પારદર્શિતા અને પ્રામાણિકતા સાથે યાદીના પ્રથમ વિષય અંગે મૂલ્યાંકન કરો. એ અંગે તમે પુન: કાગળ અને પેન લો તથા દિવસભરની દિનચર્યા ની તથા કાર્યો વગેરેને લખો. સવારે ઉઠવાથી માંડીને રાત્રે સૂતા સુધી તમે શું શું કરો છો તથા ક્યા કાર્યને મહત્ત્વ આપો છો ? અને જેને તમે સમય આપો છો એનાથી તમને શું પ્રાપ્ત થઈ રહ્યું છે ? આખાય દિવસના સમયનું વિશ્લેષણ કરો. હવે તમે જોઈ શકશો કે તમારો સમય ક્યાં જઈ રહ્યો છે ? ક્યા ક્ષેત્રમાં વપરાઈ રહ્યો છે ?

સમયનું યોગ્ય ત્યારે જ થઈ શકે છે જ્યારે આપણને ખબર હોય કે આપણાં હાથમાં કેટલો સમય છે, કેટલો સમય આપણે ક્યાં અને કેવી રીતે વેડફી રહ્યા છીએ, જેમાં આપણી બન્ને યાદીઓ આપણને સહાયભૂત થશે. કાર્યોને એના મહત્ત્વાનુસાર વર્ગીકૃત કરો તથા પ્રાથમિકતા આપો, પછી એ પ્રમાણે ' ટાઈમ ટેબલ ' બનાવો. ક્યા સમયે ક્યું કાર્ય કરવાનું છે, કેટલા વખત સુધી કરવાનું છે, ક્યારે - ક્યારે કરવાનું છે વગેરે બધાંનું ટાઈમ ટેબલ બનાવો.

બધાં કાર્યો સ્વયં ના કરો. એવા નાના - મોટા કામો જે તમારી ઊર્જા અને સમયને નિરર્થક વ્યય કરી નાંખે છે એ કાર્યને બીજા કોઈને સોંપી દો. દરેક કાર્ય માં તમારી ઊર્જા ના વાપરો એ તમારી શક્તિ તથા સમય બન્નેને ગળી જશે.

સમયનું વિભાજન અને નિયોજન

સમય પ્રબંધન માટે આવશ્યક છે કે આપણે આપણા સમયનું વિભાજન કરીએ. આપણે કેટલો સમય ક્યા કામને આપીએ છીએ, એ નક્કી કરો. કેટલો સમય આપણે પરિવારને આપવાનો છે, કેટલો સમય આપણે આપણી જોબ તથા કેટલો સમય મિત્રો તથા સગાં-સંબંધીઓને આપવાનો છે, એની પ્રાથમીકતા નક્કી કરવી એ અતિ આવશ્યક છે. આપણને ખબર હોવી જોઈએ આપણે કોના માટે જીવી રહ્યા છીએ. સમયનો વધારે માં વધારે ઉપયોગ થાય એના માટે આવશ્યક છે કાર્ય અને જવાબદારીઓનું વિભાજન. દરેક કાર્યો જાતે ના કરો. એવા નાના - મોટા કાર્યો જેમાં તમે તમારી ઊર્જા તથા સમય વેડફી નાંખો છો એ કાર્યોને અન્યને સોંપી દો. દરેક કાર્યમાં પોતાની ઊર્જા ના વાપરો એ તમારી શક્તિ અને સમય બન્નેને ગળી જશે. સ્વયં નક્કી કરો કે એવા ક્યા કાર્ય છે જેને બીજા પણ કરી શકે છે અને સહયોગી બની શકે છે. આ જવાબદારી એને સોંપી દો અને પોતાના માટે વખતની બચત કરો.

લોકો નિરંતર નીરસ જીવન જીવતા જાય છે. જોબ મળી તો કરી લીધી, બિઝનેસ આવ્યો તો એ કરી લીધો, બિઝનેસ કર્યો કે લગ્ન નક્કી થયા તો લગ્ન કરી લીધા, બધું જ એ પ્રમાણે ચાલ્યા કરે છે આપણે કશું જ નક્કી કરતાં નથી. એટલા માટે આ

વસ્તુઓનું નિર્ધારણ તમે સ્વયં કરો. પોતાના જીવનને તમે વિભાજિત કરી લો કે તમે નિશ્ચિત સમય સુધી અમુક કાર્ય કરશો. આજ પ્રમાણેની યોજનાથી જ સમયનું નિયોજન પણ કરો. જો એ પ્રમાણે નહીં થાય તો તમે સમયનું પ્રબંધન બરાબર રીતે કરી શકશો નહીં અને તમને સફળતા પ્રાપ્ત કરવામાં અનેક મુશ્કેલીઓનો સામનો કરવો પડશે.

ઊર્જાપૂર્ણ સમય શોધો

કોઈ પણ ક્યારેય ચોવીસ કલાક સુધી ઊર્જાવાન અને જોશસભર રહી શકતા નથી. દિવસમાં અમુક કલાક એવા ચોક્કસ પણે હોય છે જ્યારે આપણે સ્વયંને તાજગી સભર અને ઊર્જાવાન અનુભવીએ છીએ. એ સમયે નિરીક્ષણ કરો અને સાથે સાથે એ પણ વિચારો કે શું તમે એ ઉત્તમ ઊર્જાનો ઉપયોગ કોઈ ઉત્તમ કાર્ય માટે કરી રહ્યા છો ? જે સમય તમને ઝડપી અને વધારે સારું પરિણામ આપી શકે છે શું એ સમયનો તમે ભરપૂર ફાયદો લઈ રહ્યા છો ? જો ના, તો એવું કરીને જોઈ જુઓ. આમ કરવાથી તમે ન તો તમારી ઊર્જા તથા સમયને બચાવી શકશો અપિતુ પોતાના નિર્ધારિત લક્ષ્યને પણ પૂરો થતાં જોઈ શકશો.

દૃઢ રહો

જે પણ ટાઈમટેબલ તમે બનાવ્યું છે એના પ્રત્યે દૃઢ રહો. પ્રયાસ કરો કે એજ પ્રમાણે ચાલો. કોઈ પણ કારણ હોય મન જો મન ડામાડોળ થાય, તો મનને એકાગ્ર કરીને એના પર જ ધ્યાન કેન્દ્રિત કરો જેને તમે તમારા ટાઈમટેબલમાં રેખાંકિત કરેલું છે. કોઈ પણ કાર્ય આરંભ માં તો અઘરું અને વિચિત્ર લાગતું હોય છે પરંતુ એક વાર જો તમે એની ટેવ પાડી લીધી તો એ તમારા જીવનનો એક ભાગ બની જશે જે હંમેશાં તમને સારા જ ફળ આપશે.

કાર્ય પ્રબંધન

જેણે સમયના મહત્ત્વને ઓળખી લીધું એણે જીવનના મહત્ત્વને પણ ઓળખી લીધું અને જે જીવનના મહત્ત્વને ઓળખી જાય છે એ જ એનો ભરપૂર ઉપયોગ પણ કરવાનો શીખી લે છે. અને ભરપૂર પ્રયોગ કે ઉપયોગનો અર્થ છે કાર્ય પ્રબંધન કરવું અને કાર્ય પ્રબંધનો અર્થ છે ક્યા માણસે, ક્યા સમયે, ક્યું કામ કરવાનું છે એ વાતનો કસબ. કામની જવાબદારીઓનું વિકેન્દ્રિકરણ કરવું, બનાવવામાં આવેલી યોજનાઓને સમય પર પૂર્ણ કરવી, યોગ્ય કાર્ય માટે, યોગ્ય માણસની નિયુક્તિ કરવી વગેરે કાર્ય પ્રબંધનનો મહત્ત્વપૂર્ણ ભાગ છે.

દૃષ્ટિકોણ

કોઈ પણ ક્ષેત્રમાં સફળ થવા માટે તમારો દૃષ્ટિકોણ અતિ મહત્ત્વ ધરાવે છે. કહેવાય છે કે જેવી દૃષ્ટિ એવી સૃષ્ટિ. આ જીવન બીજું કશું જ નહીં આપણાં દૃષ્ટિકોણની જ રમત છે. જે સમયની થપાટો અને અનુભવોની સાથે હકારાત્મક અથવા તો નકારાત્મક થતાં રહે છે. પરંતુ સફળતા એમના જ પગને ચુમે છે જેઓ હકારાત્મક અને આશાવાદી હોય છે. કારણ કે સમય અને પરિસ્થિતિઓ ક્યારેય એક સરખી કે એક સમાન રહેતી નથી. એટલા માટે દરેક પરિસ્થિતિ અને સંજોગો માં સ્વયંને હકારાત્મક અને આશાવાદી બનાવી રાખવા એ પણ કોઈ પડકાર કરતાં ઓછું નથી. એટલું જ નહીં આજ એક ગુણ છે કે જે એક પ્રબંધકને એના સફળ પ્રબંધનમાં સહાયભૂત નીવડે છે.

બીજમાં વૃક્ષને નિહાળી લેવું, ટીપાંમાં સાગરને નિહાળી લેવો અને અગ્નિમાં જળ અને જળમાં છુપા અગ્નિને નિહાળી લેવા દૂરદર્શિતા અને દિવ્યદૃષ્ટિતાના ગુણને જ દર્શાવે છે.

સંગઠન

જો આ સત્ય છે કે આપણે એકલા આવ્યા છીએ અને એકલાં જ જાવના છીએ તો એ પણ સત્ય છે કે માણસ સમાજનો જ એક ભાગ છે. એ સમૂહમાં શ્વાસ લેતા અને જીવતા શીખે છે. આજ કારણ છે કે જ્યારે આપણે એકત્ર થઈ જઈએ છીએ ત્યારે શક્તિશાળી બની જઈએ છીએ અને જ્યારે વિખેરાઈ જઈએ છીએ ત્યારે ખંડિત થઈ જઈએ છીએ. કદાચ આવું એ કારણે કહેવામાં આવ્યું છે કે એકતામાં જ શક્તિ છે. પરંતુ એકતા વિશેના ભાષણો આપવા અને એક બનીને રહેવા બન્નેમાં આકાશ - જમીનનું અંતર છે. જ્યાં એક પરિવારમાં એક છત નીચે બે ભાઈઓ અથવા બે વહુઓ એક સાથે રહી શકતી નથી, ત્યાં હજારો લોકોનું એક સાથે રહેવું અને એક જ ઉદ્દેશ્ય માટે આગળ વધવું, નેતૃત્વની ક્ષમતા અને હુન્નરને પરિલક્ષિત કરે છે. આજે એક જ બાપના દીકરાઓ પણ એની ઇચ્છાનુસાર એક જ દિશામાં ચાલી શકતા નથી, ત્યનરે પોતાના નેતૃત્વ અને વ્યવહાર કૌશલ્યથી બધાંને સંગઠિત કરવા અને તેમની પાસે કામ કરાવવું એ એક કુશળ પ્રબંધનનો પરિચાયક છે. કારણ કે કોઈ પણ કાર્યને પૂર્ણ કરવા માટે એક ટીમ ' એફર્ટ 'ની આવશ્યકતા હોય છે. વચમાં કોઈની પણ બેદરકારી કે ભૂલ કાર્યને ખરાબ કરી નાંખી શકે છે. જો બધાં પોતાનું મનમાન્યું કરે અને પોતાની જ ઇચ્છાનુસાર ચાલે તો કાર્યને કદાપિ પૂરું કરી શકાય નહીં. એટલા માટે આપણી સફળતામાં એ લોકો નું પણ બહુ મોટું યોગદાન હોય છે જે માર્ગે ચાલતાં

 ———————— પ્રામાણિક માણસ સફળ વિજેતા કેવી રીતે બને

આપણને મળે છે અને આપણને સફળ બનાવવામાં સહયોગ આપે છે અને એ ત્યારે જ શક્ય બને છે જયારે આપણે સંગઠનના મહત્ત્વ તથા એની કળાને સમજીએ છીએ.

સમતોલન

કોઈ પણ વસ્તુ કે બાબતની અતિ એ હંમેશાં ખરાબ હોય છે. પછી ભલે એ કોઈ સારી વસ્તુ જ કેમ ના હોય. કારણ કે ટેવો અને લત વગેરે ન તો આપણને બાંધે છે, પરંતુ પોતાના દાસ કે ગુલામ પણ બનાવી લે છે. જેને કારણે આપણું જીવન એકતરફી બની જાય છે. આ સ્થિતિ માટે જવાબદાર મોટા ભાગે આપણું મન, પસંદગી - ક્ષમતા તથા એની દૃઢ સંકલ્પતા હોય છે. આ સઘળું જયારે એકતરફી બની જાય છે ત્યારે આપણું જીવન ક્યારેય પૂર્ણ રુપે આકાર લઈ શકતું નથી. કારણ કે જીવન, જન્મ - મૃત્યુ, સુખ - દુઃખ, લાભ - ગેરલાભ વગેરેનો સમાવેશ છે. કોઈ પણ એક તરફી હોવું એ કોઈ એકને પસંદ કરીને ભટકવું હોય છે. આવામાં સમતોલન ખૂબ જ આવશ્યક હોય છે. જે સમતોલિત હોય છે એ સુંદર અને સફળ હોય છે. આવામાં કોઈ ક્ષેત્રમાં સમતોલિત હોવું એક વિશેષ ગુણ છે. કારણ કે જ્યાં પ્રબંધન છે ત્યાં કોઈ પણ વસ્તુ બેતરફી જ નહીં ઘણી વાર ચારેય દિશાઓ સાથે પણ સંબંધ ધરાવે છે. જેમાં ભટકવાની સંભાવના વધારે રહે છે. એવામાં સ્વયં ને એની મધ્યે વ્યવસ્થિત અને સમતોલિત રાખવું મૂશ્કેલ જ નહીં જરુરી પણ છે.

દૂરદર્શિતા અને દિવ્યદૃષ્ટિ

બીજમાં વૃક્ષને નિહાળી લેવું, ટીપાંમાં સાગરને નિહાળી લેવો અને અગ્નિમાં જળ અને જળમાં છૂપા અગ્નિને નિહાળી લેવા દૂરદર્શિતા અને દિવ્ય દષ્ટિતાના ગુણને જ દર્શાવે છે. અને કોઈ પણ કાર્યમાં આ ગુણ મુખ્ય ભુમિકા નિભાવે છે, કારણ કે આમાં ન તો વધારે સમય ખર્ચાય છે. પરંતુ ઓછા સમયમાં યોગ્ય ઉત્પાદન અને યોગ્ય સમયે યોગ્ય નિર્ણય પ્રાપ્ત કરી શકાય છે. અને જ્યાં સુધી સંભવ છે ત્યાં સફળતા આપણી મુઠ્ઠીમાં હોય છે. આ વાત લાભ - ગેરલાભની હોય તો સમય કરતાં પહેલાં દૂરદર્શિતાના ગુણને કારણે જાણી અને સમજી શકાય છે. એટલું જ નહીં આ બધું જ આપણી દૂરદર્શિતા પર આધાર રાખે છે. અને આપણે જો અગમચેતી વાળા છીએ તો માત્ર આપણે સ્વયંને જ નહીં આપણા કાર્ય વ્યવસાયને પણ શિખરે પહોંચાડી શકીએ છીએ. યોગ્ય દૂરદર્શિતા જો આપણાં જીવનમાં સામેલ થઈ જાય તો ખુબ સરળતાથી સફળ બની શકાય છે.

સંબંધ પ્રબંધન

માણસ સામાજિક પ્રાણી છે, એ રુએ એ ઇચ્છે કે ના ઇચ્છે સંબંધોમાં બંધાઈ જ જતો

પ્રામાણિક માણસ સફળ વિજેતા કેવી રીતે બને ————————————

હોય છે. અમુક સંબંધો તો લોહીના હોય છે તો અમુક એના પ્રેમના હોય છે, જે એને બગાડે અને સંવારે છે. આજ સંબંધોની વચ્ચે માણસ ઉછરે છે વૃદ્ધિ પામે છે, વિખેરાઈ અને નિખરાઈ જાય છે. આ સંબધો મનના હોય અથવા પરાણે હોય, એને જાણ્યે - અજાણ્યે જાળવવા જ પડતાં હોય છે. પોતાનાથી મોટા - નાના અને સમોવડિયાઓની સાથે, સગાં સંબંધીઓ, ઘર- પરિવારવાળા અને બહાર વાળાઓ સાથે કેવી રીતે જીવી શકાય અને તેમને ખુશ રાખી શકાય આ પણ એક પડકારયુક્ત કાર્ય છે.વાસ્તવિકતા તો એ છે કે સંબંધ કૌટુંબિક હોય કે અંગત, વ્યક્તિગત હોય કે વ્યાવહારિક આપણે એમાં સંકળાવું જ પડે છે અને એક બીજા સાથે કામ પાર પાડવું જ પડે છે. મનુષ્ય ઇચ્છવા છતાં પણ આ બધાયથી કપાઈને જુદો થઈ શકતો નથી. આવામાં દરેક વર્ગ, આયુ અને સ્તર ઇત્યાદિ માણસો સાથે મોઢામોઢ થવું જ પડતું હોય છે. આપણે કોઈને સમજવા પડતા હોય છે, તો કોઈને સમજાવવા પડતા હોય છે, કોઈને વેઠવા પડતા હોય છે તો બીજા કોઈને આપણને વેઠવા પડતા હોય છે. સંબંધોના આ તાણા- વાણાં આપણને એકબીજાના આશ્રિત બનાવે છે. એટલા સારુ ક્યાંક ને ક્યાંક આ સંબંધો જીવનના આધાર બની જતા હોય છે. અને વળી જ્યારે આ જ સંબંધો સાંસારિક હોય કે આધ્યાત્મિક જો ડગમગવા લાગે છે ત્યારે આપણું મન પ્રભાવિત થાય છે, મનના પ્રભાવિત થવાને કારણે આપણાં કાર્ય, આપણાં લક્ષ્ય, આપણી ઊર્જા, ધ્યેય - ધ્યાન સઘળું પ્રભાવિત થવા લાગે છે. એટલા માટે સંબંધોને કેળવવા અને જાળવવા ખૂબ જ આવશ્યક છે, કારણ કે સંબંધો ભલે કૌટુંબિક હોય કે વ્યાવસાયિક બધાંમાં અરસપરસનો તાલ - મેળ તથા સૌહાર્દ જળવાઈ રહેવા જોઈએ. કારણ કે ' ટીમ વર્ક ' સંબંધોની આજ પરીક્ષા ઉપસીને બહાર આવે છે. જે માણસ સંબંધોમાં કે અતિ ભાવુકતા અને સંવેદનશીલતામાં વહેવા લાગે છે એ ક્યારેય સફળ બની શકતો નથી. એટલા ગાટે સંબંધોના પ્રબંધન, એ પ્રબંધનનું મુખ્ય તથા મહત્ત્વપૂર્ણ અંગ છે.

દરેક પાક માટે એક ઋતુ હોય છે, એજ પ્રમાણે દરેક કાર્ય માટે એક સમય હોય છે અને જો એને એજ સમયે યોગ્ય રીતે કરવામાં આવે તો જ એ નફો કમાઈ આપે છે. એટલા માટે સમયની બારિકાઈને સમજવી, સંબંધિત સાધનોની પરખ રાખવી અત્યંત આવશ્યક છે.

જાગૃતતા

સારો માણસ જાગૃત પણ હોય એ જરૂરી જ નથી, પરંતુ જો એને સફળતા પ્રાપ્ત કરવી છે તો એણે જાગૃત બનવું જરૂરી છે, વખતનો કોઈ જ ભરોસો નથી પછી એ

 પ્રામાણિક માણસ સફળ વિજેતા કેવી રીતે બને

સારો હોય કે ખરાબ, એટલા માટે જ દેશની સીમા પર એમને જ તૈનાત કરવામાં આવે છે જે કાયમ જાગૃત રહે છે અને સાવધ રહે છે. પ્રતિ સ્પર્ધા અને પ્રતિયોગિતા ના યુગમાં પ્રબંધકનું જાગૃત હોવું અત્યંત આવશ્યક છે, એને દેશ, કાળ, પરિસ્થિતિઓનું જ્ઞાન હોવું પણ જરૂરી છે. ભવિષ્યમાં શું અને કેટલું મહત્ત્વપૂર્ણ છે આ વાતની એને ખબર હોવી જોઈએ, કઈ તક ક્યારે આવે છે અને ક્યારે આવશે અને એ તક ને ચીલઝડપે ઝડપી લેવા, પોતાનું જરૂરી કામ કેવી રીતે નિકળી શકે વગેરે ? આના માટે સૂઝ-બૂઝ હોવી તથા સાવધ હોવું જરૂરી છે. જે પ્રમાણે લૂહાર જાણતો હોય છે કે લોહું ગરમ થયા પછી ક્યાં - ક્યાંથી વળી શકે છે, એજ પ્રમાણે પ્રબંધકને પણ એવા નાજુક વળાંકોની માહિતી હોવી જોઈએ એટલે એ પોતાનો નફો કે પોતાનું કામ કાઢી શકે.

દરેક પાક માટે એક ઋતુ હોય છે, એજ પ્રમાણે દરેક કાર્ય માટે એક સમય હોય છે અને જો એને એજ સમયે યોગ્ય રીતે કરવામાં આવે તો જ એ નફો કમાઈ આપે છે. એટલા માટે સમયની બારિકાઈને સમજવી, સંબંધિત સાધનોની પારખ રાખવી એ એક જાગૃત પ્રબંધકની જાગૃતતાનું લક્ષણ છે અને આજ જાગૃતતા પ્રબંધન દ્વારા પ્રબંધકને સફળતા અપાવે છે. સમયમર્યાદામાં જે લોકો પોતાના કાર્યને કરી શકતા નથી તેઓના હાથમાં કાયમ નિષ્ફળતા જ આવતી હોય છે. એટલા માટે સમયની નાડને પારખી લેવી અને એનો ભરપૂર ઉપયોગ કરવો કોઈપણ પ્રબંધક માટે અત્યંત આવશ્યક છે. એના માટે જાગૃત રહેવું ખૂબ જ આવશ્યક છે.

સફળ વિજેતા બનવાના મામલામાં વ્યક્તિએ સારા શ્રોતા બનવું ખૂબ જ આવશ્યક છે. કારણ કે એને ઘણું બધું માત્ર સાંભળવું જ પડતું નથી. પરંતુ એ વાતો પર ચિંતન - મનન પણ કરવું છે. જો શ્રવણ સારું નહીં હોય તો એની સાથે સંકળાયેલા વિચાર - વિમર્શ પણ ખોટાં સાબિત થશે.

ગહન સ્મરણશક્તિ

માની લીધું કે યાદોના સહારે જીવવું એ નબળાઈનું લક્ષણ છે, પરંતુ ગહન સ્મરણ-શક્તિનું હોવું પણ કુશળ પ્રબંધક માટે અતિ આવશ્યક છે. કારણ કે સ્મરણ-શક્તિ જેટલી તીવ્ર અને ગહન હશે કાર્ય પણ એટલીજ સરળતાથી એના પરિણામ સુધી લઈ જવાશે. છેવટે કેલ્ક્યુલેટર, કોમ્પ્યુટરની આજ તો સુવિધા છે જેમાં આપણે મનગમતા ડેટા, યોજનાઓ, સારણી વગેરેને યાદ રાખી શકીએ છીએ સ્ટોર કરી શકીએ છીએ. પરંતુ કોમ્પ્યુટર વગર આ બધું યાદ રાખવું, એટલું જ નહીં પરંતુ એનો વખત આવ્યે યોગ્ય ઉપયોગ કરવો ખૂબ જ અઘરું - મૂશ્કેલ છે. આવામાં મસ્તિષ્ક જ છે જેમાં આપણે આપણી સઘળી આગામી તથા ભવિષ્યની યોજનાઓ, જુના આંકડાઓ અને

સરવૈયાનું સઘળું વિવરણને સાચવી રાખી શકીએ છીએ. માત્ર એટલું જ નહીં પરંતુ એ સઘળું કે જે આપણે જીવન પર્યંત વાંચ્યુ, લખ્યું, સાંભળ્યું અને શીખ્યા છીએ એ સઘળું પછી ભલે એ વ્યાવહારિક જ્ઞાન હોય કે આધ્યાત્મિક નીતિઓ, શાસ્ત્રોના અનુસંધાનમાં લોકોના નામ સુદ્ધાં આજ મસ્તિષ્કની સ્મરણ-શક્તિની રમત છે. અને જો સ્મરણ-શક્તિ તીવ્ર હોય તો સંકટના સમયમાં સફળતાનું સૂત્ર બની જાય છે.

કુશળ શ્રોતા

અંગ્રેજીમાં એક કહેવત છે 'If you want become a good speaker, you should be a good listener ' અર્થાત્ જો આપણે સફળ વક્તા બનવું છે તો સારા શ્રોતા હોવું અત્યંત જરૂરી છે. કારણ કે સફળ વિજેતા બનવાના મામલામાં વ્યક્તિએ સારા શ્રોતા બનવું ખૂબ જ આવશ્યક છે. કારણ કે એણે ઘણું બધું માત્ર સાંભળવું જ પડતું નથી. પરંતુ એ વાતો પર ચિંતન - મનન પણ કરવું છે. જો શ્રવણ સારું નહીં હોય તો એની સાથે સંકળાયેલા વિચાર - વિમર્શ પણ ખોટાં સાબિત થશે. એટલું જ નહીં વ્યક્તિનું સારા શ્રોતા હોવું એટલા માટે પણ જરૂરી છે અનેક વાર પ્રબંધક અધૈર્ય તથા ઉતાવળાપણામાં કહેવામાં આવેલી વાતને જો પૂરેપૂરી સાંભળ્યા વગર કે જાણ્યા વિના ક્યારેક કંઈ ખોટું કરી બેસે છે. આનું પરિણામ માત્ર પ્રબંધકને જ નહીં પૂરા સમૂહ અથવા તો સંઘને ભોગવવું પડતું હોય છે. અને ન તો પ્રબંધક કાચાં કાનના પણ હોવું જોઈએ, કારણ કે જ્યાં સમૂહ હોય, ત્યાં ચાડી, નિંદા જેવી બાબતો આપમેળે આવી જતી હોય છે. એવામાં કોણે, કોને માટે શું શું કહ્યું, કોણે કાન ભર્યા વગેરે આવી બધી બાબતો પર સમજી - વિચારીને પ્રબંધકએ નિર્ણય કરવો જોઈએ. એટલું જ નહીં ગુસ્સામાં કે જુસ્સામાં કે ક્રોધમાં આવીને કોઈનું મન દુભાવ્યું હોય અથવા તો ખોટા નિર્ણયો લઈ લીધા હોય. અને આ બધું ત્યારે જ સંભવ હોય છે જ્યારે પ્રબંધક અખેક સારો શ્રોતા હોય, સામે વાળાની વાત ધીરજથી સાંભળતો હોય, દરેકની વાતને મહત્ત્વ આપતો હોય તથા પૂરી વાત સાંભળીને નિર્ણય લેતો હોય. આજ ગુણ સારા વ્યક્તિની એના પ્રબંધનમાં મદદ કરે છે. એટલા માટે એક સારો માણસે એક શ્રોતા હોવું પણ અત્યંત આવશ્યક છે.

વર્તમાનમાં લેવામાં આવેલા નિર્ણય ચોક્કસ વર્તમાન લાભદાયક હોય પરંતુ એના દૂરગામી પરિણામો નુકસાનકારક હોઈ શકે છે. એટલા માટે નિર્ણય માત્ર વર્તમાનને જોઈને જ ના લેવા જોઈએ પરંતુ એના બીજા પાસાંઓને પણ જોઈ લેવા જોઈએ.

 ———————— પ્રામાણિક માણસ સફળ વિજેતા કેવી રીતે બને

નિર્ણય ક્ષમતા

સારામાં સારા બુદ્ધિશાળી માણસો પણ ખોટાં નિર્ણયને કારણે ઊંઘા મોઢે પછડાટ ખાતા હોય છે અને નિષ્ફળ થતા હોય છે. એટલા માટે યોગ્ય સમયે યોગ્ય નિર્ણય પણ જરૂરી છે. જીવન વિરોધાભાસોનું જ નામ છે. તો દ્વૈતની માયાજાળ પણ જ્યાં સઘળું સંભવ છે ત્યાં દરેક વસ્તુઓની સંભાવનાઓ આપ મેળે પ્રગટ થઈ જાય છે એટલે કે સુખ-દુઃખ, લાભ-હાનિ, હાર-જીત, હકારાત્મકતા- નકારાત્મકતા, હા-ના વગેરે. આ અસ્તવ્યસ્તતામાં, આ દ્વંદ્વતામાં અને જે ચારેય બાજુ હાજર છે. બધી જ રમત પસંદગીની જ હોય છે. આપણે કોને, ક્યાં ક્યારે શા માટે પસંદ કરીએ છીએ, આપણી પસંદગી આપી ચલવાની દિશા ને નિર્દેશિત કરે છે, અને આ પસંદગી બીજું કંઈ નહીં આપણી પોતાની નિર્ણય -ક્ષમતાનું પ્રતિબિંબ છે.

મનુષ્ય ભલે ગમે તેટલો મહેનતુ કે કર્મઠ કેમ ના હોય એનો અક ખોટો નિર્ણય એના સમસ્ત જીવન પર ભારે પડતો હોય છે. અને જ્યારે પ્રશ્ન સફળતાની હોય ત્યાં તો નિર્ણય લેવાની ક્ષમતા વ્યક્તિમાં હોવી જ જોઈએ. જો વ્યક્તિ અવઢવ કે દ્વિધામાં હોય તો એ ક્યારેય યોગ્ય સમયે યોગ્ય નિર્ણય નહીં લઈ શકે, જેની ભરપાઈ એને તથા એના સમૂહ કે સંઘે કરવા પડતા હોય છે.

એટલું જ નહીં વ્યક્તિની નિર્ણય ક્ષમતા એના ભવિષ્યના ઉત્થાન - પતન ભણી ઈશારો કરે છે. કારણ કે વર્તમાનમાં લેવામાં આવેલા નિર્ણય ચોક્કસ વર્તમાન લાભદાયક હોય પરંતુ એના દૂરગામી પરિણામો નુકસાનકારક હોઈ શકે છે. એટલા માટે નિર્ણય માત્ર વર્તમાનને જોઈને જ ના લેવા જોઈએ પરંતુ એના બીજા પાસાંઓને પણ જોઈ લેવા જોઈએ. વર્તમાનમાં લેવામાં આવેલા નિર્ણય ચોક્કસ વર્તમાન લાભદાયક હોય પરંતુ એના દૂરગામી પરિણામો નુકસાનકારક હોઈ શકે છે. એટલા માટે નિર્ણય માત્ર વર્તમાનને જોઈને જ ના લેવા જોઈએ પરંતુ એના બીજા પાસાઓને પણ જોઈ લેવા જોઈએ.

ક્યારે પણ કોઈ પણ નિર્ણય ભાવુકતા, જુસ્સા, દબાણ કે કોઈની ભલામણને લક્ષ્યમાં લઈને ના કરવા જોઈએ. કોઈને ખુશ રાખવા માટે કે કોઈના દબાણમાં કરવામાં આવેલ નિર્ણય નુકસાન કારક સાબિત થઈ શકે છે. આવામાં બધાં સંબંધો, પરિસ્થિતિઓ અને સંજોગોથી ઉપર જઈને નિર્ણય લેવાની ક્ષમતા હોવી જોઈએ. અને જે વ્યક્તિ આવા નિર્ણય લેવાની ક્ષમતા રાખે છે એજ સફળ વિજેતા બની શકે છે.

કુશળ વક્તા

જો શબ્દ ના હોત તો બોલ ના હોત અને બોલ વગરનું જીવન તદ્દન નીરસ અને રંગહીન બની જતું. આજ બોલ છે જેના જ દ્વારા વ્યક્તિ બીજી વ્યક્તિ સાથે પોતાનો

સંવાદ સ્થાપિત કરી શકે છે. અને માત્ર સંવાદ જ નહીં અપિતુ પોતાના વિચારોનું પણ આદાન - પ્રદાન કરી શકે છે. વાસ્તવમાં તો મનુષ્યના બોલ શબ્દો જ મનુષ્યને પ્રાણી કરતાં ભિન્ન બનાવે છે અલગ બનાવે છે અને બોલવાનો આજ હુન્નર - કસબ - કળા કોઈને પણ કુશળ વક્તા બનાવી શકે છે.

આપણે શું અને કેવું બોલીએ છીએ એનો સીધો પ્રભાવ સામે વાળાના મન - મસ્તિષ્ક પર થતો હોય છે. વાતોના માધ્યમ દ્વારા જ આપણે સામે વાળા સુધી પોતાના વિચારને પહોંચાડી શકીએ છીએ, પોતાના વિચારો સમજાવી શકીએ છીએ. જો બોલવાનો ગુણ ના હોય, તો કોઈ બીજાને પોતાની વાત, જણાવવી તથા એને પોતાના પક્ષમાં કરી લેવી એ અત્યંત મૂશ્કેલ બની જાત. સફળતા પ્રાપ્તિમાં મનુષ્યના બોલ એક હથિયાર ના જેવી છે. કારણ કે આપણી પ્રભાવપૂર્ણ ભાષા જ કોઈને સૌ પ્રથમ પ્રભાવિત કરે છે. આપણે કેવી છીએ, શું છીએ, આપણાં વિચાર આપણી કલ્પના કેવા છે ? વગેરે આ બધું આપણે આપણાં વક્તવ્ય દ્વારા જ સામે વાળાને સમજાવી શકીએ છીએ. અને આજ બોલ હોય છે જેનાથી વાત બનતી અને બગડતી હોય છે. પરસ્પરના સંબંધો ખરાબ થઈ શકે છે. આવામાં પોતાના શબ્દો વાક્યો પર નિયંત્રણ જરૂરી છે.

જો તમે કુશળ વક્તા છો તો તમારા અડધાં કામ તો સ્વતઃ થઈ જાય છે. જેટલા લોકો તમને તથા તમારા વિચારોને સમજશે એટલાં તમે તમારા લક્ષ્ય પર સરળતાથી પહોંચી શકશો. કોઈ પણ વ્યક્તિત્વના વક્તવ્યમાં માર્ગદર્શન અને નેતૃત્વની સાથે સાથે સામે વાળાને જાગૃત કરવાનો જુસ્સો અને એને રુપાંતરિત કરવાની કળા પણ હોવી જોઈએ. સામે વાળા ન તો તમારી વાત સાંભળે એટલું જ નહીં પરંતુ એની સાથે સહમત પણ થાય. પોતાના વિચારો વડે સામે વાળાને સહમત કરી શકવા એ એક કુશળ વક્તાનો વિશેષ ગુણ છે. અને આજ વિશેષ પ્રબંધનમાં એક પ્રબંધક માટે અતિ આવશ્યક છે.

મનુષ્યએ પોતાની જરૂરિયાત પ્રમાણે પોતાના નિયમોને બદલવા જોઈએ, નવી ટેકનિકોનો સ્વીકાર કરે. જે મનુષ્ય પોતાને સમય તથા સંજોગોની માંગણી પ્રમાણે ઢાળતો નથી એ કદાપિ સફળ વિજેતા બની શકતો નથી.

વ્યાવહારિકતા

મનુષ્ય એક સંવેદનશીલ પ્રાણી છે. એટલા માટે ક્યાંક ને ક્યાંક ભાવનાઓ એને ઘેરી વળેલી હોય છે, ભાવનાઓ જ મનુષ્યને જીવંત રાખે છે. પરંતુ ભાવુકતા અથવા તો અતિ ભાવુકતા મનુષ્યને આગળ વધવાને બદલે પાછળ ધકેલી મૂકે છે.

સંબંધોના વિશ્વમાં ભાવુકતા ચોક્કસ પણે અસરકારક સાબિત થાય છે, પરંતુ વ્યાવહારિકતા કે ભાવુકતા સફળતા ના જગતમાં રોડાં નાંખી શકે છે. દરેક જગ્યાએ

 —————————— પ્રામાણિક માણસ સફળ વિજેતા કેવી રીતે બને

હૃદય કરવામાં આવેલા નિર્ણયો કામ આવતા નથી. આપણે દેશકાળ અને પરિસ્થિતિ સનુસાર અનેક નિર્ણય વ્યાવહારિકતા ને પણ ધ્યાનમાં લઈને કરવા પડતા હોય છે. એટલું જ નહી ક્યારેક - ક્યારેક તો આપણે સાર્વજનિક હિત માટે પણ પોતાની ભાવનાઓ તથા સંવેદનાઓથી વિપરિત જવું પડતું હોય છે. સમય તથા સંજોગોની માંગણી પ્રમાણે જે વ્યક્તિ સ્વયંને ઢાળી શકતો નથી એ કદાપિ સફળ વિજેતા બની શકતો નથી મનુષ્યએ પોતાની જરૂરિયાત પ્રમાણે પોતાના નિયમોને બદલવા જોઈએ, નવી ટેકનિકોનો સ્વીકાર કરે. જે મનુષ્ય પોતાને સમય તથા સંજોગોની માંગણી પ્રમાણે ઢાળતો નથી એ કદાપિ સફળ વિજેતા બની શકતો નથી. વૈજ્ઞાનિક દૃષ્ટિકોણની સાથે સાથે સમયની માંગણી તથા પ્રતિયોગિતાઓને પણ પારખે, જૂની પુરાણી ચાલતી આવતી યોજનાઓને નવા પડકારો સાથે સ્વીકારે. આના માટે ભાવુકતાને એક બાજુએ રાખીને યોગ્યતા તથા ક્ષમતા અનુસાર નવા લોકોને નવી જવાબદારીઓ સુપ્રત કરે.

કર્મઠતા

સપના તો ઘણાં લોકો જોતા હોય છે પરંતુ એને પૂર્ણ કરવા દરેકના હાથની તથા વશની વાત હોતી નથી, કારણ કે ક્યાંક ને ક્યાંક એમના સપનાઓમાં અને એ સપનાઓના સાકાર મૂર્ત સ્વરૂપમાં ઘણું બધું ઘટી જતું હોય છે., બદલાઈ જતું હોય છે. ક્યારેક ઉદ્દેશ્ય બદલાઈ જાય છે તો ક્યારેક મહેનતની બીક અડચણ બની જતો હોય છે. ક્યારેક ઉતાવળનો ભાવ આડે આવતો હોય છે તો ક્યારેક એકના એક કામને કરી કરીને મન કંટાળી જતું હોય છે. એટલા માટે કોઈ પણ કાર્યને પૂર્ણ કરવા માટે વ્યક્તિમાં કર્મઠતા નો ગુણ ઠાંસી ઠાંસીને ભરેલો હોવો જોઈએ. એટલે કે પોતાના કાર્ય પ્રત્યે ધગશ, ધૈર્ય, ત્યાગ, દૃઢતા અને એકાગ્રતા વગેરે કદાપિ ઓછા થવા જોઈએ નહીં. મહેનત કરવાની પગશ અને આગળ નિકળી જવાનો ઝંખના ક્યારેય ઢીલા કે નબળાં પડવા જોઈએ નહીં. માર્ગમાં ભલેને ગમે તેટલી વિપત્તિઓ, પડકારો અથવા સંઘર્ષોનો સામનો કેમ ના કરવો પડે પોતાના કર્મ તથા જવાબદારીઓથી ઉન્મુખ થવું જોઈએ નહીં. પોતાના કાર્યને પૂજા સમજીને કરવા જોઈએ એટલે સુધી કે પોતાના કાર્ય માટે પોતાના સુખોનું બલિદાન પણ કરવું પડે તો ખચકાવું જોઈએ નહીં. કઠોર પરિશ્રાથી ક્યારે આંખો ફેરવવી જોઈએ નહીં.પોતાની સાથે પોતાની સાથે સંકળાયેલા લોકોને ને પણ ઊર્જાન્વિત કરતાં રહેવા જોઈએ અને નિરાશા અને હતાશાના વાતાવરણમાં પણ કામ કરવાની લગનીને મંદ પડવા દેવી જોઈએ નહીં, ત્યારેજ ઉદ્દેશ્યને પહોંચી વળાય.

રોજ રાત્રે સૂતા પહેલાં શું મેળવ્યું, શું ગુમાવ્યું એનું મૂલ્યાંકન ચોક્કસપણે કરવું, એ સાથે કશું પણ કરતાં પહેલાં એના પરિણામનો વિચાર જરૂર કરી લેવો, કારણ કે કામ કર્યા પછી એ અંગે વિચારવું એ મૂર્ખાઈ છે.

દિવસનું મૂલ્યાંકન કરો

રોજ રાત્રે સૂતા અગાઉ શું પ્રાપ્ત કર્યું, શું ગુમાવ્યું એનું મૂલ્યાંકન અવશ્ય કરવું. એના માટે રોજ સવારે કાર્યોની પ્રાથમિકતાનુસાર એક યાદી બનાવો કે આજે દિવસમાં શું - શું કરવાનું છે અને રાત્રે એ યાદી પુનઃ તપાસો કે ક્યા - ક્યા કાર્ય તમે કરી લીધા છે અને ક્યા કાર્યો બાકી રહી ગયા છે. માત્ર રહી ગયા એટલું જ નહીં પરંતુ ક્યા કારણો સર રહી ગયા છે, એ અંગે વિચારો. સમય ઓછો હતો કે આપણું સામર્થ્ય ? આપણે સમયને વેડફી નાંખ્યો કે એ કાર્ય જ અટપટું હતું એ વિચારો ? વગેરે વગેરે આ બધાંનું મૂલ્ઙ્કન કરો અને જે કાર્યો બાકી રહી ગયા છે એને આવતી કાલની યાદીમાં સમાવી લો અને આવતીકાલે પુનઃ આ જ પ્રક્રિયાને બેવડાવો.

પૂર્વ નિયોજન

કોઈ પણ કાર્ય ને અમસ્તું જ કશું પણ વિચાર્યા વિના કે જોમ - જુસ્સામાં દેખાદેખીને કારણે શરું કરી ના દો. આનાથી માત્ર નિષ્ફળતા જ હાથ લાગે છે. પરંતુ સમય પણ વેડફાય છે. એટલા માટે દરેક કાર્યનું પહેલાં પ્રારૂપ કે માળખું તૈયાર કરો. યોજનાબદ્ધ ઢબે કાર્ય કરો. માર્ગમાં આવનારી અડચણો તથા સમસ્યાઓ વિશે કોઈ વડિલ કે અનુભવી પાસેથી જાણવાનો પ્રયાસ કરો. કાર્યને કાર્યાન્વિત કરતાં પહેલાં પોતાના ' હોમ વર્ક ' એટલે કે ગૃહ કાર્યને પણ કરીને રાખવું. આપાતકાલીન - આકસ્મિક પરિસ્થિતિઓ ને સમજવી. માર્ગના પડકારો પ્રત્યે સતર્ક રહેવું. પૂર્વ નિયોજિત તથા વ્યવસ્થિત રીતે જ કાર્યનો પ્રારંભ કરવો.

પોતાનો રેકોર્ડ તોડો

આ વાત પર ધ્યાન આપો કે તમે જે પણ કાર્ય કરો છો કે કરતાં આવ્યા છો શું એને હજુ પણ વધારે સારી રીતે કરી શકાય એમ છે ? અભ્યાસ કરો જેથી ઓછા સમયમાં કાર્યને આટોપી શકાય અને સમયની પણ બચત કરી શકાય.

એક સાથે એક કાર્યો કરો

આમ તો એક જસમયે એક જ કાર્ય કરવાની સલાહ આપવામાં આવતી હોય છે. પરંતુ જે કાર્ય એક સમાન કે એક સરખાં હોય અથવા તો એક સાથે કરી શકાય એમ હોય તો તેમને એક સાથે જ કરવા. માની લો કે તમારે ટી.વી. પર કોઈ ફિલ્મ નિહાળવી છે, અને કપડાંને ઈસ્ત્રી પણ કરવાની છે, વાળમાં કલર કરવાનો છે અને પોતાનો રેક / કબાટ પણ વ્યવસ્થિત કરવાનો ગોઠવવાનો છે, કેટલાંક જુના કાગળોમાંથી

 ————————————— પ્રામાણિક માણસ સફળ વિજેતા કેવી રીતે બને

કોઈક કામની વસ્તુ શોધવાની છે વગેરે કાર્યને તમે ટી.વી. જોતાં જોતાં કે રેડિયો સાંભળતા સાંભળતા પણ એકી સાથે કરી શકો છો.

અથવા તો કોઈ મિત્રને મળવા માટે જાવનું છે, બજારમાંથી થોડો સામાન પણ લાવવાનો છે, બિલ જમા કરાવવાનું છે, બેંકમાં જવાનું છે, નળ ખરાબ છે, ખરીદવાનો છે, વગેરે આ બધાં કામો ને એક જ રૂટ અનુસાર પૂરા કરવાનો પ્રયાસ કરો એનાથી તમારો સમય બચી જશે.

મનોરંજન માટે સમય ફાળવો

સારી વ્યક્તિ હોવાનો અર્થ એવો તો નથી કે જીવનમાંથી મનો રંજન તથા હાસ-પરિહાસ વિદાય જ થઈ જાય. એટલા માટે પોતાના ટાઈમટેબલમાં ક્યાંક ને ક્યાંક મનોરંજનનો પણ સમય રાખો. એનાથી મન તણાવમુક્ત બને છે અને શરીર ચુસ્ત રહે છે. જો આપણાં તન-મન સ્વસ્થ રહેશે તો આપણે ન તો કેવળ સમયનો ભરપૂર ઉપયોગ કરી શકીશુ અપિતુ કોઈ પણ તણાવ વગર આપણે કાર્યને પણ એના સમયે આટોપી શકીશું. એટલા માટે નિરંતર કાર્યની વચ્ચે થોડો થોડો બ્રેક પણ લો. થોડી મનોરંજનની ક્ષણોને પણ શોધો અને જીવો.

જીવનમાં કાયમ કામ અને લોકો સાથે ગુંથાયેલા ના રહો પરંતુ થોડો સમય મનોરંજન માટે પણ રાખો. જીવન નીરસ ઢબે જીવવું એક ખુબ જ મોટી ભૂલ છે. તમારા જીવનમાં આનંદ, હર્ષોલ્લાસ અને મનોરુજન નથી તો એ પૈસા પણ તમને આરામ આપવાને બદલે કષ્ટ અને રોગ જ આપશે. ખુશીઓ વગરની દરેક વસ્તુ તમને તકલીફ આપશે. ખુશ રહેવા માટે તમે જે સમય ફાળવીને રમો, પોતાના શોખ પૂરા કરો કે પછી કોઈ કામ કરો જે તમને આનંદ આપે, તમારે કરવા જોઈએ. જીવનને ફક્ત કામ, કામ, અને તણાવમાં ગુંચવીને ન રાખો. તમે વ્યસ્ત રહો, પરંતુ અસ્ત - વ્યસ્ત ના રહો, વ્યસ્ત અને મસ્ત રહો.

આપણી ઓળખ આપણી સંગતને કારણે બનતી અને બગડતી હોય છે, એટલા માટે આપઉણે આપણાં મિત્રોની પસંદગી સમજ - વિચારીને સાવધાની પૂર્વક કરવી જોઈએ. ખરાબ સંગત પ્રતિભાવાન વ્યક્તિને પણ બેકાર અને નિષ્ફળ બનાવી મૂકે છે.

સંગત

આપણાં દૃષ્ટિકોણને બનવામાં - બગડવામાં આપણી સંગતનો બહુ મોટો હાથ રહેલો હોય છે, પછી એ સાથ ભલે મિત્રોનો હોય કે વાતાવરણનો હોય. જેનાથી અને જેના વડે

આપણે ઘેરાયેલા રહીએ છીએ, એનો ખાસ્સો એવો પ્રભાવ આપણાં દષ્ટિકોણ પર પડતો હોય છે. એટલા માટે તો કહેવાય છે - ' જેવો સંગ, એવો રંગ '. આમ જોવા જઈએ તો સંગત આપણાં જીવનનો આધાર હોય છે, પાયો હોય છે, જેના ઉપર તથા જેના સહારે આપણાં જીવનનો દષ્ટિકોણ બનતો હોય છે. એટલા માટે જો આપણે આપણા જીવનને સારું રાખવાનું છે તો આપણે આપણાં દષ્ટિકોણને પણ સારો રાખવો પડશે અને દષ્ટિકોણ ત્યારે જ સારો થઈ શકે જ્યારે બધીજ રીતે આપણી સંગત સારી હશે. જોવા જઈએ તો દષ્ટિકોણના પ્રબંધનમાં સંગતના પ્રબંધનનું ખૂબ જ મોટું યોગદાન રહેલું છે.

ખોટું કોણ છે એના બદલે ખોટું શું છે, વિચારો

આપણે કાયમ એવું જ વિચારતા રહીએ છીએ કે ખોટું કોણ છે ? ભલે પછી એ ગમે તે હોય સમાજ, બૉસ, પતિ, પત્ની કે પછી કોઈ મિત્ર. એ આપણો ખોટો દષ્ટિકોણ છે. આપણે ખોટું કોણ છે એવું વિચારવાને બદલે ખોટું શું છે એ અંગે વિચારવું જોઈએ. ખોટું કોણ છે કે ખોટું શું છે, એ જાણવું એ આપણો ધ્યેય બનાવવો જોઈએ. કોઈએ જો ચોરી કરી છે તો આપણે એણે ચોરી કરી, એના કરતાં વધારે ધ્યાન એ વાત પર આપવું જોઈએ કે એણે શા માટે ચોરી કરી કે ચોરી શું છે કે માણસ કઈ પરિસ્થિતિઓમાં ચોરી કરે છે, અંગે જાણવા પાછળ કેન્દ્રિત કરવું જોઈએ. આપણે આપણાં દષ્ટિકોણને એવો રાખવો જોઈએ કે ખોટો કોણ ની જગ્યાએ ખોટું શું છે, એની વિરુદ્ધ અવાજ ઊંચો કરવા, અને એના વિરોધમાં ઊભા રહેવાનું છે. જો આપણે આપણાં દષ્ટિકોણને એ રીતે હકારાત્મક રાખીશું તો આપણું સમગ્ર જીવન હકારાત્મક રૂપે પ્રબંધિત થઈ જશે. પોતાના દષ્ટિકોણને યોગ્ય રાખવા માટે અતિ આવશ્યક છે કે આપણે ખોટું કોણ છે એના બદલે, ખોટું શું છે એના પર પોતાનું ધ્યાન કેન્દ્રિત કરીએ. જો આજ રીતે આપણે આપા જીવનને પ્રબંધિત કરતાં રહીશું તો ધીમે ધીમે એક દિવસ આપણાં જીવન માટેનો આપણો દષ્ટિકોણ હકારાત્મક બનતો જશે અને દષ્ટિકોણનું પ્રબંધન પણ હકારાત્મક દિશામાં ઘડાતું જશે.

જો નિરંતર આપણે આપણાં સઘળાં કે અધિકતમ કાર્યો અધૂરાં રહી જાય છે તો આપણી વિચારસરણી એવી ઘડાઈ જાય છે કે ' મારાથી કોઈ જ કામ પૂરું થતું નથી, હું કશું નહીં કરી શકું.' એટલા માટે એવું ના બને પોતાના અધૂરાં કાર્યોને પૂરાં કરો.

રચનાત્મકતા

પોતાના કાર્યો તથા પોતાની વિચારસરણીને રનાત્મકતાનો ઓપ આપો. પોતાના કાર્યો માં નવીનતા લાવો, એકજ ઘરેડમાં કામ કરતાં રહેવાથી તમે સ્વયં કંટાળી જાવ

 ——————————— પ્રામાણિક માણસ સફળ વિજેતા કેવી રીતે બને

છો અને સામે વાળા પણ તમારા કાર્યમાં રૂચિ લેવાનું બંધ કરી દે છે.વધારેમાં વધારે જ્ઞાન અર્જિત કરો અને પોતાના કાર્યોને રચનાત્મકતાનો ઓપ આપવાનો પૂરેપૂરો પ્રયાસ કરો. તમારા આ પ્રયાસને લીધે તમારા કાર્યની પ્રશંસાજ થશે એટલું જ નહીં, અપિતુ તમારી પ્રતિષ્ઠામાં પણ પરિવર્તન આવશે.

કાર્યને પૂરા કરો

પૂર્ણ કાર્ય આપણને આત્મવિશ્વાસ આપે છે તથા અર્ધા અધૂરા કાર્યો આપણને નિરાશા આપે છે અને જો નિરંતર આપણે આપણાં સઘળાં કે અધિકતમ કાર્યો અધૂરાં રહી જાય છે તો આપણી વિચારસરણી એવી ઘડાઈ જાય છે કે ' મારાથી કોઈ જ કામ પૂરું થતું નથી, હું કશું નહીં કરી શકું.' એટલા માટે પોતાના અધૂરા કાર્યોને પૂરા કરો. આવી એક વાર જો આવી ધારણા સ્વયં પ્રત્યે બંધાઈ જાય છે તો આપણાં પોતા પ્રત્યેનો આત્મવિશ્વાસ ડગમગી જાય છે. આપણે સ્વયંને નબળાં અને હારેલાં સમજીએ છીએ. આગળની આપણી વિચારસરણી નકારાત્મક બનવા લાગે છે અને આપણો સંપૂર્ણ દૃષ્ટિકોણ અને વ્યક્તિત્વ નકારાત્મક બનવા લાગે છે. એટલા માટે કોઈ પણ કાર્યને શરૂ કરતાં પહેલાં એને બરાબર રીતે સમજી લો. પોતાની ક્ષમતાઓને બરાબર જાણી લો, શું પડકારોનો સામનો કરવો તમને સારો લાગે છે? શું એ કાર્ય તમારી પસંદગીના ઘેરામાં આવે છે ? શું કાર્યને પૂર્ણ કરવાથી તમને લાભ થશે ? વગેરે પ્રશ્નો પર પણ ધ્યાન આપો, પછી જ એ કાર્યને હાથ પર લો.

તમારા કોઈ પણ કાર્યનું પરિણામ તમારી કાર્યક્ષમતા પર નિર્ભર કરે છે. અને કોઈ પણ વ્યક્તિની કાર્યક્ષમતાના વિકાસનો મૂળભૂત આધાર છે - માનસિક એકાગ્રતા. એનો વિકાસ જેટલો કરશો, એટલીજ તમારી કાર્યક્ષમતા ઉત્તમ થતી જશે.

અને જો કોઈ પણ કાર્યને પરિસ્થિતિવશ, ગમતી- અણગમતી જવાબદારીમાં તમારે સ્વીકારવું પડ્યું તો એને બોજો અથવા તો માથાનો દુઃખાવો ના સમજો. એવું વિચારો કે આ કાર્ય તમારે જ કરવાનું છે તો પછી શા માટે જીવ બાળવાનો? હસતાં - હસતાં સ્વીકારી લો. કાર્ય કે એના પરિણામને પોતાનો ' ઈગો ' ન બનવા દોઅથવા તો કોઈ પણ કારણવશ તમે એ કાર્યને સમય પર પૂરું કરી શક્યા નહીં તો સ્વાભાવિક રહો - સહજ રહો. સ્વયંને વધારે હીન કે નિષ્ફળ ના સમજો. આગળ માટે પ્રયાસો કરો. સ્વયંને આ વાતનો વિચાર કરવા દો કે મેં કાર્ય પૂર્ણ કર્યું છે વચમાં અધૂરું તો નથી મૂક્યું, અધૂરા મૂકેલા કાર્યો પણ તણાવ આપતા હોય છે, જેને કારણે આગળ જતા નવા કાર્યોમાં પણ

ચિત્ત ચોંટતું નથી અને જૂના કામનો બોજો નવા કાર્યોને પણ પુરાં થવા દેતો નથી. એટલા માટે એ અધૂરા કાર્યોને પૂરા કરો, કોઈ પણ નવા કામ કે જવાબદારીને ત્યારે જ લો જ્યારે જૂના કામો પૂરાં થઈ જાય અને એ જૂના કાર્યોનું એક ટાઈમ - ટેબલ બનાવો અને પોતાને એ પ્રમાણે ઢાળી લો. આમ કરવાથી મનમાં આત્મવિશ્વાસ ઉત્પન્ન થશે તથા તમે ખુબ સરસ રીતે નવા કાર્યોને પણ આટોપી શકશો.

કાર્યક્ષમતાનો વિકાસ

તમારા કોઈ પણ કાર્યનું પરિણામ તમારી કાર્યક્ષમતા પર આધાર રાખે છે. જો તમારી કાર્યક્ષમતા વધારે છે તો તમે ઓછામાં ઓછા સમયમાં સુંદરથી પણ સુંદર અને અધિકમાં અધિક કાર્ય કરી શકશો. જેનાથી તમારી ઉત્પાદન ક્ષમતા પણ વૃદ્ધિ થશે. જો તમારી કાર્યક્ષમતા ઓછી હશે તો વધારે સમય આપવા છતાં પણ કાર્યનું પરિણામક વધારે સારું મળી શકશે નહીં.

આજના આધુનિક અને વ્યાવસાયિક ક્ષેત્રમાં સફળતા મેળવવા માટે કાર્યક્ષમતાને વધારવી એ મુખ્ય છે. વિશેષજ્ઞ પણ આને અત્યંત મહત્ત્વપૂર્ણ માને છે. મનુષ્યની કાર્યક્ષમતા મુખ્ય રૂપે બે વસ્તુ પર આધાર રાખે છે - ૧. પોતાના કાર્યક્ષેત્રનું નવીનતમ જ્ઞાન ૨. એકાગ્રતા.

તમે તમારા ભવિષ્યને બદલી શકતા નથી પરંતુ પોતાની ટેવોને ચોક્કસ બદલી શકો છો. અને જો તમે તમારી ટેવોને બદલવામાં સફળ થઈ જાવ છો તો નિશ્ચિતપણે તમે સફળતાને પણ પ્રાપ્ત કરી શકશો. એટલા માટે ટેવોને બદલો, ભવિષ્ય પોતાની મેળે જ બદલાઈ જશે.

જો તમે આવું કરતાં નથી તો એ દિવસો બહુ દૂર નથી, જ્યારે તમે તમારા પોતાના જ કાર્યક્ષેત્રમાં યોગ્ય નિર્ણય લઈ શકશો નહીં અને પછાત રહી જશો. પરિણામ એ આવશે કે તમારી કાર્યક્ષમતા દિવસે - દિવસે ઓછી થતી જશે અને એક દિવસે તમારે નિષ્ફ બનીને બેસી જવું પડશે. કોઈ પણ વ્યક્તિની કાર્યક્ષમતાનો મૂળ આધાર હોય છે - માનસિક એકાગ્રતા. એનો જેટલો વિકાસ કરશો એટલી જ તમારી કાર્યક્ષમતા પણ બહેતર બનતી જશે. આ વિષયનું જ્ઞાન તો બધાંને હોય છે કે શું કરવું જોઈએ અને શું નહીં. એમ છતાં પોતાના કાર્યોને પૂર્ણ કરવામાં લગાતાર સમસ્યાઓ આવતી જ રહે છે. જો તમારામાં તમારા કાર્ય પ્રત્યે એકાગ્રતા નથી. એ સાથે જો તમારા મનમાં વિહ્વળતા છે, તણાવ છે, ચિંતા છે, બીક છે, તો તમારું મન સ્હેજ પણ તમારા કામમાં લાગી શકશે નહીં. એ ના કરો જે સંભવ

હોય, પરંતુ એ કરો જે આવશ્યક હોયે તમે ઝડપથી અસંભવ કાર્યને પણ કરવા લાગશો જલ્દી જલ્દી પોતાના લક્ષ્યને નિર્ધારિત કરો અને એને પૂરા કર્યા પશ્ચાત બીજા કામ તરફ આગળ વધી જાવ. આજ પ્રમાણે તમે તમારી માનસિક ક્ષમતાઓનો પૂરેપૂરો ઉપયોગ કરી શકવામાં સફળ બની શકશો.

કોઈ પણ એક કાર્યમાં પ્રવીણતા

સર્વગુણસંપન્ન કોઈ હોતું નથી. મનુષ્ય ઈચ્છે તો પણ ન તો બધાં જ કામ કરી શકે છે ન તો બધાંના હૃદયને જીતી શકે છે. આત્મવિશ્વાસ માટેએ જરૂરી નથી કે તમેદરેક વસ્તુ કે ક્ષેત્રમાં પ્રવીણ થઈ શકશો, ત્યારે એ જાગશે. જો આપણે આપણી ઓળખ આ પ્રમાણે સ્થાપિત કરવામાં લાગી જઈશું તો એક પણ ઓળખ પ્રાપ્ત કરીશ કીશું નહીં. નામ થવાને બદલે બગડી જશે. એટલા માટે એક જ કાર્યને પસંદ કરો. એમાં પોતાની કુશળતા કે દક્ષતાને દેખાડો. એને પોતાના અત્મવિશ્વાસની સીડી બનાવો. યાદ રાખો, વધારે નહીં કોઈ પણ એક કાર્યજ આપણી અંદરના આત્મવિશ્વાસને જગાડવા માટે તથા વધારવા માટે પુરતું છે.

આદતો

દરેક માણસ કોઈને કોઈ ટેવનો આદી હોય છે કે શિકાર હોય છે અથવા તો એમ કહી શકાય કે માણસમાં કોઈને કોઈ પ્રકારની ટેવ હોય છે., પછીલ એ નખ ચાવવાની હોય કે આંગળી ના ટાચકાં ફોડવાની હોય, પગ હલાવવાની હોય કે મોઢામાં પેન - પેન્સિલ નાંખવાની, સિગારેટ, મદીરા, ગુટખા, અફિણ વગેરેની ટેવો હોય છે. જેનું ભાન એ પોતે કરનારાને પણ હોતું નથી. જાણ્યે - અજાણ્યે એ એનાથી થઈ જતું હોય છે. અને એ એની ટેવોમાં સામે થઈ જતાં, એના વ્યક્તિત્વાનો એક ભાગ બની જાય છે. પછી ભલેને એ એ ટેવ ગમે તે હોય દરેક ટેવો મનુષ્યના મન મસ્તિષ્કના સ્તરને દર્શાવે છે, જેમાં ચિંતા, તણાવ, અસલામતી અને વિહ્વળતાની સાથે બીજું ઘણું બધુ છુપાયેલું હોય છે. નાની - નાની શી આ ટેવો વ્યક્તિના વ્યક્તિત્વ અંગે ઘણું બધું કહી જાય છે.

ટેવો એ જન્મજાત હોતી નથી, એને આત્મસાત કરવી પડે છે. સારી ટેવોને કારણે પોતાના વ્યક્તિત્વ ને સદ્ગુણો તરફ વાળી શકાય છે. અતઃ સારા વ્યક્તિત્વ માટે આવશ્યક છે કે પોતાના જીવન સાથે સંકળાયેલા કોઈ પણ પક્ષ તરફ આંખ આડા કાન કરી ન શકાય. સારી ટેવોના નિર્ધારણમાં સાવધાની રાખવી આવશ્યક હોય છે, કારણ કે ટેવોનો સંબંધ વ્યક્તિની સંપૂર્ણ જીવનશૈલી અને એના કાર્ય - કલાપો સાથે સંબંધિત હોય છે. એટલા માટે જીવનમાં એક એવી ટેવ વિકસિત કરવી જોઈએ જેનાથી આપણાં જીવનમાં નિખાર આવે તથા ઉત્પાદકતામાં વૃદ્ધિ થાય. તમારે આ અંગે

વિચાર કરવો પડશે કે તમે લોકોને પોતાના વિશે શું સંદેશ આપવા ચાહો છો. હવે તમે તમારી ટેવોમાં પરિવર્તન લાવીને આ પ્રમાણે કરી શકો છો જેમાં તમારી શ્રેષ્ઠતા પ્રતિબિંબિત થતી હોય.

જે કાર્યને શરું કરો એને પૂર્ણ કરવા માટે આવતી કાલની રાહ ના જૂઓ. કોઈ પણ શુભ સમય કે મૂર્હત પર એ કાર્યને ટાળો નહીં. ધ્યાન રાખો કે કોઈ સારા કાર્યનો પ્રારંભ કરવા માટે દરેક સમય શ્રેષ્ઠ અને મુહૂર્ત શુભ હોય છે અને દરેક ખરાબ કામ માટે દરેક સમય અને મુર્હત અશુભ હોય છે.

ટાળવાની આદતનો ત્યાગ કરો

સમયના ચુસ્ત-ચોક્કસ થવાનું શીખો. આળસથી બચો. સમયની માંગણીને સમજો. મળેલા અવસરો - તકોને કાલ પર ટાળવાનું બંધ કરો. કોઈ પણ કાર્યને આરંભ કરવા માટે કાલની રાહ ના જૂઓ. . કોઈ પણ શુભ સમય કે મૂર્હત પર એ કાર્યને ટાળો નહીં. ધ્યાન રાખો કે કોઈ સારા કાર્યનો પ્રારંભ કરવા માટે દરેક સમય શ્રેષ્ઠ અને મુહૂર્ત શુભ હોય છે અને દરેક ખરાબ કામ માટે દરેક સમય અને મુર્હત અશુભ હોય છે. જે છે, હમણાં જ છે, વર્તમાનમાં છે. કાલ જેવું કશું હોતું નથી. આપણે લોકોમાં (ટાળ મટોળ) બહાના બાજ કરવાની ટેવ હોય છે. એ સમજવામાં આપણે અસમર્થ હોઈએ છીએ કે એના લીધે આપણે આપણાં માટે મુશ્કેલી જ ઊભી કરીએ છીએ. અનેક વાર આજ ટેવને કારણે મોટી મુસીબતોમાં ફસાઈ પણ જતા હોઈએ છીએ. આજે જે કામ તમારે કરવાનું હોય, એનું લીસ્ટ બનાવો અને દિવસના અંતે એ પ્રશ્ન પોતાની જાતે પૂછો -

મેં આ કામ શા માટે પૂરું કર્યું નથી ? પહેલાં આ કામનું કરવામાં મને શું અડચણો - બાધાઓ આવી હતી ? શું પોતાના આ નકારાત્મક વલણને કારણે આ અગાઉ મને આનંદ પ્રાપ્ત થયો હતો ? મને એનાથી કેવું લાગશે ? આ બધાં કામોને જો હું હમણાં પૂરાં કરી નાખું છું તો શું મને આનંદ પ્રાાપત થશે ? આપણે વિચારીએ છીએ કે એક દિવસ આવશે, અને બધું ઠીકઠાક થઈ જશે. આપણને અંતિમ ખુશી ત્યારે જ મળશે જ્યારે આપણી પાસે અઢળક રુપિયા હશે. . . આપણને આદર્શ જીવન સાથી પ્રાપ્ત થઈ જશે... આપણે પ્રખ્યાત થઈ જઈશું વગેરે. . . . યાદ રાખો સફળતા માત્ર એક યાત્રા છે પડાવ કે મુકામ નથી.

આમ તો દરેક મનુષ્ય ક્ષણે - ક્ષણે બદલાય છે પરંતુ સ્વયંમાં, સ્વયંના હિત માટે જે મનુષ્ય સ્વયંને બદલે છે એ પરિવર્તનને, પરિવર્તન નહીં આત્મ રુપાંતરણ કહે છે.

નિયમ તથા અનુશાસન

મનુષ્ય જેટલો જ્ઞાની છે, સમજદાર છે એટલો જ અણસમજુ અને અસાવધાન પણ છે. એ પ્રકૃતિના નિયમોનું ઉલ્લંઘન કરે છે, એટલા માટે એને અનેક વાર કષ્ટ ભોગવવું પડે છે, જેને કારણે એનું શરીર જ નહીં અપિતું મન પણ રોગીષ્ટ બની જાય છે.

નિયમનું ઉલ્લંઘન કરવાવાળી વ્યક્તિ કષ્ટ ભોગવે છે. એટલે સુધી કે પશુ - પક્ષી પણ પોતાના નિયમમાં હોય છે પશુ - પક્ષીઓને રોગ થાય ત્યારે તેઓ ખાવાનું છોડી દે છે અને પાણી પીએ છે. કુતરાં -બિલાડીઓને જ તમે જોઈ લો. ફૂતરાં, બિલાડી સ્હેજ માંદા પડે તો તમે જોયું હશે કે ફૂતરો ઘાસની વચમાં જઈને એના ઉપરના ઝાકળને ચાટી રહ્યો હોય છે, જેતી એનું શરીર સ્વસ્થ રહે. ફૂતરા - બિલાડીઓ ને જયારે એમ લાગશે કે હવે ઉઠીને ક્યાંક જવાનું છે તો તેઓ શરીર ખેંચીને મરડીને બે ચાર આસન તો કરી જ લે છે. ફૂતરો ઉઠશે પોતાના આગળના પંજાને આગળ લઈ જશે અને ઘડને પાછળની બાજુએ ખેંચશે એક આસન કરી લીધું. પછી પાછળના પંજાને આગળ તરફ ઝુકાવીને પોતાના ઘડને આગળ ખેંચશે બીજું આસન થઈ ગયું. અને એમ છતાંય જો એની સુસ્તી બરાબર રીતે ઉડી ના હોય તો એ પોતાની ગરદનને એટલી જોરથી હલાવશે, અને કાનને ફફડાવે છે, એને જયારે એમ લાગશે કે બરાબર ચૂસ્તી આવી ગઈ છે. ત્યાર પછી છલાંગ મારશે અને જતો રહેશે.

એટલા માટે તમે પણ પોતાની જીવનશૈલીને નિયમિત, મર્યાદિત અને ગરિમાપૂર્ણ બનાવો. દિનચર્યાને સુવ્યવસ્થિત કરો. સમયના ચુસ્ત - દઢ બનો, સમયનો સમ્દુપયોગ કરો, સમય પર જ પહોંચો અને બધાંજ કાર્ય સમય પર જ કરો. ધ્યાન રાખો કે જો તમે અનુશાસિત છો તો જ તમે તમારા પોતાના નિર્ધારિત કરેલા લક્ષ્યને સરળતાથી પ્રાપ્ત કરી શકો છો અને બીજી માંગણીઓની ઉપેક્ષા કરી શકો છો. સ્વયં અનુશાસન ના પાલન કરવાનો અર્થ થાય છે અનેક અડચણો - બાધાઓને ના કહેવી, જેને તમારા ઉદ્દેશ્ય સાથે દૂર દૂર સુધી કંઈ જ લાગતું વળગતું નથી હોતું. અનુશાસન પ્રત્યે શ્રદ્ધા વ્યક્ત કરવાનો અર્થ થશે કે કોઈ પણ કિંમતે પસંદ કરેલા માર્ગ પર ચાલવા માટેની પ્રતિબદ્ધતા.

મનુષ્ય ભલે સારાંના બદલામાં સારું ન કરે પરંતુ ખરાબનો બદલો લેવામાં, જવાબ આપવામાં, ક્યારેય ચૂકતો નથી, કારણ કે એને ચુપ રહેવામાં પોતાની હાર લાગે છે.

બીજાને બદલવાનું ઝનૂન

મનુષ્ય કાયમ બીજાને બદલવાના પ્રયાસોમાં લાગેલો રહે છે. એ ઇચ્છે છે કે બીજા બદલાઈ જશે તો એના દ્વારા મળતું દુઃખ એની મેળે જ સુખમાં પરિણમશે. પરંતુ દરેક

બીજો માણસ આજ પ્રમાણે કરી રહ્યો છે. એ બીજાને બદલવાની રાહમાં બેઠેલો હોય છે. પરંતુ મનુષ્ય પણ ખૂબ જ વિચિત્ર છે કે એ પોતે ભૂલી જાય છે કે એ સ્વયંને પણ પોતાની ઇચ્છાનુસાર જો બદલી શકતો નથી તો બીજાને કેવી રીતે એના કહેવા પ્રમાણે પોતાની ઇચ્છાનુસાર બદલી શકે છે. આ વાત જો બધાની સમજમાં આવી જાય તો મનુષ્ય જેટલી ઊર્જા, જેટલો સમય બીજાને બદલવામાં ખર્ચે છે એનાથી અર્ધા શ્રમમાં એ પોતાને - સ્વયંને બદલી શકે છે. અને સુખી થઈ શકે છે.

પરંતુ આપણે બીજાને બદલવા એ વધારે સરળ અને સુવિધાજનક લાગે છે એટલા માટે આપણે બીજાને બદલવાના ઝનૂનમાં પોતાના સુખ- ચેન ગુમાવી બેસીએ છીએ. પરિવર્તન જો ક્યાંય પણ સંભવ છે તો એ સ્વયંમાં જ છે. જો ક્યાંય પણ અપેક્ષા રાખી શકાય એમ હોય તો સ્વયં પાસે જ રાખી શકાય છે. ભરોસો કરવો હોય તો મનુષ્ય પોતાનામાં પોતાની જાત પર કરે. ત્યારે જ કશું ક થઈ શકે છે અન્યથા મનુષ્ય કાયમ ભટકતો જ રહેશે અને આખું જીવન ફરિયાદો કરતો જ રહેશે.

આમ તો દરેક મનુષ્ય ક્ષણે - ક્ષણે બદલાય છે પરંતુ સ્વયંમાં, સ્વયંના હિત માટે જે મનુષ્ય સ્વયંને બદલે છે એ પરિવર્તનને, પરિવર્તન નહીં આત્મ રૂપાંતરણ કહે છે. આત્મ રૂપાંતરણમાં માનવીની દષ્ટિ કોઈ અન્ય પર નહીં સ્વયં પર હોય છે. એ ત્રુટિઓ બીજામાં નહીં, સ્વયંમાં શોધતો હોય છે. એના સુખ બીજા પર નિર્ભર નથી હોતા. રૂપાંતરિત માનવી મુક્ત હોય છે કોઈની સાથે બંધાયેલો કે જકડાયેલો હોતો નથી. એ દરેક ક્ષણે નવો હોય છે. એની દરેક અવસ્થા નવી હોય છે. એ દરેક પરિવર્તનને સ્વીકારી લે છે. આ ભાવથી જ્યારે માનવી જીવનમાં પરિવર્તનને આણે છે ત્યારે ધીમે-ધીમે પરિવર્તન આત્મ રૂપાંતરણમાં પરિવર્તિત થવા લાગે છે.

જો આપણે સફળ બનવું છે તો આપણે બીજા પર ભરોસો કરતાં શીખવું પડશે, પરંતુ આપણું જીવન બીજા પર વહેમાવામાં તથા એમની જાસૂસી કરવામાં વીતી જાય છે. જેને કારણે આપણે સમય અને સફળતા બન્નેને ગુમાવી બેસીએ છીએ.

બદલાની ભાવનાને બદલો

ઘણું બધું બદલવાનું છે. જે પણ છે એ બીજે ક્યાંય નહીં આપણાં પોતાની અંદર છે. પરંતુ બદલાવા માટે, રૂપાંતરિત થવા માટે આવશ્યકતા છે એ માનવીની અંદર છુપાયેલી બદલાની ભાવના. કારણ કે બદલો એ માનવીની પ્રકૃતિ છે. બદલાની ભાવના મનુષ્યમાં સ્વતઃ જ જન્મ લેતી હોય છે. બદલા લઈને માનવી સ્વયંને સામેવાળાની સમકક્ષ સમજવા લાગે છે. મનુષ્ય ભલે સારાંના બદલામાં સારું ન કરે પરંતુ ખરાબનો બદલો લેવામાં, જવાબ આપવામાં, ક્યારેય ચૂકતો નથી, કારણ કે એને ચુપ રહેવામાં

 —————————— પ્રામાણિક માણસ સફળ વિજેતા કેવી રીતે બને

પોતાની હાર લાગે છે. મનુષ્ય કાયમ બદલાની અગ્નિમાં સળગતો રહે છે. મનુષ્ય પોતાનું અડધું જીવન એ લોક સાથે બદલો લેવામાં, એના ષડ્યંત્ર રચવામાં ખર્ચી નાંખે છે. જેઓએ એને દુઃખ પહોંચાડ્યું હતું. એ વિચારે છે કે બદલા લેવાથી હિસાબ સરખો થઈ જશે. લડાઈ ખતમ થઈ જશે. પરંતુ આવું ક્યારેય બન્યું છે ખરું ! બુદ્ધ કહે છે '' વેરથી વેર શમતું નથી પરંતુ વધારે જલદ બની જાય છે. ''

બુદ્ધ સાચું જ કહે છે કારણ કે બદલો એક એવો શ્રૃંખલાબદ્ધ ખેલ છે જે પોતાના દરેક દાવમાં વધારે ને વધારે કુરૂપ બનીને સામે આવે છે. કારણ કે આપણે જેની સામે બદલો લઈશું એ પુનઃ પોતાના અપમાનો બદલો લેશે. પછી જેટલો મોટો એનો જવાબ રૂપી પ્રયાસ હશે એનાથી વધારે એના જવાબમાં બદલો લેવાનો પ્રયાસ કરીશું. ધીમે - ધીમે આજ બદલાની ભાવના આપણી ચારેય બાજુએ વિંટળાઈને નરકનું નિર્માણ કરી મૂકે છે અને આપણે બદલાની અગ્નિમાં બળીને ભસ્મ થઈ જઈએ છીએ અને વાત બનવાને બદલે વધારે બગડી જાય છે. જે પરિવર્તન આપણને જાગૃત કરી શકત, આપણને સાચવી શકત એ આપણને ગર્તામાં ધકેલીને લઈ જાય છે. એ સારું છોડો બદલાની ભાવનાને, બસ સ્વયંને પરિવર્તિત કરો જેથી કંઈક તો રૂપાંતરિત થઈ શકે.

વહેમ

વહેમનો કોઈ જ ઈલાજ નથી વહેમ માનવી સંપૂર્ણપણે ગળી જાય છે તથા દઢ થયેલા વિશ્વાસના ઘરને પાડી નાંખે છે. આપણે વહેમ એટલા માટે કરીએ છીએ કારણ કે આપણે બીજા પર સ્વયં પર જ વિશ્વાસ કરી શકતા નથી. પરંતુ આપણું જીવન બીજા પર વહેમાવામાં તથા એની જાસૂસી કરવામાં જ વ્યતીત થઈ જાય છે. આપણે આપણાં આયખાંને, ખરું - ખોટું સાબિત કરવામાં, બીજાઓની તપાસણીગાં જ વેડફી નાંખીએ છીએ. પોતાના વિશે, પોતાની ત્રુટિઓ પર ધ્યાન આપતાં નથી, એને કારણે આપણું પોતાનું ધ્યાન આપણા પોતા પરથી ખસી જાય છે અને અને આપણા હાથમાંથી આપણું બહુમૂલ્ય જીવન ગુમાવવા લાગીએ છીએ. જો આપણે સફળ બનવું હોય તો આપણે બીજાઓ પર પણ ભરોસો કરવો પડશે. આપણે સમજવું પડશે કે વહેમ કરીને આપણે આપણાં કાર્ય અને સંબંધોને માત્ર બગાડી જ શકીએ છીએ, પોતાને સફળ કરી શકતા નથી.

બીજાનો વિચાર કરવો, એમની ભાવનાઓની કદર કરવી સારી વાત છે પરંતુ એનો અર્થ એવો નથી કે તમે એના વિશે જ વિચાર્યા કરો. એટલા માટે જો તમારે ખરેખર સફળ વિજેતા બનવું છે તો એ વાતનો વિચાર છોડી દેવો પડશે કે લોકો તમારા માટે શું કહે છે અને શું વિચારે છે.

પોતાની સફાઈ આપવામાં જ લાગેલા ન રહો

એ તો બરાબર છે કે પોતાની ઈમેજ કે છબિ ની ચિંતા દરેકને હોય છે. અને જ્યાં ઈમેજ હોય છે ત્યાં ગેરસમજો અને આરોપો જેવી બાબતો સપાટી પર આવી જ જાય છે. પરંતુ એનો અર્થ એવો થતો નથી કે તમે તમારો આખોય વખત અને ઊર્જા પોતાની સફાઈ આપવામાં ખર્ચી નાંખો. ધ્યાન રાખો કે જેને તમારા પર વિશ્વાસ નથી એને તમે વિશ્વાસ અપાવી શકશો નહીં અને જ્યાં વિશ્વાસ છે ત્યાં સફાઈ આપવાની જરૂરિયાત હોતી નથી. જે શત્રુ છે એ સફાઈ સાંભળીને પણ શત્રુ જ બની રહેશે અને જે મિત્ર હશે એને સફાઈ સાંભળવાની કોઈ આવશ્યકતા નહીં રહે. એટલા માટે જો તમે સફળ બનવા ઇચ્છો છો તો દરેકને પોતાની સફાઈ આપવામાં લાગેલા ન રહો.

લોકો શું કહેશે

હંમેશાં આપણે આપણું કાર્ય પોતાના પ્રમાણે ઓછું બીજાના હિસાબથી વધારે કરતાં હોઈએ છીએ. બીજાનો વિચાર કરવો, એમની ભાવનાઓની કદર કરવી સારી વાત છે પરંતુ પોતાનું મન મારી, પોતાની સ્વતંત્રતા પ્રમાણે ન જીવવું એ ખોટું છે, જે આપણને દુ:ખ આપે છે. એટલે સુધી કે મોટા ભાગે લોકો પોતાના ગમા - અણગમા, જરૂરિયાતો - પ્રાથમિકતાઓ, રીતિ - રિવાજ વગેરે પણ લોકો અને સમાન વગેરે અનુસાર નક્કી કરતાં હોઈએ છીએ. નાની -નાની વાતોની રાહત માટે લોકો પોતાને કષ્ટમાં મૂકી દેતા હોય છે પરંતુ લોકકની વાતો ચોક્કસ પણે માનશે. આજ ભય ને કારણે માનવી દેખાડો કરે છે. પોતાના મૂલ્યો અને સિદ્ધાંતોની સાથે સમાધાન કરે છે. એને કારણે જીવન સાહજિકતા અને સ્વાભાવિકતા ઓછી અને દંભ વધારે આવી જાય છે. દંભ કાયમ આપણને દુ:ખ પહોંચાડે છે. જેમ આપણે પોતાના જીવન, પોતાના હિસાબે ખુલ્લા મને જીવી શક્તા નથી ત્યારે તકલીફ થાય છે અને આપણે દુ:ખી થવા લાગીએ છીએ. એટલા માટે તમારે જો ખરેખર સફળ વિજેતા બનવું છે તો એ વાતની ચિંતા છોડી દેવી પડશે કે લોકો તમારા માટે શું કહેશે કે શું વિચારશે.

સો ટકા પરિણામ પ્રાપ્ત કરવા માટે સો ટકા પ્રયાસ કરો. એમ વિચારને બદલે શે તમે શું ગમાવી રહ્યા છો, એમ વિચારવાનો પ્રયત્ન કરો કે તમારી પાસે શું છે એને એ લોકો ગુમાવી રહ્યા છે.

પ્રયત્નશીલ રહો

સમસ્યાઓ માત્ર ચિંતા કરવાથી કે વ્યવસ્થાને શાપ આપવાથી ક્યારે ઉકેલાતી નથી. એનો એક માત્ર હલ છે કે પ્રયત્ન કરતાં રહો. એવા પ્રયત્ન કરવા જોઈએ કે જે યોગ્ય દિશામાં કરવામાં આવે. પૂર્ણ ખંત અને તન્મયતાની સાથે કરવામાં આવે

 પ્રામાણિક માણસ સફળ વિજેતા કેવી રીતે બને

જેથી સફળતા ચોક્કસપણે પ્રાપ્ત થાય. નિષ્ફળતાનો અર્થ એ થાય છે કે પમારા પ્રયત્ન માં કોઈ કચાશ રહી ગઈ હતી. એ કચાશ કે ખોટને દૂર કરવામાં આવે અને પછી નવેસરથી પ્રયત્ન કરવામાં આવે. લક્ષ્ય નક્કી કરો. સ્વચ્છ, સ્વસ્થ, સુયોગ્ય અને સમૃદ્ધ રહેવા માટે કાયમ પ્રયત્નશીલ રહો. જીવનની જટિલતાઓ ને વધારવાના બદલે ઓછી કરો. આળસ, અકર્મણ્યતા, ઉદાસીનતા અને અનભિજ્ઞતા પ્રગતિશીલ બનવાના સૌથી મોટા શત્રુ હોય છે. આજ પ્રકારના દુર્વ્યસનો પણ અંદરથી આપણને પોલાં- બોદાં બનાવી દે છે.અંતત: સ્વાસ્થય કથળવા લાગે છે અને ક્ષમતાઓ ઓછી થવા લાગે છે. દુર્ગુણોથી અંતર અને સદગુણો, સુરુચિઓ તથા સદ્પ્રવૃત્તિઓનો વિકાસ કરવો જોઈએ જેથી વ્યક્તિત્વ અને કૃતિત્વમાં ઓપ આવી શકે.

અન્ય પર આશ્રિત રહેવાને બદલે આત્મનિર્ભર બનવાનો પ્રયાસ કરો. એના માટે આવશ્યક છે પોતાની જાતની કાટ -છાંટ કરવી અને ઘડવી. આવું કરીને કઠોર પથ્થરને પણ સુંદર મૂર્તિમાં પરિવર્તિત કરી શકાય છે. ઉંચા બનવા માટે, આગળ વધવા માટે પોતાની અંદર ઇચ્છાશક્તિને જગાડો અને લક્ષ્યપૂર્તિ માટે લાગી જાવ. શત - પ્રતિશત પરિણામ પ્રાપ્ત કરવા માટે શત - પ્રતિશત પ્રયાસ કરો. પોતાની જાણકારીનું વર્તુળ પ્રસારો - વિશાળ કરો. નકામી વાતો અને બેકાર વાતોના કામોમાં પોતાનો સમય નહીં વેડફો ત્યારે જ તમે સફળ બની શકશો.

બીજાની મુશ્કેલીઓને સમજો

જીવન એકલા જ જીવવાનું નામ નથી, સમૂહનું નામ છે. મનુષ્ય જ્યાં પણ રહે છે ત્યાં એને મિત્ર, સગાસંબંધીઓ કે સમાજ મળી જાય છે. આણે કાયમ બીજા પ ૨ શાસન ચલાવવા માટે વિચારતા હોઈએ છીએ. આપણે વિચારીએ છીએ કે લોકો, આપણો પરિવાર અને સમાજ આપણને સગજે. પરંતુ જીવન ખેનું નામ નથી. જીનમાં આપણે બીજા લોકોને પણ સમજવા પડશે આપણે પણ બીજાઓની ફરિયાદોને દુર કરવી પડશે. જો કોઈ આપણા અનુસાર નથી. જીવનમાં આપણે બીજા લોકોને પણ સમજવા પડશે. તેમની વિવશતાઓને જાણવી પડશે. જો આપણે એક સારાં , સફળ સુંદર અને પ્રબંધિત જીવન જીવવું છે તો આપણી સાથે સંકળાયેલા લોકોની વિવશતાઓને તથા તેઓની નબળાઈઓને પણ સમજવી અને સ્વીકારવી પડશે. આપણે ફક્ત આપણી જ ચિંતા કર્યા કરવાની નથી.

જેવી રીતે સોનાની પાસે ચમક છે તો સુગંધ નથી અને ચંદન પાસે સુગંધ છે પણ ચમક નથી. એજ પ્રમાણે દરેકના જીવન પૂર્ણ હોતા નથી, એમાં કોઈ ને કોઈ ખામી ચોક્કસ રહી જાય છે.

જે મળ્યું છે, એનો આભાર વ્યક્ત કરો

આપણને જીવનમાં જે પણ મળ્યું છે એનો આભાર માનો, જે નથી મળ્યું એ માટે નિરાશ ન થાવ. કારણ કે આ જીવનમાં કોઈ પણ એવું નથી જેને બધું જ મળી ગયું હોય. કોઈ પણ સંપૂર્ણ હોતું નથી. જેવી રીતે સોનાની પાસે ચમક છે તો સુગંધ નથી અને ચંદન પાસે સુગંધ છે પણ ચમક નથી. એજ પ્રમાણે દરેકના જીવન પૂર્ણ હોતા નથી, એમાં કોઈ ને કોઈ ખામી ચોક્કસ રહી જાય છે.એટલા માટે તમે એ સંપૂર્ણ પ્રયાસ કરો કે જે તમને મળ્યું છે એને તમે સાચવો. આમ કરવાથી આપણને જીવનમાં દુઃખના બદલે સુખ પ્રાપ્ત થશે. અન્યથા આપણે આજીવન કચવાતાં રહીશું કે આપણી પાસે આ નથી – આની ખોટ છે અને એ ખોટને જોતાં આપણે કદાપિ સફળ પણ થઈ શકીશું નહીં.

નકારાત્મકતાને અવગણો

જીવનમાં સફળ થવા માટે હકારાત્મક વિચારધારાનું હોવું અત્યંત આવશ્યક છે. એટલા માટે માત્ર હકારાત્મક વિચારધારા રાખવાના પ્રયાસ કરો એટલું જ નહીં પરંતુ એવા પણ પ્રયાસો કરો કે તમે પોતાના જીવનથી એવા લોકોને પણ દૂર રાખશો જેઓ તમારી આસપાસ નકારાત્મકતા ફેલાવે છે. આપણા જીવનમાં સફળ થવામાં આપણાં મિત્રો, સહભાગીઓ અને સંગતનો અત્યંત પ્રભાવ પડતો હોય છે. એટલા માટે નકારાત્મક લોકો અને આત્મવિશ્વાસને ડગમગાવી દેનારા લોકોથી તો દૂર જ રહો. જો તમારા જીવનમાં નકારાત્મકતા ઓછી થશે ત્યારે જ તમારું જીવન સુચારુ રીતે પ્રબંધિત થઈ શકશે.

ક્ષમા કરો

માન્યું કે કોઈની પણ ભૂલ માટે અને માફી આપવી અત્યંત અઘરું છે પરંતુ જો તમારે જીવનમાં આનંદિત – ખુશ રહેવું છે, આગળ વધવું છે તો ક્ષમા કરતાં શીખી જાવ. કારણ કે જીવનમાં અનેક વાર જેમ આપણાથી તેમ બીજાથી પણ ભૂલો થઈ જતી હોય છે, આવામાં તેમને ક્ષમા કરીને આગળ વધી જવું જ ઉચિત છે. જો આપણે એમાંજ ગુંચવાયેલા રહીશું તો ક્યારેય સફળ થઈ શકીશું નહીં. જીવનમાં આપણી સાથે સંબળાયેલા લોકોથી કાયમ ભૂલો થઈ જતી હોય છે. એવામાં જીવનને સરળ બનાવવા માટે આપણે માફ કરવાની ટેવ પાડવી જ પડશે. આજ એક રીત છે આવનારા જીવનને પ્રસન્નતાપૂર્વક સુંદર રીતે જીવવા માટેની.

જો તમે કોઈની પરવા કરશો ત્યારે જ કોઈ તમારી પણ પરવા કરશે. એટલા માટે જો તમે બીજા પાસે ઈચ્છો છો, પહેલાં એ જ પ્રમાણે બીજા સાથે પણ વહેંચતા શીખો.

નાની-નાની વાતોમાં રસ લો

આપણે આપણાં જીવનમાં અનેક નાની - નાની બાબતોને વિસરી જઈએ છીએ જે આપણને ખુશી આપી શકે છે. જેમ કે તમે કોઈ નવા વસ્ત્ર ખરીદ્યા હોય, બહાર ડિનર માટે ગયા હોય, ઘરમાં રંગરોગાન કરાવ્યું હો, ક્યારેક કોઈનો જન્મદિવસ ઉજવ્યો હોય, તમારા ઘરમાં કોઈ આવ્યું હોય, આ બધી વાતોમાં રુચિ લો ખુશ રહેવા માટે તમારે ક્યાંય દૂર જવાની કે કોઈ ચોક્કસ દિવસ કે મુહૂર્તની જરૂર હોતી નથી પરંતુ તમે પોતાના દિવસભરની નાની મોટી પ્રવૃત્તિઓમાં પણ ખુશી અને સુખ શોધી શકો છો.

અવ્યાવહારિક થવાથી બચો

હંમેશાં મોટાભાગના લોકો ઓછા વ્યવહારુ હોય છે. તેઓ વાસ્તવિકતાથી દૂર કાયમ હવાઈ કિલ્લા બાંધવામાં જ વ્યસ્ત રહે છે. મનોમન પૂરી કલ્પના કરી લે છે કે આપણે આમ કરીશું કે તેમ કરીશું અને ત્યારપછી આમ કરીશું. આપણે વિચારીને જ રહી જઈએ છીએ, પોતાના કાર્યોને પૂર્ણ કરવા માટે કોઈ આયોજન કે યોજના બનાવતા નથી. આપણે અવ્યવહારુ રીતે જ પોતાના કાર્યોને કરવાના પ્રયાસો કરતાં રહીએ છીએ. આપણે આપણાં કામો ને સમય પર શરું કરતાં નથી. એનાથી નૂકસાન એ થાય છે કે જો કોઈ કામ આજે શરું કર્યું જ નથી તો કાલે પુરુ કરી શકીશું નહીં. આપણે વિચારતા રહીએ છીએ કે હું કરી લઈશ, હું કરી લઈશ પરંતુ કામ શરું જ કરતાં નથી. સફળતા પ્રાપ્તિનો મૂળ મંત્ર આજ છે કે આપણે કોઈ પણ કાર્યને વ્યવહારુ બનીને યોગ્ય સમયે પૂરું કરીએ. અને આજ કે કાલ પર ટાળવું તમારા વ્યવહારુપણું તમારી કામ પ્રત્યેની ગંભીરતાની નિશાની નથી. એટલા માટે એ પ્રયાસો કરવા જોઈએ કે આપણાં કાગ ગાટેનો યોગ્ય ગોજના બનાવીએ અને એ યોજના અનુસાર પોતાના કામોને કરતાં જઈએ, ત્યારે જ સફળતા પ્રાપ્ત થશે. માત્ર હવાઈ કિલ્લા બાંધવાથી તમારા કામો પૂરા થઈ શકશે નહીં. કોઈ પણ કામને કરવા માટે વિચાર અ વિમર્શ કે યોજનાઓ બનાવવી બહુ જરૂરી છે. માત્ર વિચાર જ કરવાનો નથી એ યોજનાઓને ક્રિયાન્વયન માટે તમારે એને અમલમાં પણ લાવવી પડશે.

સૌથી પહેલાં પોતાની આવશ્યકતાઓને પારખો, બે હોડીમાં સવાર મનુષ્ય ક્યારે કિનારે પહોંચી શકતો નથી. એટલા માટે આવશ્યક વસ્તુઓ પર જ ધ્યાન કેન્દ્રિત કરો, બાકીની વધેલી વસ્તુઓને છોડી દો.

બીજાને જવાબદાર ન ઠેરવો

મોટ ભાગના લોકોને કાયમ પોતાની નિષ્ફળતાનો ટોપલો બીજા પર ઢોળવાની

ટેવ હોય છે. આપણે ખુબ સરળતાથી બીજાને પોતાની નિષ્ફળતા માટે જવાબદાર ઠરાવી દઈએ છીએ. હું એટલા માટે સફળ થઈ શક્યો નહીં કારણ કે અમુક વ્યક્તિ બિમાર પડી ગયા હતા, હું એટલા માટે સફળ થઈ શક્યો નહીં કારણ કે એમણે મારી સહાયતા કરી નહોતી, હું એટલા માટે નિષ્ફળ થઈ ગયો કે મને લોન મળી નહોતી. હું એટલા માટે સફળ થઈ શક્યો નહીં કારણ કે હું ભણી શક્યો નહોતો. આપણાં પ્રયાસો કામય એવા જ રહેતા હોય છે કે આપણે આપણી નિષ્ફળતા માટે પોતાને જવાબદાર ગણવાથી બચતા રહીએ છીએ. આપણે કાયમ કોઈ બહાનાઓમાં ગુંચવાયેલા રહીએ છીએ અથવા તો પોતાની નિષ્ફળતાનો આખોય આધાર બીજાને ગણી લઈએ છીએ. જે લોકો પોતાની નિષ્ફતા માટે બહાનાઓ શોધે છે, તેઓ કામય બીજા પર જ દોષારોપણ કરતાં હોય છે. તેઓ કાયમ પોતાની જાતને બચાવતા હોય છે અને ચોખવટ કરતાં હોય છે મારા એકલાના કરવાથી કશું પણ વળવાનું નહોતું.જો આમણે કે તેમણે મારો સાથ આપ્યો હતો તો કદાચ હું નિષ્ફળ થાત નહીં. પોતાની નિષ્ફળતા માટે બીજાને જવાબદાર ગણવાની આપણી આ ટેવ પણ આપણને સફળ થવા દેતી નથી. કારણ કે આપણે કાયમ બીજાઓમાંજ ખામી શોધ્યા કરીએ છીએ, પોતાના દોષો ભણી તો આપણું ધ્યાન જતું જ નથી, જે કારણે આપણે આપણી ખામીઓને ત્રુટિઓને નિવારી શકતા નથી. અંતત: આપણે નિષ્ફળતાનો સામનો કરવો પડતો હોય છે.

આલોચના નહીં, આત્માલોચન કરો

આપણે કાયમ બીજાની આલોચના કર્યા કરીએ છીએ, એમાં ખામીઓ કાઢ્યા કરીએ છીએ. એને કારણે આપણે અંદર ને અંદર બળ્યા તથા દુણાયા કરીએ છીએ. જ્યારે આપણે પોતાના કરતાં બીજાની આલોચના પર ધ્યાન આપીશું ત્યારે આપણને તેમની અદેખાઈ તો થશે જ. એના કરતાં એ વધારે સારું થશે કે આપણે પોતાની ક્ષમતાઓ પર, પોતાની આવડત પર અને પોતાના વિકાસ પ્રત્યે ધ્યાન આપીએ. બીજાની આલોચનાઓની જગ્યાએ આપણે આત્માલોચના પર ધ્યાન આપવું જોઈએ કે હું જો આવો છું તો શા માટે છું ? જો હું સફળ નથી થઈ રહ્યો તો એની પાછળનું કારણ શું છે અથાવ તો મારામાં શું ખામી છે, જે મને સફળ થતાં અટકાવી રહી છે. બીજાની ભૂલો અને ખામીઓ શોધવાને કારણે આપણે પોતાનો જીવ બાળીને પોતાની જ ઉર્જાને ખલાસ કરી નાંખીએ છીએ. એટલા માટે બીજાની ખામીઓના બદલે પોતાની અક્ષમતાઓ પર ધ્યાન આપતાં પોતાને સુધારવાનો પ્રયાસ કરવો જોઈએ.

એક વાતનું ધ્યાન રાખો કે જો તમે સફળ થવા માંગો છો તો બીજાની વાહ-વાહ લૂંટવી એ તમારો ધ્યેય ના હોવો જોઈએ. પોતાના ઉદ્દેશ્ય કે પડાવને પ્રાપ્ત કરવો જ તમારું લક્ષ્ય, ઝનૂન કે જિદ હોવી જોઈએ.

 ———————————— પ્રામાણિક માણસ સફળ વિજેતા કેવી રીતે બને

પોતાના કામ પર જ ધ્યાન આપો

મનુષ્યનો સ્વભાવ એવો છે કે આપણે આપણાં પોતાના કામ ના બદલે બીજાના કામ પ્રત્યે વધારે ધ્યાન આપતા હોઈએ છીએ. આપણે કામય બીજાની જ ચિંતામાં ગુંથાયેલા રહીએ છીએ કે એ આવો શા માટે છે તો કેમ છે અથવા તો એ આવું કરે છે એટલે સફળતા મેળવી લે છે. આપણે બીજાને તો ખૂબ જ સરળતાથી સલાહ - સૂચનો આપી દઈએ છીએ, એમની ખામીઓ પણ કાઢી લઈએ છીએ, તેઓને એ પણ શિખવી દઈએ છીએ કે કેવી રીતે પ્રબંધન કરવું જોઈએ, કેવી પસંદગી કરવી જોઈએ અથવા તો મે આવા કેમ નથી અને જયારે પોતાના પર વાત આવી જાય છે ત્યારે આપણે એના પર પૂરું ધ્યાન આપી શકતા નથી. ચોવીસ કલાક આપણાં મગજમાં, બીજા બીજા અને બીજા ઘુમરાયા કરે છે. જો આપણે આપી ઊર્જા અને સમય પોતાના ઉપર લગાવીશુ તો આપણે ઓછામાં ઓછા સમયમાં સફળતા પ્રાપ્ત કરી લઈશું. પરંતુ આપણે એવું જ વિચાર્યા કરીએ છીએ બીજાના જીવનમાં શું ચાલી રહ્યું છે તો આપણે કદાપિ સફળ બની શકીશું નહીં.

પ્રદર્શન કે દેખાડાથી બચો

દરેક મનુષ્યની એ પ્રકૃતિ હોય છે કે એ જે પણ પ્રાપ્ત કરી લે છે, એના કરતાં વધારેનો દેખાવ કે દેખાડો કરતો હોય છે. એ સફળ હોય કે ના હોય પરંતુ બીજાની દષ્ટિમાં એને વાહ વાહ લૂંટવાની કવાયત ચોક્કસ પણે કરતાં હોઈએ છીએ. એક વાતનું ધ્યાન રાખો કુ જો તમે સફળ થવા માંગો છો તો બીજાની વાહવાહ લૂંટવી એ તમારો ધ્યેય ના હોવો જોઈએ . પોતાના ઉદ્દેશ્ય કે પડાવને પ્રાપ્ત કરવો જ તમારું લક્ષ્ય, ઝનૂન કે જીદ હોવી જોઈએ. પરંતુ જેને વાહ - વાહ પ્રાપ્ત કરવાની ટેવ હોય છે, તેઓ દરેક કામ એટલા માટે જ કરતાં હોય છે કે સાગે વાળા તેગની પ્રશંસા કરી દે, તેઓ રાજી થઈ જાય કે રામે વાળા મારા કાબુમાં આવીને મારા અનુસાર કામ કરે. આવા લોકો પોતાના નાના કામને વધારીને પોતાને જ મોઢે પોતાના વખાણ કરતાં હોય છે.. આવામાં આપણે આપણાં ઉદ્દેશ્યથી ભટકી જઈએ છીએ, ત્યાં સુધી પહોંચી શકતા જ નથી. બીજાના વખાણ સાંભળીને અતિ આત્મવિશ્વાસી બનીને પોતાના પગલાંને ડગમગાવી દઈએ છીએ. વખાણ અને પ્રસંશામાં ગુંચવાઈ જઈને આપણે આપણું કામ પૂર્ણ મહેનત અને સત્યતાથી કરી શકતા નથી અને સફળતા પ્રાપ્ત કરવાથી વંચિત થઈ જઈએ છીએ.

જીવન એ નથી જેવું આપણે વિચારીને ચાલીએ છીએ, જીવન એ નથી જેને આપણે સ્વપ્રમાં મઢીને ચાલીએ છીએ. જીવનમાં આપણે એવી ઘણી બધી બાબતોને અપનાવવાની હોય છે કે એની સાથે હાથ મેળવવા પડે છે, જે આપણને ગમતી હોતી નથી.

સમાધાન કરતાં પણ શીખો

જીવન એ સમજૂતી - સમાધાનનું નામ છે, પછી ભલે એ સમાધાન આપણે આપણાં સગાં સંબંધીઓ સાથે, મિત્રો સાથે, બૉસ સાથે કે સહકર્મીઓ સાથે જ કેમ ના કરવું પડે. જીવન એ નથી જેવું આપણે વિચારીને ચાલીએ છીએ, જીવન એ નથી જેને આપણે સ્વપ્નમાં મઢને ચાલીએ છીએ. જીવનમાં આપણે એવી ઘણી બધી બાબતોને અપનાવવાની હોય છે કે એની સાથે હાથ મેળવવા પડે છે, જે આપણને ગમતી હોતી નથી. અને ભલે એને વિવશતા કહો કે આપણે સમાધાન કરવા માટે સ્વયંને ખેલાંલ રાખવા જોઈએ. જો આપણે સમાધાન ન કરવાની હઠ પર અડી ગયા અને એક રેખાં ખેંચીને એમં બેસી ગયા કે હું આની આગળ માધાન નહીં કરું તો તમે ક્યારેય સફળ બની શકવાના નથી. માની લો કે તમને ઑફિસ મનગમતી નથી મળી, તમારું વેતન પણ તમારી આવડત પ્રમાણે નથી, તમારો બૉસ તમારા જેવો નથી કે જો આપણે સંબંધોની વાત કરીએ તો આપણે ખુશ રહેવાનું મન છે પરંતુ આપણે ખુશ નથી કારણ કે આપણે સમાધાન નથી કરી શકતા. આપણે એવું ઇચ્છીએ છીએ કે આપણને આપણે જોઈએ એવા લોકો મળે, આપણો બૉસ આપણાં જેવો હોય કે પછી આપણાં સંબંધો આપણી ઇચ્છાનુસાર ચાલે તો કામય આ પ્રમાણે તો બનતું નથી. આપણે જીવનના દરેક વળાંક પર કોઈ ને કોઈ રૂપમાં સમાધાન - સમજૂતી કરવી જ પડતી હોય છે. જન્મ થી માંડીને મૃત્યુ સુધી કેટલી બધી એવી બાબતો છે જે આપણને ગમતી હોય એ પ્રમાણે નથી મળતી કે નથી બનતી. જયારે આપણને આપણી ઇચ્છાનુસાર જે વસ્તુઓ જોઈએ તે નથી મળતી ત્યારે આપણે ઘણું સહન પણ કરવું પડે છે, જેણે આ કળાને શીખી લધી, એ ચોક્કસ પણે સફળ બનશે.

આત્મ સન્માન અને અહંકારના અંતરને સમજ લો. અહંકાર રાવણના જેવો છે બળશાળી હોવા છતાં હારી જાય છે અને આત્મ સન્માન કૃષ્ણ ના જેવો છે, જે કોઈ પણ હથિયાર વગર પણ જીતી જાય છે. એટલા માટે ધ્યાન રાખો કે ક્યાંક તમે આત્મ સન્માનની ચાહમાં પોતાનામાં અહંકારને તો નથી સિંચી રહ્યા.

લાલચથી બચો

લાલચ એવી ખરાબ બલા છે જો એક વાર એની લત પડી ગઈ તો સમજો કે નોથી છૂટકારો મેળવવો ખૂબ જ અઘરું બની જાય છે. લાખ પ્રયત્નો કરો પણ આપણે એનાથી દૂર રહી શકતા નથી, કારણ કે જ્યારે કોઈ જરૂરિયાત આપણા પર હાવી થઈ

 પ્રામાણિક માણસ સફળ વિજેતા કેવી રીતે બને

જાય છે. આપણી જરાક અમથી લાલચ આપણી દુશ્મન બની જાય છે, જેનું પરિણામમ એ થાય છે કે આપણે બીજાની દષ્ટિમાં નીચે પડી જઈએ છીએ. કાયમ એવું જોવા મળે છે કે આપણે જ્યારે પણ બીજા કોઈને એશ - આરામનું જીવન જીવતાં નિહાળીએ છીએ, ત્યારે આપણું મન પણ ઇચ્છે છે કે આપણે પણ એવી જ રીતે જીવીએ અને એની ચાહ લઈને આપણે અનેક ખોટી બાબતો તરફ આપણું મ્હોં ફેરવી નાંખીએ છીએ. પોતાની જરૂરિયાતોને પૂરી કરવા માટે આપણે ક્યારેક ચોરી પણ કરી લઈએ છીએ, જે આપણાં વ્યક્તિત્વની વિરુદ્ધ હોય છે.

જીવનમાં જો આગળ વધવું છે તો તો જરૂરી છે કે એ ખરાબ ટેવથી દૂર જ રહો અને જે હોય એમાં સંતુષ્ટ રહો, જે પણ તમારી પાસે છે. વધારે ચાહ વધારે લાલચ નુકસાનમાં લઈ જાય છે, જેના કારણે તમે તથા તમારો પરિવાર પણ પ્રભાવિત થઈ શકે છે, એટલા માટે જેટલી ચાદર હોય એટલા જ પગને પ્રસારવા. ચાદરની બહાર પગ ફેલાવવાનો પ્રયાસ તમને ખોટા માર્ગે લઈ જઈ શકે છે. જો તમારી જરૂરિયાતો છે તો એવા પ્રયાસો કરો કે તમે એને ધીમે - ધીમે પૂરી કરી શકો અને જે સૌથી વધારે જરૂરી હોય એને પહેલી પૂરી કરો. બીજાની દેખા - દેખી ને કારણે તમારા મનમાં લાલચ ન લાવો. એવું વિચારો કે તમારી પાસે જે છે એ પુરતું છે. જોતમારા આવા પ્રકારના વિચારો હશે તો તમારા મનમાં ક્યારેય લાલચ નહીં આવે.

અહમૂથી બચો

ઈગો મનુષ્યનો સૌથી મોટો શત્રુ છે. અહંકારી મનુષ્ય ક્યારેય કક્યરેય સફળ બની શકતો નથી. ઘણી વાર લોકોમાં એટલો બધો અહમૂ હોય એ અહમૂ ને કારણે ખરા કામને પણ ખોટું બનાવી દે છે. ઈગો ની આ ભાવના સારા - સારા વ્યક્તિઓને પણ ખરાબ બનાવી મૂકે છે., કારણ કે જે વ્યક્તિ ઈગોથી સંપૂર્ણ ભરેલો હોય છે, એના ઈગો ને જો તમે સ્હેજ પણ ઠેસ પહોંચાડી તો એનો પારો ગુમાવી બેસે છે.

સૌથી પહેલાં પોતાની અંદરથી આ ભાવનાને બહાર કાઢીને ફેંકી દોફ એવું પણ નથી કે ઈગોઈસ્ટ હોવું એ ખોટી કે ખરાબ બાબત છે, પરંતુ એનો અતિરેક તો મુશ્કેલીઓ જ ઊભી કરી દે છે. દરેક વ્યક્તિમાં અહમૂ હોય છે, પરંતુ એનો અર્થ એવો નથી કે એ પોતાના અહમૂ માંજ ખોવાયેલો રહે. જીવનમાં જો આગળ વધવું છે અને સારું જીવન જીવવું છે તો ઈગોને એક કિનારે રાખો અને સુખમય જીવન જીવો.

જેટલા પણ ઝગડા, યુદ્ધ કે દુઃખ હોય છે એનું કારણ માત્ર સહેવું જ હોય છે, કારણ કે સમજણ વગર જ્યારે આપણે સહન કરીએ છીએ, ત્યારે ક્યાંક ને ક્યાંક પોતાનો રોષ ચોક્કસપણે પ્રગટ કરીએ છીએ.

ઈર્ષ્યાથી બચો

આજની લાઈફમાં આ વસ્તુ બહુ જ જોવા મળે છે, કારણ કે આજે એક - બીજાથી આગળ નિકળવાની હરિફાઈમાં દરેક વ્યક્તિ બીજાની ઈર્ષ્યા કરતો હોય છે પોતાનાથી જો વધારે સારો માણસ દેખાય છે તો અસુરક્ષા ઘર કરી જાય છે. એટલા માટે વ્યક્તિમાં એને જોઈને ઈર્ષ્યાનો ભાવ આકાર લેવા લાગે છે.માણસ પોતાના દુખ:થી એટલો દુ:ખી થતો નથી, જેટલો એ બીજાનું સુખ જોઈને દુ:ખી થતો હોય છે. બીજાને સુખી જોઈને વ્યક્તિ ખુશી ઓછી પણ ઈર્ષ્યા વધારે રાખે છે.

સૌ પ્રથમ પોતાની યોગ્યતાઓને વિસ્તારો - વધારો જેથી બીજાને જોઈને તમને ઈર્ષ્યા ન આવે. જો કોઈની યોગ્યતા જોઈને તમને ઈર્ષ્યા થઈ રહી છે તો એવા પ્રયત્ન કરો કે એના સારાપણાંને તમે ગ્રહણ કરી શકો, જેથી તમે પોતાનામાં સુધાર લાવી શકો. બીજાની ઈર્ષ્યા કરવાને બદલે અઢેના ગુણોને અપનાવવાના પ્રયાસ કરો અને એમ વિચારો કે તમને એની કેવા પ્રકારની ઈર્ષ્યા છે. શું એ તમારા કરતાં સારા પદ પર બિરાજમાન છે કે પછી તમારા કરતાં વધારે સ્માર્ટ છે. જો તમને એમ લાગે છે કે આવું કંઈક છે તો પોતાના અંદર રહેલી ખામીઓને દૂર કરો અને તન-મન-ધનથી પોતાના વ્યક્તિત્વને સુધારવા અને એને ઓપ આપવામાં લાગી જાવ જેથી જે વ્યક્તિની તમને ઈર્ષ્યા આવે છે એ તમારી ઈર્ષ્યા કરે. ઈર્ષ્યા કરવી એ ખૂબ જ સરળ છે પરંતુ એનાથી છુટકારો મેળવવો એ અત્યંત અઘરું છે.

સહો નહીં, સમજો

કાયમ એમ કહેવામાં આવે છે કે 'માનવીએ કાયમ સહનશીલ બનવું જોઈએ, જો કોઈ સહન કરતાં શીખી જશે તો આ સમાજ, ઘર , દેશ સુંદર થઈ જશે.' પરંતુ જેટલાં ઝગડાં, યુદ્ધ કે દુ:ખ હોય છે એનું કારણ માત્ર સહન કરવું જ હોય છે. કારણ કે સમજણ વગર જ્યારે આપણે સહન કરીએ છીએ, ત્યારે ક્યાંક ને ક્યાંક પોતાનો રોષ ચોક્કસપણે પ્રગટ કરીએ છીએ. સહન કરવાની પીડા અંદર ને અંદર એટલી બધી વધી જાય છે કે ધીમે ધીમે માનસિક અને શારીરિક સ્વાસ્થ્ય જ નહીં કાર્ય - વ્યવસાય જીવન પણ પ્રભાવિત થવા લાગે છે. એટલા માટે સહન કરવા કરતાં સમજવા પર વધારે ભાર આપો અને સહન કરવાના પરિણામોથી બચો.

આપણને જીવન પાસેથી જે બોધપાઠ મળ્યો છે એને ક્યારેય ભૂલવો જોઈએ નહીં ખાસ કરીને જ્યારે વસ્તુઓ તમારી તરફેણમાં ન હોય, કારણ કે નિષ્ફળતાથી તમને જે બોધપાઠ મળ્યો એ તમારા લક્ષ્ય -પ્રાપ્તિ તરફ તમારું પ્રથમ ડગલું હોઈ શકે છે.

 પ્રામાણિક માણસ સફળ વિજેતા કેવી રીતે બને

ભૂલોમાંથી બોધપાઠ શીખો

જીવનમાં ઘટિત દરેક ઘટના આપણા માટે બોધપાઠ હોય છે. જીવનમાં આપણે જે મળ્યું, જેનો પણ આપણે સામનો કર્યો, એ આપણને કંઈક નવું શીખવે છે, આપને અનુભવી બનાવે છે. આપણે આપણી ભૂલોમાંથી કંઈક શીખવું જોઈએ ખાસ કરીને જ્યારે એ વસ્તુઓ જે તમારા હકમાં ન હોય. ઘણી વાર આપણે જીવનમાં જે ઈચ્છીએ છીએ તે આપણને મળતું નથી આવામાં ગભરાવાની જરૂર નથી. પરંતુ તમારે હકારાત્મક દષ્ટિકોણ અપનાવાની જરૂર છે. માની લો કે તમે જે નોકરી ઈચ્છતા હતા એ તમને ના મળી અથવા તો કોઈ પણ સંબંધોમાં તમને નિષ્ફળતા મળી તો તમારે એવું વિચારવું જોઈએ કે કદાચ એનાથી ઉત્તમ તમારી રાહ જોઈ રહ્યું છે. કારણ કે એ નિષ્ફળતાથી તમને જે બોધપાઠ મળ્યો એ તમારા લક્ષ્યપ્રાપ્તિ ભણી તમારું પ્રથમ ડગલું હોઈ શકે છે.

વર્તમાનની જવાબદારીને સમજો

કહેવાય છે કે આપણો વર્તમાન જીવનના ભૂતકાળનું પ્રતિફળ તથા ભાવી જીવન વર્તમાનનું પરિણામ છે. એટલા માટે આવશ્યક છે કે તમે પહેલાં પોતાના વર્તમાનની જવાબદારીઓને સમજીને એને સુધારો. એટલા માટે તમારા પોતાના તથા પોતાની જવાબદારીઓને સમજવી પડશે. જ્યારે તમે પોતાની જવાબદારીને સમજી જશો ત્યારે સ્વયં પોતાના માર્ગદર્શક બનીને પોતાના સફળતાના માર્ગોને નક્કી કરશો. માત્ર તમેજ એવા શખ્સ છો જેના પર તમારું પોતાનું પ્રત્યક્ષ નિયંત્રણ છે. તમે સ્વયં જ તમારા જીવનની દશા અને દિશા નિર્ધારિત કરો છો, પરંતુ આ એટલું સરળ નથી. એમાં દરેક વ્યક્તિ તમારા બાધક બની શકે છે. આવામાં તમારે પોતાનું દાયિત્વ સમજીને પોતાના માર્ગમાં આવનારી પરેશાનીઓમાંથી બહાર આવવું પડશે.

પરિવર્તન કરવા યોગ્ય બાબતો-વસ્તુઓ પર ધ્યાન આપો

માન્યુ કે તમારું તમારા જીવન પર પ્રત્યેક્ષ નિયંત્રણ છે પરંતુ એમ છતાં અનેક વાર ઘણી બધી બાબતો- વસ્તુઓ આપણા હાથમાં નથી હોતી આવામાં તમારે એ નિર્ણય લેવો પડશે કે તમે ઉપલબ્ધ સંસાધનોથી કઈ રીતે પોતાનું શત - પ્રતિશત આપી શકો છો. જે બાબતો - વસ્તુઓ તમારા પહોંચની બહાર છેએના પર પોતાનો સમય,

જ્યાં સુધી તમે તમારી પોતાની સમસ્યાઓ અને મુશ્કેલીઓનું કારણ બીજાને માનો છો, ત્યાં સુધી તમે તમારી સમસ્યાઓ અને મુશ્કેલીઓને દૂર કરી શકતા નથી.

પ્રતિભા અને ભાવનાત્મક ઊર્જાને નષ્ટ કરીને તમને કુંઠા અને નિરાશા સિવાય બીજું કશું પણ પ્રાપ્ત થવાનું નથી, એટલા માટે જ્યાં તમે શ્રેષ્ઠ કરી શકો છો ત્યાં ધ્યાન આપો તથા જે તમારા વશમાં નથી અને જે વસ્તુઓને બદલીને તમે તમારું જીવન શ્રેષ્ઠ બનાવી શકો છો, પોતાની ઊર્જાનું રોકાણ એ વસ્તુઓને બદલવામાં કરો.

બિનજરૂરી વસ્તુઓને હટાવો

સૌ પ્રથમ પોતાની આવશ્યકતાઓને ઓળખો, તમારા જીવનમાં શું મહત્ત્વપૂર્ણ છે, એની પસંદગી કરો. ત્યાર પછી તમારા જીવનમાં જેની કોઈ જરૂર નથી, એને સાફ કરી નાંખો છાંટી લો. બિન જરૂરી વસ્તુઓને જુદી પાડીને સાફ કરી નવેસરથી પોતાની સફળતા માટે આધાર તૈયાર કરો. આ પ્રક્રિયા તમારા જીવનના પ્રત્યેક ક્ષેત્રમાં તમારા માટે લાભકારક સિદ્ધ થશે. પછી ભલે એતમારા કામ સાથે સંબંધિત હોય કે સંબંધો સાથે કે પછી સમાન્ય વસ્તુઓ સાથે. કાયમ યાદ રાખો કે બધું જ કરી નાંખવાની ઇચ્છામાં તમે કશું પણ નહીં કરી શકો. કહેવાય છે કે બે હોડી પર સવાર માનવી ક્યારેય કિનારે જઈ શકતો નથી. એટલા માટે ફક્ત જરૂરી વસ્તુઓ - બાબતો પર ધ્યાન કેન્દ્રિત કરો, બાકીની વધેલી વસ્તુઓને છોડી દો.

સ્વયં પ્રત્યે વફાદાર રહો

કાયમ પોતાના પ્રત્યે વફાદાર રહો અને પોતાની સાથે સત્ય જ બોલો. તમે જે કરી રહ્યા છો, એ યોગ્ય છે કે ખોટું એ બીજું કોઈ નથી જાણતું, પરંતુ તમે પોતે ખૂબ જ સારી રીતે જાણો છો કે તમે શું કરી રહ્યા છો. તમે જો કોઈની સાથે જુઠું બોલી રહ્યા છો તો તમે જાણો છો કે તમે અસત્ય બોલ્યા છો. જો તમે કોઈને પણ સત્ય પણ કહો છો પ્રામાણિકતા સાથે કહો. અમસ્તા જ બે વ્યક્તિઓની વચ્ચે વચમાં સમસ્યા ઉત્પન્ન કરવા માટે કશું પણ ના કહો. પોતાની વાતને તથ્યોની સાથે રજુ કરો. જો ભવિષ્યમાં ફરીથી પોતાની વાતને બેવડાવી પડે તો પણ તમે પોતે કહેલી વાત તમને યાદ રહે, પોતાની વાતથી ફરો નહીં. જીવનમાં ઓછામાં ઓછું પોતાની સાથે તો સત્ય જ બોલો. કારણ કે માનવી સ્વયં પ્રત્યે પ્રમાણીક હોય છે એ જ બીજાની સમક્ષ માથું ઉંચુ કરીને રહી શકે છે અને સફળ બની શકે છે.

જો તમે એ વાતો અને પરિસ્થિતિને કારણે ચિંતિત બની જાવ છો, જો તમારા નિયંત્રણમાં નથી તો એનું પરિણામ સમયનો બગાડ અને ભવિષ્યનો પસ્તાવો છે.

 —————————— પ્રામાણિક માણસ સફળ વિજેતા કેવી રીતે બને

લોકોની પરવાહ કરો

સફળ થવાનો અર્થ પોતે આગળ નિકળી જઈને સંતુષ્ટ થઈ જવું એ નથી. આવી સફળતા નકામી છે. જેમાં તમે વર્જેતા બનીને એકલા જ રહી જાવ. જીવનમાં પોતાના અને પોતાના સિવાય બીજાઓની પણ ફિકર- ચિંતા કરતાં પણ શીખો. જો તમે કોઈની પરવા કરશો તો કોઈ તમારી પરવા કરશે. પરંતુ જો તમને કોઈની તકલીફ બિમારી કે સમસ્યાની કોઈ જ ચિ/તા નથી તો તમારી પરવા કોણ કરશે ? જો તમે કોઈ બીજાની મદદ કરશો તો બીજા પણ કાયમ તમારી મદદ કરવા આતુર રહેશે. તમે જેટલો પ્રેમ અને સહાનુભુતિ વહેંચશો એના કરતાં વધારે પ્રેમ તમને જીવનમાં પ્રાપ્ત થશે. જે જેવું વાવે છે, એવું જ લણે છે વાળી કહેવત આપણાં દરેકના જીવનમાં ચરિતાર્થ થાય છે. એટલા માટે જો તમે બીજા પાસેથી ઇચ્છો છો, પહેલાં એવું બીજા ની સાથે વહેંચતા પણ શીખો.

બીજાને ખુશ રાખો

જીવનમાં તમે ભલે ગમે તેટલા ઉદાસ કે પરેશાન હો પરંતુ એનો પડછાયો તમારી આસપાસના લોકો પર પડવો જોઈએ નહીં. તમારે કાયમ એવા પ્રયાસો કરવા જોઈએ કે તમારી આસપાસના લોકો ખુશ રહે. જો તેઓ પરેશાન પણ છે તો એમના માટે તમે એવું કંઈક કરો, જેનાથી તેમના મુખ પર સ્મિત આવી જાય. જીવનમાં તમે કોઈ ના પણ માટે ગમે તે કરો તે તેઓ વિસરી જાય છે, પરંતુ જો તમે કોઈને પણ તમારા પ્રયત્ન વડે હસાવ્યા હશે, તેમના જીવનમાં ખુશીઓને પાથરી હશે તો એ લોકો ક્યારેય ભૂલી શકશે નહીં. એટલા માટે કાયમ ખુશમિજાજ રહો અને બીજાને પણ ખુશ રાખો.

સત્યવાદી અને પ્રામાણિક બનો

સફળ થવા માટે થોડી હોંશિયારી અને નીતિ પણ જરૂરી છે પણ એનો અર્થ એવો નથી કે અસત્ય અને અપ્રામાણિકતાને પોતાના વ્યક્તત્વનો ભાગ બનાવી લો કોઈ પણ કોઈ જૂઠ્ઠી વ્યક્તિને પસંદ કરતું નથી. ભલેને સત્યનો માર્ગ ગમે તેટલો મૂશ્કેલ હોય, અંતે સત્યજ જીતે છે અને છેવટે અસત્યની પોલ ખૂલી જ જાય છે સત્ય કાયમ પોતાનો માર્ગ શોધી જ લે છે. એટલે તમે કદાપિ અસત્યનો સહારો લેશો નહીં અને ન

યાદ રાખો સફળ અને સાચો વિજેતા એ જ છે જે માર્ગમાં મળેલા સહયોગીઓ તથા એમના સહયોગને યાદ રાખે છે તથા પોતાનું કામ પૂરું થઈ જવા છતાં પણ પોતાના આપેલા વાયદાઓને પાળવાનું ભૂલતો નથી.

તો તમારા કામ પ્રત્યે બેજવાબદાર બનો. પોતાના કામને લઈને તમે જે કર્યું છે, ભલે એ યોગ્ય છે કે અયોગ્ય એના પ્યે પ્રામાણિક થઈ રહો. જો તમે ખોટું પણ કર્યું છે તો પ્રામાણિકતાથી એનો સ્વીકાર કરી લો આજ ખરા વિજેતાની ઓળખ છે.

હસમુખ રહો

જીવનમાં દરેક વ્યક્તિ પોતાની આસપાસ ખુશી - આનંદ જ ઈચ્છે છે, હસમુખા લોકોનેજ પસંદ કરે છે. જો તમે ક્યાંક જઈ રહ્યા છો અને કોઈ અજાણી વ્યક્તિ તમારી સ્મિત કરતાં જોઈ લે ત્યારે એ ક્ષણે તમને એ અજાણી વ્યક્તિ પોતીકી લાગવા માંડે છે. એનું સ્મિત તમને તથા એની વચ્ચે એક આત્મીય સંબંધને જોડી દે છે. આવી જ રીતે જો તમે કાયમ સ્મિત કરતાં રહેશો તો અજાણ્યાઓને પણ પોતાના કરી લેશો અને એવું બની શકે છે કે એ સ્મિત એની કોઈ પણ મુશ્કેલીનો હલ શોધી આપે. તમારું હાસ્ય એને પણ જીવનમાં હસતાં હસતાં આગળ વધવા માટે પ્રેરણા આપી શકે છે.

શિષ્ટ બનો

શિષ્ટાચાર એક એવું હથિયાર છે, જેના પ્રયોગથી તમે મત્ર સફળ વિજેતા જ નથી બની શકતા પરંતુ તમે ગમે તેટલા મોટા - મહાન લોકોના હૃદયને સરળતાથી જીતી શકો છો. તમારે કોની સાથે કેવી રીતે વાત કરવાની છે, કેવી રીતે ઉઠવા બેસવાનું છે, ક્યારે માફી માંગવાની છે, ક્યારે આભાર માનવાનો કે નિવેદન કરવાનું છે, આ બાબતોની ખ્યાલ રાખો. આ બધી વાતો તમને લોકોની દષ્ટિમાં શિષ્ટ બનાવે છે. પોતાના અંગત જીવનમાં કે કોઈ વિશેષ પ્રસંગે તમે તમારા શિષ્ટ વ્યવહારથી લોકોને પ્રભાવિત કરી શકો છો. આ સિવાય ઊંચા અવાજે બોલવાથી કે કઠોર શબ્દોમાં વાત કરવાથી બચો, લોકોની સાથે વિનમ્ર રીતે વર્તો.

મોટા ભાગે લોકો પોતે કરેલા વાયદાઓ વિસરી જાય છે, એનાથી લોકોની દષ્ટિમાં તમારી નકારાત્મક છબિ બને છે. જો આપણે લોકોની દષ્ટિમાં પોતાનું મૂલ્ય તથા પોતાની છાપને સારી બનાવવી હોય જાળવી રાખવી હોય તો આપણે કરેલા વાયદાઓને પાળવા જોઈએ.

પોતાના વાયદાઓને પાળો

કોઈપણ ક્ષેત્રમાં વિજય પ્રાપ્ત કરવાનો અર્થ એવો થતો નથી કે તમે એ મંઝિલ-પડાવ પર પહોંચીને પોતાના સહયોગીઓ અથવા તો સંબંધીઓ સાથે કરેલા વાયદાઓને વિસરી જાવ. યાદ રાખો સફળ અને સાચો વિજેતા એજ છે જે માર્ગમાં મળેલા

સહયોગીઓ તથા એમના સહયોગને યાદ રાખે છે તથા પોતાનું કામ પૂરું થઈ જવા છતાં પણ પોતાના આપેલા વાયદાઓને પાળવાનું ભૂલતો નથી. અનેક વાર લોકો ટેવ પ્રમાણે દરેક વાત માટે લોકો સાથે વાયદાઓ કરી નાંખે છે, પછી ભલે એ વાયદો પૂર્ણ કરવો એમના વશમાં હોય કે ના હોય. મોટા ભાગના સમયે લોકો પોતાના કરેલા વાયદાઓ વિસરી પણ જતા હોય છે, એજાથી લોકોમાં તમારી નકારાત્મક છબિ - છાપ ઊભી થાય છે જો આપણે લોકોની દ્રષ્ટિમાં પોતાનું મૂલ્ય તથા પોતાની છાપને સારી બનાવવી હોય જાળવી રાખવી હોય તો આપણે કરેલા વાયદાઓને પાળવા જોઈએ. એવો કોઈ પણ વાયદો ના કરવો જોઈએ જે તમે પાળી શકો નહીં. એના કારણે લોકમાં તમારો વિશ્વાસ વધશે અને તેઓ જાણી જશે કે તમે ટેવ વશ જ કોઈ વાયદા કરતાં નથી પરંતુ એને પૂરા કરવાની ક્ષમતા પણ ધરાવો છો.

માનવી એ જ છે જે પોતાની જીભનો પાક્કો હોય એટલે કે પોતાની કહેલી વાતનું માન રાખે, પોતે કરેલા આવેલા વચનોને પાળે, એનાથી ફરી ના જાય. ધ્યાન રાખો, વચન આપવા જેટલાં સરળ હોય છે એટલા જ એને પાળવા, એ માટે સમજી વિચારીને જ કોઈ પણ વાયદો કરો. વાત માત્ર વચનની નથી જે વાતમાં તમે સહમત થાવ છો એ વાત પર અડગ રહો દૃઢ રહો. ખરે ટાણે પોતાની હા કે વાતથી ફરી ના જાવ, અન્યથા લોકોક તમારા પર ભરોસો મૂકવાનો તમારા પર વિશ્વાસ કરવાનો બંધ કરી દેશે અને જ્યાં વિશ્વાસ નથી ત્યાં કશું જ નથી. એટલું જ નહીં પરંતુ જ્યારે તમારી કથનની અને કરણીમાં અંતર આવે છે, ત્યારે સામે વાળાની દૃષ્ટિમાં તમારી છાપ પણ ફેરવાઈ જાય છે.

અહીંનું તહીં ના કરો

સંબંધો કે મિત્રો બનાવવા જેટલા સરળ હોય છે એથી વધારે કઠણ છે એને જાળવી રાખવા, કારણ કે નાની -નાની વાતો પરસ્પરના વિશ્વાસને નષ્ટ કરી નાંખે છે. આવામાં ચાડી કરવી, આમજનોની નિંદા કરવી, ગુપ્ત - ખાનગી વાતોને જાહેર કરી દેવી વગેરે તમારા વ્યક્તિત્વ તથા તમારી છાપ - છબિને પણ ધુંધળી બનાવી દે છે, પછી તમે ગમે એટલું સહાનુભુતિ દર્શાવો કે મધુર વેણ બોલો. આવો સ્વભાવ ભવિષ્યમાં તમારા માટે કાયમ માટે દુષ્પરિણામ જ લાવશે, આમજનોની દૃષ્ટિમાં તમને નીચા પાડી દેશે અને કાર્યસ્થળે તમને વ્યાવહારિક પણ નહીં બનવા દે.

નિઃસ્વાર્થ પ્રેમ કરો

પોતાના પોતાનાને પ્રેમ કરે એ તો અત્યંત સામાન્ય બાબત છે પરંતુ અજાણ્યા લોકો પ્રત્ય પણ મનમાં નિઃસ્વાર્થ પ્રેમ અને વાત્સલ્ય ભાવ હોવો તમને બીજા કરતાં

શ્રેષ્ઠ બનાવે છે. વાત્સલ્ય ભાવ ન તો તમને બીજા કરતાં અલગ બનાવે છે અપિતુ એ તમારામાં રહેલા માનવતાના શ્રેષ્ઠ ગુણોનો પરિચાયક છે. તમારી સામે કોઈ મુશ્કેલી હોય અને તમે એની સહાયતા માટે આગળ વધો તથા કોઈ પડી જાય, એને ધા પડે તો તમને એની પીડાનો અનુભવ થાય પછી કોઈ બાળક સતત રડી રહ્યું હોય તો એને શાંત કરાવવા કશં પણ વિચાર્યા વગર આગળ વધી જવું તમારી અંદ વાત્સલ્ય ભાવની ઉપસ્થિતિની પ્રતિતિ કરાવે છે. આ જીવન જીવવાની હકારાત્મક રીત છે. જે દરેકમાં નથી હોતો તમારી આજ વિશિષ્ટા લોકોની દષ્ટિમાં તમને મહાન બનાવશે.

પ્રશંસા કરતાં શીખો

આજકાલ લોકો માટે સૌથી જો કોઈ અઘરી બાબત હોય તો એ છે બીજાના વખાણ કરવા. આપણે સ્વયંને બીજા કરતાં શ્રેષ્ઠ માનીએ છીએ અને બીજાની મહેનત અને આવડતને પોતાના કરતાં વધારે શ્રેષ્ઠ માની જ શકતા નથી. જ્યારે કોઈ ઇચ્છે છે કે એણે જે મહેનત કરી છે, એની પ્રશંસા થાય. આવામાં જો કોઈ પણ કાબેલ વ્યક્તિની ખુલ્લા મને, ખચકાયા વિના વખાણ કરશો તો એ તમારાથી પ્રભાવિત થવા વગર રહી શકશે નહીં. એટલા માટે જો તમને કોઈના કાર્ય કે કોઈની ગમે તે વાત પસંદ પડી હોય તો જાવ અને ખુલ્લા મને એના વખાણ કરો. જોવા જઈએ તો આજ વ્યવહાર તમને ખરા અર્થમાં સફળ બનાવે છે.

સ્પષ્ટવાદી અને આત્મવિશ્વાસી બનો

તમે જે કહી રહ્યા છો એને સ્પષ્ટ શબ્દોમાં પૂર્ણ આત્મવિશ્વાસની સાથે કહો. પોતાની વાત મૂકતી વખતે જરા પણ આનાકાની અથવા ખચકાટ ન હોય અને પોતાની વાત એટલા પઢરભાવશાળી ઢબે રાખો કે સામે વાળા એકજ વારમાં એને સમજી જાય. વારંવાર એની એક વાતને બેવડાવશો નહીં. આમ કરતાં પહેલાં તમારે પોતાની અંદર આત્મવિશ્વાસને જાગૃત કરવો પડશે. ઇતિહાસના પન્નાઓને ઉથલાવીને જોઈ લેશો તો તમને ખબર પડશે કે વિશ્વમાં જેટલા પ્રેરણાદાયક લોકો હતા, એમની અંદર આત્મવિશ્વાસ ઠાંસી-ઠાંસીને ભરેલો હતો. જો તમે તમારી અંદર આત્મવિશ્વાસને જગાડી લેશો તો તમે તમારી બાકીની શક્તિઓને પણ જાગૃત કરી લેશો. કાયમ યાદ રાખો આત્મ વિશ્વાસી વ્યક્તિ બધાંને પસંદ હોય છે.

જો તમે સ્વયં પ્રત્યે પ્રામાણિક નથી તો તમે ક્યારેય કોઈની પણ સાથે પ્રામાણિકતાની વર્તી શકશો નહીં. એટલા માટે એ જરૂરી છે કે તમે પ્રથમ પોતાની જાત સાથે પ્રામાણિક બનો.

 પ્રામાણિક માણસ સફળ વિજેતા કેવી રીતે બને

આત્મસંતુષ્ટ બનો

સ્વતંત્રતા એ ખુબ મોટો ઉપહાર છે પરંતુ આત્મસંતુષ્ટ હોવું એના કરતાં પણ મોટો ઉપહાર છે.જો તમે આત્મસંતુષ્ટ છો તો બીજા લોકો તમારી પ્રશંસા કર્યા વગર રહી શકશે નહીં. એ સાથે આત્મસંતુષ્ટિ જ એક એવું તત્વ છે જે તમને સુખી બનાવી શકે છે. જો તમારી ઇચ્છાઓનો કોઈ અંત નથી તો આખું જીવન એની પાછળ ભાગીને દુઃખી થતા રહેશો અને ક્યારેય પોતાના કામને પૂર્ણ મનથી કરી શકશો નહીં, એવામાં તમારા વ્યક્તિત્વના સ્તરમાં પણ ઓછપ આવાની શરું થઈ જશે. એટલા માટે જીવનમાં બીજાને પ્રભાવિત કરવા માટે સૌ પ્રથમ તમારું આત્મસંતુષ્ટ હોવું એ અત્યંત આવશ્યક છે. પ્રથમ સ્વયં પર જીત પ્રાપ્ત કરો ત્યાર પછી જ બીજાઓને જીતવાની ઇચ્છા રાખો.

પ્રામાણિક બનો

કાયમ પોતાના તથા બીજાઓ પ્રત્યે પ્રામાણિક બની રહો. કોઈનાથી કશું પણ સંતાડીને ન રાખો. ચોક્કસ તમારા દ્વારા આચરવામાં આવેલી અપ્રામાણિકતાની ભલે કોઈને જાણ ન થાય, પરંતુ તમારા અંતરાત્માને તો એની જાણ છે કે તમે અપ્રમણિકતા આચરી છે કે કોઈનાથી કશું સંતાડ્યું છે. એટલા માટે તમારું અંતઃકરણ તમને ડંખતું રહેશે, જ્યાં સુધી, તમે તમારા એ કૃત્યને કબૂલ નહીં કરી લો. એટલા માટે જરૂરી છે કે તમે પ્રથમ પોતાની જાત સાથે પ્રામાણિકતા આચરો. જો તમે તમારી જાત સાથે જ પ્રામાણિક નથી તો બીજા કોઈની પણ સાથે પ્રામાણિક નહીં રહી શકો. પ્રયત્ન કરો કે તમે કાયમ પ્રામાણિક બની રહો. તમારી સત્યતા અને પ્રામાણિકતા તમારા અંતરાત્મામાં ચાલી રહેલ ધમાસાણને ખતમ કરીને તમારી ઘણી બધી મુશ્કેલીઓ-ગૂંચવણોને ઓછી કરી નાંખશે.

જીવનમાં નિષ્ફળતા આપણા દૃષ્ટિકોણ પર આધારિત હોય છે. કોઈ પણ નિરાશાવાદીને દરેક તકમાં દરેક અવસરમાં મુશ્કેલીઓ જ દેખાય છે ત્યારે દરેક આશાવાદીને દરેક મુશ્કેલીઓમાં અવસર દેખાય છે.

આશાને મરવા ન દો

જીવનમાં ક્યારે કશુંક ગુમાવવું, કોના પ્રત્યેની ચિંતા, માંદગી, તમારા સપનોનું ચૂરેચૂરાં થવું ત્યાં સુધી કોઈ મહત્ત્વ ધરાવતા નથી જ્યાં સુધી તમારી પાસે જીવન છે. આ વિચારોની સાથે પોતાના મનમાં કાયમ આશાનો દીપક સળગાવેલો રાખો.

જો તમારી પાસે જીવન છે તો તમે બધું જ ફરીથી પ્રાપ્ત કરી શકો છો. જે પણ બગડી ગયું છે એને પુનઃ સુધારી શકશો, માત્ર જરૂર છે તો તમારે આશાવાદી બનવાની. જીવનમાં હવે બધું ખલાસ થઈ ગયું એવી નિરાશાના ભાવ તમારા મનમાં ક્યારેય આવવા ના દેશો.

પરિવર્તનથી ડરો નહીં

જીવનમાં કાયમ પરિવર્તન આવતા રહે છે, પરિવર્તન કે બદલાણ એ મનુષ્ય જીવનનું મહત્ત્વપૂર્ણ અંગ છે. જીવનની દરેક ક્ષણ કે દૈર દિવસ જુદા જ હોય છે. દેરક દિવસ એક નવી શરૂઆત અને એક નવો અંત હોય છે. આ બધાંથી ડરો નહીં, પરંતુ પોતાને આ પરિવર્તનની ગોદમાં મૂકીને પોતાના દરેક પરિવર્તન કે બદલાણની ક્ષણને સર્વોત્તમ બનાવાવનો પ્રયાસ કરો. જીવનમાં એક દિવસે બધું જ બદલાય છે. આપણે એ વાતથી બીતા હોઈએ છીએ કે કાલનો દિવસ આપણાં માટે કેવો હશે ? કાલનો દિવસ આપણી ઇચ્છા પ્રમાણેનો હશે કે નહીં હોય ? કાલ ગમે તેવી હોય શું આપણે પોતાને એ પ્રમાણે ઢાળી શકીશું કે નહીં, આ બીક કાયમ આપણોને સતાવતી રહેતી હોય છે. એવી બીક પણ સતાવતી રહેતી હોય છે કે આજ તો આપણે આણી મરજી પ્રમાણે જીવન જીવી લીધું પરંતુ જો કાલનો દિવસ આપણાં હિસાબ પ્રમાણેનો નહીં હોય તો આપણે શું કરીશું. આપણે આ પ્રકારની બીકને કાઢી નાંખવાની છે. આપણે સમજવું પડશે કે જીવન ક્યારેય એક સરખું નથી રહેતું, એમાં કાયમ પરિવર્તન આવતું જ રહે છે. આજે બધું જ આપણાં હિતમાં થયું છે તો કાલે વસ્તુઓ આપણા અહિત માં થઈ શકે છે. પરિવર્તન તો થવાનું જ છે. આપણે આપણાં જીવનમાં ઘટિત થનારી ઘટનાઓને માત્ર સહેવી જ નહીં પણ સમજવી પણ પડશે. જીવનમાં જે પણ બની રહ્યું છે, એનાથી ભાગશો નહીં. એને સહજ રૂપે સ્વીકાર કરવાનું શીખી જાવ. બધી વસ્તુઓનો સ્વીકાર કરવા માટે પોતાની સહનશક્તિના બદલે પોતાની સમજવાની શક્તિને વધારવાનો પ્રયાસ કરો.

ધૈર્ય અને વિનમ્રતાથી વાત કરો

જ્યારે પણ તમે કોઈની સાથે પહેલી વાર વાત કરો છો ત્યારે તમારી વાતચીતના લહેકા પર ખાસ ધ્યાન આપો. તમારા અવાજમાં વિનમ્રતા હોવી જોઈએ. વાત કરતી વખતે અવાજ માં આવતા આરોહ - અવરોહ પર ખાસ ધ્યાન આપો, કારણ કે આપણા અવાજની ગતિથી આપણાં મૂડની ખબર પડતી હોય છે બની શકે છે કે તમે કોઈની સાથે ઝગડીને આવી રહ્યા છો, ગુસ્સામાં છો કે ચિંતિ છો પરંતુ અજાણાણ્ય

 —————————————— પ્રામાણિક માણસ સફળ વિજેતા કેવી રીતે બને

સાથે વાત કરતી વખતે આ વાતોને ભૂલીને ધૈર્ય સાથે વાત કરવી જોઈએ. પૂરાં સૌજન્ય, સભ્યતા અને નમ્રતાથી વાત કરો, કારણ કે આપણી વાત કરવાની ઢબ આપણાં સ્વભાવ અને ચરિત્રને અભિવ્યક્ત કરે છે.

દરેક વ્યક્તિ ધૈર્યની પ્રશંસા કરે છે, પરંતુ અમુક જ આને અભ્યાસમાં લાવવા માટે તૈયાર હોય છે, ધૈર્ય રાખવું એ એવું કઠિન કામ છે, જે તમે એ સમયે કરો છો જ્યારે તમે કઠોર પરિશ્રમથી થાકી ગયા હોવ છો.

વાતોને ગોળ-ગોળ ફેરવીને ના કરો

વાતોને સીધી અને સ્પષ્ટ રીતે કરો. જયારુ આપણે કોઈ અજાણ્યા સાથે વાત કરીએ છીએ ત્યારે એની સાથે ચોખ્ખી અને સ્પષ્ટ રીતે વાત કરવી જોઈએ. વાતને ગોળ ગોળ ફેરવીને વાત કરવાથી સમય પણ વધારે ખર્ચાય છે અને સામે વાળા પર તમારો સારો પ્રભાવ પડતો નથી. અજાણ્યાને એવું લાગે છે કે આને વાત કરવાનો શિષ્ટાચાર કે વિવેક નથી. અજાણ્યા સાથે એકદમ સહજ રીતે વાત કરો. તમારી વાતો અને રીત એવા હોવા જોઈએ કે એ આજણી વ્યક્તિને પણ તમારી એ વાતચીતનો ભાગીદાર બનાવી શકો. વાત - વાતમાં તમે એનું નામ, શોખ અને વ્યવસાય અંગે પણ પૂછી શકો છો, જેનાથી એ તમારી વાતચીતનો ભાગીદાર બની જશે. હળવાં વિષયો પર વાતચીત શરું કરવી જોઈએ. અજાણ્યાને તમારી વાતોથી એમ ન લાગવું જોઈએ કે તમે એની પાછળ પડી ગાય છો કે એના અંગત જીવનમાં ડખ્ખલ ઊભી કરી રહ્યા છો. તમે જે પણ વાતચીત કરો એ ટૂ ધી પૉઈન્ટ હોવી જોઈએ. બની શકે છે સામે વાળા ઉતાવળમાં હોય, અને તમે તમારી લાંબી લાંબી વાતોથી એને અસુવિધા થઈ રહી હોય.

શેખી ના હાંકો

વધારે લાંબી-લાંબી ફેંકશો નહીં. અનેક વાર આપણે કોઈ પાર્ટીમાં કે કોઈ આયોજનમાં જઈએ છીએ ત્યારે પરિચિત લોકો સાથે તમે મળો છો અને અનેક વાર એવા ચહેરા પણ નજરે પડે છે, જેને તમે પ્રથમવાર જ જોયા હોય છે અથવા તો જોઈ લીધાં હોય પણ વાતચીત થઈ શકી ના હોય. આવામાં તમારી દષ્ટિ કોઈ એવા એક ચહેરા પર જઈને અટકી જાય છે જે અજાણ્યો હોય, પરંતુ આકર્ષક પણ હોય. એવામાં તમે એને ઈમ્પ્રેસ કરવા માટે મોટી-મોટી વાતો કરવા લાગો છો, વધારે શેખી મારવા લાગો છો. તમે તમારા પરાક્રમોની સંપૂર્ણ કથા વર્ણવા બેસી જાવ છો. આવામાં એ વાતનું ખાસ ધ્યાન રાખો કે પ્રથમ મુલાકાતમાં સામેવાળાને સહજ રીતે તમારા પરાક્રમોમાં

કોઈ જ રસ ન હોય. એ તો તમને ઓળખતો પણ નથી. આવામાં એને એનાથી કોઈ જ ફરક પડતો નથી કે તમે શું છો અને શું નથી. તમારી કેવી પ્રતિષ્ઠા છે, તમારા ઘરમાં કેટલાં નોકર-ચાકર છે, પ્રથમ મુલાકાતમાં આ બધી જ વાતો અર્થહીન હોય છે. એટલા માટે વાત કરતી વખતે સામેવાળાને એમ લાગવું ન જોઈએ કે તમે માત્ર પોતાના મોઢે જ પોતાના વખાણ કરી રહ્યા છો કે સામેવાળાને નીચું બતાવવાનો પ્રયત્ન કરી રહ્યાં છો.

બદલો એક શૃંખલાબદ્ધ ખેલ છે, જે પોતાની દરેક નવી ઇનિંગમાં વધુ વધારે કુરૂપ થઈને સામે આવે છે. કેમ કે જેનાથી આપણે બદલો લઈશું, તે પુનઃ પોતાની હારનો, અપમાનનો બદલો લેશે. પછી જેટલો મોટો એનો જવાબરૂપી પ્રયત્ન હશે, એનાથી વધારે આપણે એના ઉત્તરમાં બદલો લેવાનો પ્રયત્ન કરીશું.

 — પ્રામાણિક માણસ સફળ વિજેતા કેવી રીતે બને

॥ લેખક પરિચય ॥

વિલક્ષણ તેમજ વિભિન્ન પ્રતિભાઓના ધની શશિકાંત 'સદૈવ' પોતાના વ્યક્તિત્વ તેમજ વિભિન્ન કાર્યો માટે પ્રસિદ્ધ છે. કોઈ માટે તમે એક સંપાદક-પત્રકાર છો, તો કોઈ માટે લેખક, કવિ-શાયર. કોઈ તમને તમારી પ્રકાશિત પુસ્તકોના માધ્યમથી જાણે છે, તો કોઈ ટી.વી. પર મહેમાન વિશેષજ્ઞના રૂપમાં ઓળખે છે. તમે ના ફક્ત કુશળ વક્તા છો, બલ્કે એક સારા આધ્યાત્મિક તેમજ મનોવૈજ્ઞાનિક સલાહકાર તેમજ માર્ગદર્શક પણ છો. પછી તે વર્કશૉપના રૂપમાં હોય કે, પ્રવચનના રૂપમાં, યદા-કદા તમારા વક્તવ્ય સ્કૂલ, કૉલેજ, કૉર્પોરિટ સેક્ટર, મંદિર-આશ્રમ તેમજ ધાર્મિક તથા બિનસરકારી સંસ્થાઓ વગેરેમાં થતાં જ રહે છે. છેલ્લાં ૧૪ વર્ષથી તમે 'ડાયમંડ પૉકેટ બુક્સ' દ્વારા પ્રકાશિત માસિક પત્રિકા 'સાધના પથ'માં સંપાદક તથા 'ગૃહલક્ષ્મી'માં સલાહકાર સંપાદકના રૂપમાં કાર્યરત છો. સાથે જ તમે એક સામાજિક તેમજ આધ્યાત્મિક ઉત્થાનમાં જોડાયેલી સંસ્થા 'ઉત્થાન ફાઉન્ડેશન'ના સંસ્થાપક તેમજ સંચાલક પણ છો. તમારા જીવનનો ઉદ્દેશ્ય માનવોત્થાનથી વિશ્વોત્થાન છે, આથી તમારા દ્વારા રચિત બધી કૃતિઓ મનુષ્યના વ્યક્તિત્વના વિકાસ તેમજ આત્મરૂપાંતરણને ધ્યાનમાં રાખીને લખવામાં આવી છે. જે આ પ્રકારે છે.

પ્રકાશિત પુસ્તકો

કૌન હૈ ગુરુ?, કૌન હૈ ઓશો?, મૈં ક્યોં આયા થા-ઓશો?, આધુનિક સંતો કી આધ્યાત્મિક યાત્રા, ઇશ્ક કી ખુશબૂ હૈ સૂફી, યુગપુરુષ મર્ષિ દયાનંદ સરસ્વતી, મેનેજમેન્ટ કે મૂલ મંત્ર, વ્યક્તિત્વ નિખારેં ભવિષ્ય સુધારેં, મનચાહી સફલતા પાએ, અપની એકાગ્ર ક્ષમતા બઢાએ, સ્વયં કો ઔર દૂસરોં કો પહચાનને કી કલા, સીખેં જીવન જીને કી કલા, સબ સંભવ હૈ, સિરદર્દ ઔર માઇગ્રેન સે મુક્તિ, તેરે સાથ કી આદત, દર્દ કીકતરન, સ્ત્રી કી કુછ અનકહી, દર્દ કે ઈર્દ-ગિર્દ, રિસતા હુઆ દર્દ, ઇંદ્રધનુષ રચતે હસ્તાક્ષર તથા સંપાદિત પુસ્તકો – ધન ઔર સુખ-સમૃદ્ધિ કી દેવી લક્ષ્મી, દુર્ગા એવમ નવરાત્ર કી મહિમા એવમ મહત્ત્વ.

પત્ર-પત્રિકાઓમાં પ્રકાશિત લેખ તેમજ કૉલમ

નવભારત ટાઇમ્સ, હૈલો દિલ્લી, દૈનિક હિન્દુસ્તાન, પંજાબ કેસરી, દૈનિક જાગરણ, દૈનિક ભાસ્કર, અમર ઉજાલા, જાગરણ સિટી પ્લસ, આજ સમાજ, તથાઅસ્તુ, વેલ બીઇંગ, સાધના પથ, ગૃહલક્ષ્મી, ઓશો વર્લ્ડ, હિન્દી જગત, કાદંબિની, વૂમેન ઑન ટૉપ, મેરી તુલસી, પ્રવાસી ટુડે, જ્ઞાનોદ્ગ, શુક્તાર, ઇન્ડિયા ન્યૂઝ, યથાવત, સંપાદક, ગૃહનંદની, ફ્યૂચર સમાચાર, સુખ-સમૃદ્ધિ, કુમુદમ ભક્તિ, સમય સારાંશ, ગુરુજી, કલિયોં કો ખિલને દો તથા ઇન્ડિયા ટાઇમ્સ તેમજ ફૈબ વુમૈન ડૉટ કૉમ વગેરે સિવાય અન્ય ક્ષેત્રીય પત્ર-પત્રિકાઓમાં પ્રકાશન.

ટી.વી. ચેનલો તેમજ રેડિયો પર ઉપસ્થિતિ

દૂરદર્શન, ઇન્ડિયા ન્યૂઝ, સહારા સમય, સાધના, પ્રજ્ઞા, સુદર્શન, એ ટૂ ઝેડ, વી.આઈ.પી. તેમજ જૈન ટી.વી. તથા એફ.એમ. રેનબો તેમજ માનવ રચના રેડિયો.

સન્માન

ગૌરવ ભાષા વાણી સન્માન ૨૦૧૧ (ઇન્દ્રપ્રસ્થ સાહિત્ય ભારતી-દિલ્લી),
સાહિત્યકાર સન્માન૨૦૧૦, (બ્રજ કલા કેન્દ્ર-મથુરા),
સાહિત્યકાર સન્માન ૨૦૦૯, (સ્વામી નેકશ્યામ સ્મૃતિ-વૃંદાવન).

સંપર્ક સૂત્ર

૯/૬, ગલી નં. ૧૨, તુગલકાબાદ એક્સટેંશન, કાલકાજી, નવી દિલ્લી-૧૯. દૂરભાષ-9810388549
E-mail- shashikantsadaiv@gmail.com
visit:http//shashikantsadaiv.blogspot.com

9 789352 614790